நிற்க
நிழல்
வேண்டும்

முதற்பதிப்பு: 2023

First Edition: 2023

Nirkka Nizhal Vendum

நிற்க நிழல் வேண்டும்

Vaasanthi

வாஸந்தி

ISBN: 978-93-95686-83-9

Pustaka
EBooks | Audiobooks | Paperback

Pustaka Digital Media Pvt. Ltd.
#7-002, Mantri Residency,
Bannerghatta Main Road, Bengaluru - 560 076
Karnataka, India
+91 7418555884

நிற்க நிழல் வேண்டும்

வாஸந்தி

Pustaka
EBooks | Audiobooks | Paperback

முன்னுரை

மௌனப்புயல் என்ற தலைப்பில் பஞ்சாப் பிரச்சனையை வைத்து ஒரு நாவல் எழுதினார் வாஸந்தி. பஞ்சாப் பிரச்னை தீருகிற வழியாய் இல்லை! 'நிற்க நிழல் வேண்டும்' என்ற தலைப்பில் இலங்கைப் பிரச்னையை மையமாக்கி ஒரு நாவல் எழுதினார் வாஸந்தி. இலங்கைப் பிரச்னைக்கும் முடிவு ஏற்படுகிற வழியாக இல்லை! 'தயவுசெய்து வேறு எந்த ஓர் அரசியல் பிரச்னையையும் உங்கள் அடுத்த நாவலுக்கு நிலைக்களனாக்கி விடாதீர்கள்' என்று வாஸந்தியைக் கெஞ்சிக் கேட்டுக்கொள்ளலாம் போலிருக்கிறது!

வேடிக்கை ஒரு புறமிருக்க, பிரச்னைகளுக்கு முடிவு ஏற்படுத்துவது நாவலாசிரியர் கடமை அல்ல. அது, நாட்டை ஆள்பவர்கள் சிந்திக்க வேண்டிய விஷயம். எந்த விதமான அணுகுமுறை பலன் அளிக்கலாம் என்பதை நூலாசிரியர் கோடி காட்டலாம். அவ்வளவே! அதனை வாஸந்தி அழகாகவே செய்திருக்கிறார். அன்பு ஒன்றுதான் எந்தப் பிரச்னைக்கும் நிரந்தரத் தீர்வு. அன்பு சுரந்தால் வீம்புப் பிடிவாதங்கள் அதில் கரைந்துபோகும். மனிதாபிமானம் மிகுந்தால் அறிவு தெளிந்துவிடும். அந்த அன்பு எதிராளியிடம் உருவாகட்டுமே என்று காத்திராமல், முதலில் நம் மனத்தில் பெருகுமாறு செய்ய வேண்டும். இந்த மனப்பக்குவம்தான் முக்கியமானது.

எதிர்த்தரப்பினரின் வாதத்திலும் நியாயம் இருக்கக்கூடும் என்று அரசியல்வாதிகள் - ஆட்சியில் இருப்போரும் அவர்களை எதிர்ப்போரும் - எண்ணத்தால், ஒருவருக்கொருவர் விட்டுக்கொடுக்கும் உள்ளப்பான்மை வளராததால் பிரச்னைகள் தீராமல் இழுத்தடித்துக்கொண்டு போகின்றன. அதற்குப் பாவம், வாஸந்தி என்ன செய்வார்? அவர் செய்யக்கூடியது பிரச்னைகளைத் திசை திருப்பாமல், மேலும் குழப்பாமல் தெளிவுப்படுத்தி எழுதுவதுதான். பிரச்னையில் சம்பந்தப்பட்ட பல தரப்பினரின் வாதங்களை மட்டுமின்றி, வாதங்களுக்குக்

காரணமான உள்ளங்களையும் புரிந்துகொண்டு வாசகர்களுக்கு உணர்த்துவதுதான், இதயங்கள் இறுகிப் போனதற்கான பின்னணியை ஆராய்ந்து பார்த்து, அவற்றை இனம் காட்டுவதுதான். இந்தப் பணிகளை அவர் செவ்வனே செய்திருப்பது மட்டுமல்ல, தாம் எழுதுவது ஓர் ஆய்வுக் கட்டுரையல்ல, நாவல் என்பதைக் கணமும் மறவாமல் கதையோட்டத்துடன் இவற்றை நயம்பட இணைத்துத் தருகிறார்.

வாஸந்தி, குண்டுச்சட்டியில் குதிரையோட்டுகிற ரகமல்ல. இருந்த இடத்தைவிட்டு அசையாமல் அவர் எதையும் எழுதிவிடவில்லை. ‘மௌனப்புயல்’ உருவாகும் முன் அவர் பஞ்சாபுக்குச் சென்றார். பொற்கோயிலில் ராணுவம் புகுந்திருந்த தருணம் அது. உணர்ச்சிகள் கொந்தளித்துக்கொண்டிருந்த சமயம். ஆயினும் அவர் துணிவுடன் பல இடங்களுக்குச் சென்று, பலரைப் பார்த்துப் பேசி, பிரச்னைகளை மட்டுமின்றி அவற்றுக்குக் காரணமான உள்ளங்களையும் படித்தறிந்தார். பிறகுதான் எழுதினார். “நிற்க நிழல் வேண்டும்” என்ற இந்த நாவலை எழுதுவதற்கு முன்னரும் அவர் இலங்கைக்குச் சென்றார். கொழும்புவில் அதிகார வர்க்கத்தினரை மட்டுமின்றி, இந்தியத் தூதரையும் பார்த்துப் பேசினார். வடக்கு – கிழக்கு பகுதிகளில் போராளிகளின் பல்வேறு பிரிவினரையும் சந்தித்தார். பிற நாடுகளில் அவர்களுக்கு உள்ள ஆதரவாளர்களைத் தேடிச்சென்று அளவளாவினார். சராசரி ஈழத் தமிழரையும், அடைக்கலம் என்ற இந்தியாவுக்கு வந்து சேர்ந்த அகதிகளையும் கண்டு அவர்களுடைய உருக்கமான கதைகளைக் கேட்டறிந்தார். இந்திய – இலங்கை ஒப்பந்தம் உருவாக உதவிய தில்லி அதிகாரிகளையும் அவர் விட்டு வைக்கவில்லை. இவற்றிலிருந்து அவருக்குக் கிடைத்த மலைபோன்ற தகவல்களை வடிகட்டி முக்கியமான எதையும் விட்டுவிடாமல் நாவலில் பயன்படுத்தி இருக்கிறார்.

வாஸந்தி சர்வதேசப் புகழ் பெறுவார். ஏற்கெனவே தஷ்வந்த்சிங்கின் கவனத்தை ‘The Silent Storm’ கவர்ந்து விட்டது

என்பது மகிழ்ச்சிக்குரிய செய்தி. 'The Silent Storm Well translated in to English by Gomathi Narayanan is a work of Contemporary historical fiction of high order' என்று குஷ்வந்த்சிங் அளித்துள்ள பாராட்டுக்கு முற்றிலும் தகுதி உடையவர் வாஸந்தி.

கி. இராஜேந்திரன்
ஆசிரியர், கல்கி

***

என்னுரை

பஞ்சாப் பிரச்னையைப் பின்னணியாக வைத்து 1984லில் ஒரு இலங்கைத் தமிழர் என்னைக் காணவந்தார். பஞ்சாப் பிரச்னையைப் பாரபட்சமில்லாமல் நியாயமான நோக்குடன் நான் அலசுவதாகப் பாராட்டிவிட்டு, இலங்கைத் தமிழர் பிரச்னையைப் பற்றி நீங்கள் ஏன் ஒரு நாவல் எழுதக்கூடாது என்று கேட்டார். எங்கள் பிரச்னை என்ன என்று தமிழ்நாட்டில் இருப்பவர்களுக்குக்கூட சரியாகத் தெரிவதில்லை. உங்களால்தான் அதைத் தெளிவாக விளக்க முடியும். லண்டனில் இருக்கும் எனது நண்பர்களும், இதையே தாங்களும் நினைப்பதாக நேற்று டெலிபோனில் சொன்னார்கள். நீங்கள் எழுதுவது எங்களுக்குப் பெரிய உதவியாக இருக்கும் என்றார்.

மௌனப்புயலை எழுதிய அனுபவத்தில் அரசியல் நாவல் எழுதுவது எத்தனை சிரமம் என்று நான் அப்பொழுது பூரணமாக உணர்ந்திருந்த ஆயாசத்தில் இருந்தேன். இலங்கை ப்ரச்னையைப் பற்றியும் எனக்கு சரியாகத் தெரிந்திருக்கவில்லை. என்னால் இயலாத காரியம் அது என்று என்னுடைய வருத்தத்தைத் தெரிவித்தேன்.

1985ல் ஆஸ்திரேலியாவுக்குச் சென்றிருந்தபோது ஸிட்னியில் இருந்த இலங்கைத் தமிழர்கள் எனக்கு ஒரு வரவேற்பு கொடுத்துத் தங்கள் பரிதாபக் கதைகளைச் சொல்லி நான் அதை நாவல் வடிவமாக எடுத்துச் சொல்ல வேண்டும் என்று கேட்டுக்கொண்டார்கள். அவர்கள் கொடுத்த தகவல்களைக் கண்டு நான் பதறிப்போனாலும் நாவல் எழுதும் எண்ணம் ஏற்படவில்லை.

ஆனால் உலக நடப்புகளில் ஆர்வமும், மனித உரிமைப் போராட்டத்தில் ஈடுபாடும் கொண்ட எனக்குப் போகப்போக இலங்கைத் தமிழரின் போராட்டத்தைக் கண்டும் காணாமல்

இருக்க முடியவில்லை. என்னுடைய பொது அறிவுக்காகச் சில விவரங்களைச் சேகரித்து அறிந்துகொண்டேன். ஒருமுறை தெற்கே சென்றபோது தானாக ராமேசுவரத்துக்குச் சென்று அகதிகளைக் காண திட்டமிட்டேன். மதுரை வரை சென்று உடல் சுகமில்லையென்று சென்னை திரும்பியபோது எனக்கு ஆச்சரியம் காத்திருந்தது. கல்கி ஆசிரியர் திரு. ராஜேந்திரன் அவர்கள் என்னைக் காணவந்தார். இலங்கைத் தமிழர் பிரச்னையை வைத்து ஒரு நாவல் எழுத முடியுமா என்றார். முதலில் ராமேசுவரம் சென்று அகதி முகாமைப் பார்த்துவிட்டு வாருங்கள். எழுத முடியும் என்று தோன்றினால் நாவல் எழுதுங்கள். நான் வற்புறுத்தவில்லை என்றார். எனக்கு மலைப்பாக இருந்தது. ஸ்ரீலங்காவையே பார்க்காமல் அங்கு நடக்கும் பிரச்னையைப் பற்றி எப்படி எழுதுவது?

ராமேஸ்வரப் பயணம் என்னுள் பெரிய மாற்றத்தை ஏற்படுத்தியது. சொந்த மண்ணில் நிற்க நிழல் இல்லாமல் ஓடிவந்த அகதிகளின் அரண்ட பார்வைகள் நெஞ்சை உருக்கின. எதேச்சதிகார அரசினால் வன்முறைக்குத் தள்ளப்பட்டுச் சிதறல்களாக அமைதியை நாடி வந்திருந்த அவர்களது நிலை கண்ணீரை வரவழைத்தது. அங்கு சந்தித்த ஒரு இளம் அகதி என்னுடைய கதாநாயகன் ஜயசீலனாகப் பின்னால் உருவானார்.

இலங்கைக்குச் செல்லாமல் இந்த நாவலை எழுத எனக்கு சம்மதமில்லை. அங்கு செல்ல விசா கிடைக்காது. பத்திரிகையாளர் என்கிற காரணத்தால், எதிர்பாராமல் இந்திய இலங்கை ஒப்பந்தம் வந்தது. அதனால் விசா விஷயத்தில் இளக்கம் ஏற்பட்டு என்னால் இலங்கைக்குச் செல்ல முடிந்தது. நாவல் உருவாயிற்று.

கதை எழுதிய நாட்களில் நான் வேறு எந்த சிந்தனையும் இல்லாமல் இலங்கைத் தமிழர் பிரச்னைகளுடன் எப்படி ஒன்றிப்போனேன் என்று விளக்குவது கடினம். பல இலங்கைத் தமிழர்கள் என்னை ஆர்வத்துடன் சந்தித்து வெளியில் வராத எத்தனையோ செய்திகளை எனக்குச் சொன்னார்கள். புத்தகங்கள் கொடுத்தார்கள். ஜேம்ஸ்பாண்ட் நவீனத்தைப் படிப்பதுபோல்

பிரமிப்பூட்டினார்கள். இந்த நாவலை எழுதுவது எத்தனைப் பெரிய சவால் என்று நான் ஒவ்வொரு நாளும் உணர ஆரம்பித்தேன்.

இது யார் சார்பாகவும் எழுதப்பட்ட நாவல் இல்லை. மனிதநேயத்துக்காக, மனித உரிமைக்காகக் குரலெழுப்பும் நோக்கத்துடன் எழுதப்பட்ட நாவல் இது. சரித்திர காரணங்களால் வன்முறைப் போராட்டத்துக்குத் தள்ளப்பட்டவர்கள், மனிதநேயத்தை உறுதிப்படுத்த, மனித உரிமைக்காகப் போராட்டத்தைத் துவங்கியவர்கள், நோக்கத்தை மறந்து திசை தப்பிப் போனதைக் கண்ட பதைப்பில் எழுதப்பட்ட நாவல் இது. கையில் ஆயுதம் இருக்கும் தெம்பில் தொலைநோக்கில்லாமல் யாதவ கூட்டத்தைப்போல் உங்களை நீங்களே உணர்ச்சிவசப்பட்டு அழித்துக்கொள்கிறீர்களே என்கிற துக்கத்தான் எழுதப்பட்டது. ஒதுக்கப்பட்ட சிறுபான்மைக் கூட்டத்தில் ஒற்றுமையில்லாவிட்டால் சரித்திரமே அவர்களை ஒதுக்கிவிடுமே என்கிற ஆதங்கத்தில் எழுதப்பட்டது.

இந்த நாவல் அப்போதிருந்த சூழ்நிலைக்கு ஏற்பக் கேள்விக்குறியுடன் நின்றிருக்கிறது. அமைதி என்றாவது வருமா என்கிற சந்தேகத்துடன் நிறைவுபெறாமல் இருக்கிறது. அப்படி முடிக்க நேர்ந்ததற்காக எனக்கு ஏற்பட்ட விசனத்தை விவரிக்க முடியாது.

நிரந்தர போர்க்களமாகத்தான் இலங்கையில் வடகிழக்கு மாகாணம் இருக்கும் என்று சோர்ந்துபோன சமயத்தில் சமீபத்தில் அங்கு நடந்த தேர்தலும், அதில் பெருவாரியாகத் தமிழ் மக்கள் பங்குகொண்டு வாக்களித்ததும் நம்பமுடியாத பெரிய இனிய ஆச்சரியமாக இருக்கிறது. பல அச்சுறுத்தல்களுக்கிடையிலும் ஆண்களும், பெண்களும் பெருமளவில் வாக்களித்ததன் மூலம் இப்பொழுது கிடைத்திருக்கும் அரசியல் உரிமைகளின் அடிப்படையில், அமைதியான முறையில் சமூகபொருளாதார முன்னேற்றத்திற்கு உழைக்க வேண்டிய காலம் இனி என்று வலியுறுத்தி விட்டார்கள்.

முழு அமைதி நிலவி, புதிய ஆட்சிமுறையில் அவர்கள் எல்லா நலன்களும் பெற என் வாழ்த்துக்கள்.

கல்கி ஆசிரியர் திரு. ராஜேந்திரன் அவர்களின் ஊக்கமும், ஒத்துழைப்பும் இல்லாவிட்டால் இந்த நாவல் உருவாகி இராது. முழு எழுத்துச் சுதந்திரம் இல்லாமல் ஒரு அரசியல் நாவலை எழுதுவது சிரமம்.

ராமேசுவரம் அகதி முகாமுக்கு அழைத்துச் சென்று பல உதவிகளைச் செய்து, பல விவரங்களையும் கொடுத்த மதுரை அஸிஸ்டெண்ட் சூப்பரின்டெண்ட் ஆஃப் போலீஸ் திரு. கணபதிக்கும், அவரது இலாகாவுக்கும் எனது பிரத்யேக நன்றி. இலங்கைப் பிரச்னையைப் பற்றிய எனது அறியாமையைப் போக்கிய எண்ணற்ற ஈழத்தமிழ் அன்பர்கள் அனைவருக்கும் என் நன்றி. இலங்கையில் எனக்கு எண்ணற்ற உதவிகளை அன்புடன் செய்த திரு. ஸ்ரீனிவாசனுக்கு முக்கியமாக நன்றி தெரிவிக்க வேண்டும். பல முதிர்ந்த பத்திரிகையாளர்கள், இலக்கியவாதிகள், சிங்களவர்கள், புத்த பிட்சுகள், மலையகத் தமிழர்கள், பல பாமர மக்கள் - எல்லாரும் கொடுத்த விஷயதானத்துக்கு நன்றி.

வாஸந்தி

***

அத்தியாயம்

1

ஜன்னல் குறட்டில் உட்கார்ந்திருந்த ஜயசீலன் வெளியே தெரிந்த உலகத்தை வெறித்துப் பார்த்தான். கடந்த எத்தனையோ மாதங்களாகத் தான் பார்த்து வரும் இந்தக் காட்சியில் எந்தவித மாறுதலும் இல்லை என்று நினைவுக்கு வந்தது. நேற்றுபோல் இன்றும் இன்றுபோல் நாளையுமாக ஒரு சங்கிலித் தொடராகப் போய்விடுமோ என்கிற பயம்கூட இப்பொழுதெல்லாம் எழாத அளவுக்கு மனத்துக்கு ஞானமேற்பட்டுவிட்டது.

நாளையைப் பற்றிய எதிர்பார்ப்புப் போய் வெகுநாட்கள் ஆகிவிட்டன. இன்றுதான் இந்தத் தருணம்தான் நிஜம்.

"நீ மட்டும் ஏன் இங்கேயே இருக்கே? தமிழ்நாட்டுக்கு ஏன் தப்பிச்சுக்கிட்டுப் போகல்லே?"

அவன் உலுக்கப்பட்டவன்போல் சுயநினைவுக்கு வந்து உள்பக்கம் திரும்பினான்.

தரையில், சுவரில் சாய்ந்த நிலையில் அமர்ந்து அவனை ஆர்வத்துடன் பார்த்துக் கொண்டிருந்தான் அந்தப் பொடியன் பிரபு. தில்லியிலிருந்து வேலை மெனக்கெட்டு இங்கு வந்து சேர்ந்திருக்கும் பத்திரிகையாளன், தமிழ் பேசுகிறான். லோலோ என்று யாழ்ப்பாண வீதிகளில் பேயாய் அலைந்துகொண்டிருந்த இவனை வீட்டுக்கு அழைத்து வந்தது தப்பாகப் போய்விட்டது. இவனும் இவனது கேள்விகளும்! அதற்கெல்லாம் பதில் சொல்லி எனக்கு என்ன ஆகப்போகிறது?

“ஓம், போக இல்லே” என்றான் அசுவாரஸ்யத்துடன்.

“அதான் ஏன் இல்லேங்கறேன்?”

“அட, போக இல்லே அவ்வளவுதான்! நீர் என் துளைக்கிறீர்?”

பிரபுவின் அதரங்களில் இளநகை அரும்பிற்று. வலக்கையைப் பரவலாக வீசி,

“நாம் உம்மைத் துளைக்கவில்லை!” என்றான் நாடக பாணியில்.

“இதப்பார். நீ எதுவுமே சொல்லல்லேன்னா எனக்கு எழுத விஷயம் எப்படிக் கிடைக்கும்?” என்றான்.

“ஓ, உமக்கு விஷயம் சொல்ல கனபேர் கிடைப்பார்கள் வெளியிலே!”

“கனபேரா? சில பேர்கூட இல்லே! எல்லாரும் பேசவே பயப்படறாங்க. பேசினாலும் பாதி விஷயம் புரியமாட்டேங்குது. உன்னோடு இந்த இரண்டு நாட்கள் இருந்ததிலே கொஞ்சம் புரிஞ்சுக்கறேன். ஆனா நீ பலே ஆள். எதைக் கேட்டாலும் சரியா பதில் சொல்ல மாட்டேங்கறே. நீ ஒரு விடுதலைப்புலியா?”

“சீ!”

“சீன்னு ஏன் சொல்றே?”

“சீ”ன்னா இல்லேண்டு அர்த்தம்.

“ஓ! அப்ப நீ வேற ஏதாவது இயக்கத்தைச் சேர்ந்தவனா?”

ஜயசீலன் ஜன்னலுக்கு வெளியே மீண்டும் பார்வையைப் பதித்தான்.

“சேர்ந்திருந்தேன், இப்ப இல்லே.”

பிரபு நிமிர்ந்து உட்கார்ந்தான். “ஏன்?”

ஜயசீலன் சுரீரென்று அவனைத் திரும்பிப் பார்த்தான்.

“நா ஏன் உமக்கு இதையெல்லாம் கதைக்கணும். இதென்ன கரைச்சல் ஆண்டவனே?”

பிரபு அவனை ஆழமாகப் பார்த்துச் சுரணையில்லாமல் சிரித்தான்.

"நீ எனக்கு எதுவும் சொல்ல வேண்டாம். உனக்கு நா பிரச்சனையாவும் இருக்க விரும்பல்லே. மூணாவது வீடு ஒண்ணு இருக்கே, முன் சுவரெல்லாம் இடிஞ்சு, அந்த வீட்டிலே சுமார் உன் வயசுக்காரன் ஒருத்தனை முந்தா நாள் பார்த்தேன். அவனோடு பேசுவோம்னு பார்த்தா, பிறகு ஆளே கிடைக்கல்லே."

"கிடைக்கமாட்டான் இனி" என்றான் ஜயசீலன். வெட்டவெளியைப் பார்த்து. "ஆமி கொண்டுட்டுப் போய்ட்டது."

"ஐய்யய்யோ, எப்ப?"

"முந்தா நாள் தான், ராவுலே."

"என்ன காரணம்?"

"தமிழன் எண்ட ஒரே காரணம், சரியா?"

"இயக்கத்தைச் சேர்ந்தவனா?"

"சீ"

"பின்னே ஏன்?"

ஜயசீலனுக்குச் சுருசுருவென்று கோபம் வந்தது.

தமிழன் எண்ட காரணம்னு நா கதைக்க இல்லே? இண்டைய நிலையிலே ஒண்ணு - இயக்கம்மார் பொடியன்களைக் கொண்டுட்டுப் போகணும். இல்லே ஆமி கொண்டுட்டுப் போகணும் - சரியா? ஆமிக்குக் கணக்கு ஒப்பிக்கணும். இத்தனை பயங்கரவாதிகளைப் பிடிச்சம்னு எல்லாப் பொடியன்களையும் இஷ்டத்துக்கு வாரிக்கொண்டு போகும்!"

பிரபு சற்றுநேரம் பதில் சொல்லாமல் தன் புத்தகத்தில் எதையோ கிறுக்கிக் கொண்டிருந்தான்.

ஜயசீலன் அலுப்புடன் வெளியே பார்த்தான். இவர்கள் எல்லாம் எதற்காக வேலை மெனக்கெட்டு உயிரையும் பணயம் வைத்துக்கொண்டு இங்கு வருகிறார்கள்? இவர்களுடைய

எழுத்தினால் ஏதாவது நன்மை ஏற்பட்டிருக்கிறதோ? இரண்டு நாட்கள் இங்கு தங்கியதால் இங்கிருக்கும் நிலைமை என்ன புரியப்போகிறது?

“இப்ப அந்தப் பையனை ராணுவம் என்ன செய்யும்?”

“என்ன?” என்றான் அவன் திடுக்கிட்டு. “ஓ அந்தப் பொடியனையா? என்ன வேணும்னாலும் செய்யும். தலைகீழாக் கட்டிவெச்சு உதைக்கும். ‘நீ கொட்டியாவா’ன்னு அடிக்கும்.”

“அப்படீன்னா?”

“நீ விடுதலைப் புலியா?ன்னு அர்த்தம்.”

“இல்லேன்னா?”

“ஓம்னு சொல்றவர அடிக்கும்.”

பிரபு மறுபடியும் ஏதோ கிறுக்கினான் புத்தகத்தில்.

ஜயசீலன் குறட்டிலிருந்து இறங்கினான்.

“டீ வேணுமா?” என்றான்.

தீவிர யோசனையுடனேயே அவனைப் பார்த்து ‘ஓம்’ என்றான் பிரபு, மெலிதாகப் புன்னகை புரிந்தபடி.

ஜயசீலனின் முகத்தில்கூடச் சிறிது மலர்ச்சி ஏற்பட்டதுபோல் தோன்றியது.

சமையலறைக்குச் சென்று கெரஸின் ஸ்டவ்வைப் பற்ற வைத்துத் தேயிலை டப்பாவைத் திறந்தான். சிறிதளவேதான் இருந்தது. இன்னும் ஒரு வேளைக்கு மேல் காணாது. இந்த இந்தியன் இன்னும் எத்தனை நாட்களுக்கு இங்கு உட்காரப் போகிறானோ? பாத்திரத்தில் நீரை ஊற்றி அடுப்பில் ஏற்றுகையில் “ஏய் ஜயசீலன், இங்கே வா!” என்றான் பிரபு.

பழகிப் போய்விட்ட பாய்ச்சலுடன் ஜயசீலன் விரைந்தான். “பார், அந்தப் பையன் திரும்பி வந்துட்டான்!” ஜன்னல் வழியே தெரிந்த காட்சியில் ஜயசீலனின் முகத்தில் பருக மிக லேசாக இளக்கம் கண்டது.

பையனின் அம்மா நடுத்தெருவிலேயே நின்று அவனை அணைத்து ஏதோ சொல்லிச் சொல்லி அழுது கொண்டிருந்தாள்.

"வரதநாதன் அதிர்ஷ்டக்காரன்தான்!"

பிரபு தன் கைப்பையை எடுத்துக்கொண்டு "வா, என்ன நடந்ததுன்னு கேட்டுட்டு வருவோம்" என்றான் சுறுசுறுப்பாக.

"டீ?"

"இப்ப வேண்டாம்."

ஜயசீலன் ஸ்டவ்வை அணைத்துவிட்டு அவனுடன் கிளம்பினான்.

வரதநாதனின் முகம் சோர்ந்திருந்தது. பீதி குடிகொண்டிருந்தது. வார்த்தைகள் வெளியில் வராமல் கண்களில் துளித்த நீர், தொண்டையை அடைத்தாற்போல் மென்று விழுங்கினான். அவனுடைய அம்மாவும், மற்றவர்களும் அவனைப் பார்த்துப் பார்த்துக் கண்ணீர் விட்டார்கள்.

"அதான் வந்துட்டான் இல்லே? ஏன் அழுவுறீங்க?" என்றான் பிரபு. "என்ன நடந்தது வரதநாதன்?"

வரதநாதன் தலையைக் குனிந்துகொண்டு நிற்கையில்...

"நகக் கண்ணுக்கள்ளே ஊசி ஏத்தியிருக்காங்கள். சோறு கொடுக்காம கடத்தண்ணியைக் குடிக்கக் கொடுத்திருக்காங்கள்" என்றாள் அம்மாள்.

"உயிர் தப்பி 'வழுக்கிட்டு' வந்தது பெரிசு" என்று ஜயசீலன் முணுமுணுத்தான்.

"எப்படி விட்டாங்க?" என்றான் பிரபு.

"நாலு தலையாட்டியை என் முன்னாலே நிறுத்தி, 'இவன் கொட்டியாவா?'ன்னு கேட்டாங்கள். தலையாட்டி 'சீ'ன்னு தலையாட்டினதும் விட்டுட்டாங்கள்" என்றான் வரதநாதன்.

"அது என்ன தலையாட்டி?"

"பிடிச்சு வெச்சிருக்கிற இயக்கக்காரங்களை முகத்திலே ஒரு கோணியை மாட்டிக் கண்ணுக்கு மட்டும் துவாரம்போட்டு அழைச்சு வருவாங்க. அவங்ககிட்ட கேட்கிற கேள்விக்குத் தலையை ஆட்டிப் பதில் சொல்லணும். அதுக்குப் பேரு தலையாட்டி."

நிலைக்குத்திய பார்வையுடன் ஜயசீலன் உட்கார்ந்திருந்தான்.

வரதநாதனின் அம்மா அவன் தோளில் கை வைத்து மிருதுவாகச் சொன்னாள்.

"சீலியாவும் வந்துடுவாத் தம்பி."

"யாரு சீலியா?" என்றான் பிரபு வெடுக்கென்று.

ஜயசீலன் சட்டென்று நிமிர்ந்தான். "இது எண்டை சொந்த விஷயம், சரியா?" என்றான் பிரபுவைப் பார்த்து பிறகு அந்த அம்மாளிடம்.

"எப்படியாவது 'போட்'டுப் பிடிச்சு ராமேசுவரம் போயிடுங்கள். ஆமி ஜாஃனாவைக் கைப்பற்றப் போகிறதாம். இயக்கக்காரங்களுக்குத் தெரியாமல் ரகசியமாப் போகணும்."

"ஓமய்யா. இனிமேல் இங்கே இருக்கவே இயலாது..."

திடீரென்று ஜயசீலனின் உடல் விரைத்துக்கொண்டது. செவிகள் கூர்மையாயின. கண்கள் பீதியில் லேசாக விரிந்தன.

"ஓ, சோப்பர்! கிடங்குக்கு ஓடுங்கள்" என்றான் அவசரமாக. பிரபுவின் கையை இழுத்துக்கொண்டு மற்றவர் தொடரக் கொல்லைப்பக்கம் ஓடினான்.

வானத்தில் ஹெலிகாப்டர்களின் சப்தம் தொலைவில் கேட்டது.

நிலத்தில் இலைச் சருகுகளால் மூடப்பட்டிருந்த கிடங்குக்குள் எல்லாரும் அவசரமாக நுழைந்தார்கள். ஐந்து பேர்களுக்கு அதில் இடம் போதவில்லை. கைப்பையையும் வைத்துக்கொண்டிருந்த பிரபுவுக்கு மூச்சு முட்டிற்று. "எல்லார் வீட்டிலேயும் இப்படிக் கிடங்குத் தோண்டியிருக்காங்களா?" என்றான்.

“ஓம்” என்ற ஜயசீலன், வெளியே எட்டிப் பார்த்து,

“நம்ம வீட்டுக் கிடங்குக்குப் போவம் சீக்கிரம்” என்று அவன் கையைப் பிடித்து வெளியில் வந்தான். இருவரும் வேகமாக ஓடிக் கிடங்கை அடைந்து பதுங்கினார்கள்.

‘சோப்பர்’கள் தலைக்கு நேர் மேலாகப் பறப்பதுபோல் பயங்கர சப்தம் கேட்டது. வெகு அருகில் வெடி ஓசை கேட்டது.

பிரபுவின் முகத்தில் தெரிந்த பரபரப்பையும், பீதியையும் பார்க்க ஜயசீலனுக்குப் பரிதாபமாக இருந்தது.

இப்படிப்பட்ட இக்கட்டில் மாட்டிக்கொள்ள “இவனுக்கு ஏன் தலையிலெழுத்து? இவன் இங்கு செத்துத் தொலைத்தான் என்றால் யாருக்கு லாபம்?”

‘சோப்பரின்’ சப்தம் சற்று அடங்கி மெலிந்தது. இருவரும் வெளியே வந்தார்கள். சற்றுத் தொலைவில் இரண்டு வீடுகள் உருக்குலைந்து விழுந்திருந்தன. குண்டு வீச்சில் - நெருப்பும், புகையும், புழுதி மண்டலமுமாய்.

“ஓ மை காட்!” என்றான் பிரபு அவசரமாகத் தன் கேமராவை வெளியில் எடுத்தபடி.

ஒரு நிச்சலனப் பார்வையுடன் ஜயசீலன் நின்றான். நல்லவேளையாக இரண்டு வீடுகளிலும் ஆட்கள் இல்லை. சென்ற வருஷமே இந்தியாவுக்குப் போய்விட்டார்கள். நேற்று விடுதலைபுலிகள் ஒரு ராணுவ முகாமில் வெடி வைத்தார்கள். அதற்குப் பதிலடி இது. அப்பாவித் தமிழன்தான் அகப்பட்டுக்கொள்வான் இடையில்...

மறுபடி சோப்பரின் சப்தம் கேட்டது.

“படம் எடுத்தது போதும் வாரீர்!” என்றான் ஜயசீலன் சப்தமாக.

மளமளவென்று படம் எடுத்த பிரபுவின் முகத்தில் ஒரு பளபளப்புத் தெரிந்தது.

“இந்த மாதிரி ஓர் அருமையான சந்தர்ப்பத்திலே வீட்டிலே உட்கார்ந்திருக்கிறதாவது?”

பிரபு சோப்பரின் சப்தம் வந்த எதிர்த்திசையில் ஓட ஆரம்பித்தான்.

“ஏய், போக வேண்டாம்! ஆபத்து!” என்று கத்தியபடி ஜயசீலன் அவனைத் தொடர்ந்து ஓடினான்.

அவன் கத்தக் கத்தக் காதில் விழாதவனைப்போல, அங்கங்கே நின்று கேமராவை வேகமாக முடுக்கித் தொடர்ந்து ஓடினான் பிரபு. ஜயசீலன் ஆத்திரத்துடன் பாய்ந்து அவனைப் பிடித்து நிறுத்தினான்.

“என்னக் கிறுக்குத்தனம் இது! ஆமீ ஸெல்லடிக்குது. நீர் இப்படி ஓடுகிறீர்!”

நெற்றியைத் துடைத்தபடியே பிரபு சிரித்தான்.

“இது என் பிழைப்புப்பா. போட்டோ எடுத்துப் போட்டாத்தான் எழுதற கதைக்கு சுவாரஸ்யம் வரும். நீயோ உன் கதையும் சொல்லமாட்டேங்கறே.”

ஒதுக்குப்புறத்துக்கு அவனைத் தள்ளிக்கொண்டு ஜயசீலன் முணுமுணுத்தான். “இப்ப எல்லாத் தமிழருக்கும் ஒரே சரித்திரம் தான். எண்டுடையது வித்தியாசமானதில்லே.”

“அதனாலேதான் கேக்கறேன். உயிர் தப்பி இந்தியா போனா எழுதலாம்.”

“முதலில் இப்ப உயிர் தப்பணும். சரியா?”

“சரி” என்று பிரபு சொல்வதற்குள் ஒரு லாரி வரும் சப்தம் கேட்டது. அவர்கள் மீண்டும் தலைதெறிக்க ஓட ஆரம்பித்தார்கள்.

***

அத்தியாயம்

2

திரும்பியே பாராமல் இருவரும் ஓடினார்கள். ஒதுங்கவோ, பதுங்கவோ வழியில்லாமல் தெருவில் இருந்த கடைகளும், வீடுகளும் இழுத்து மூடப்பட்டிருந்தன. அடுத்தாற்போல் கே.கே. எஸ். வீதி, ராணுவக்காரர்களிடமிருந்து தப்பமுடியாது. சிவன் கோவிலருகில் கேம்ப் இருந்தது.

மூளை இயங்காத வெறிபிடித்த ஓட்டத்தில் மார்பு ஒரேயடியாய்ப் படபடத்துக் கண்கள் இருண்டுபோயின.

சுரீரென்று முழங்காலுக்குக் கீழ் ஏதோ தாக்கி ரணமாய் வலித்தது. குண்டா, கண்ணாடிச் சில்லா என்று யோசிக்க நேரமில்லாமல் ஜயசீலன் வீதியின் பின்சந்துக்குள் ஓடினான், பிரபு பின்தொடர.

இருவருமாக மூச்சிரைக்க ஓடி வெறிச்சேடிக்கிடந்த ஒரு வீட்டுக் கொல்லையின் கிடங்கைத் தேடி அதனுள் அவசரமாக நுழைந்தார்கள்.

காலில் வெட்டுக்காயம் போல்தான் தெரிந்தது. வழியும் ரத்தத்தைத் துடைக்கக்கூடத் தோன்றாமல் நின்ற நிலையில் சாய்ந்து கண்ணை மூடி ஆசுவாசப்படுத்திக் கொண்டான். மீண்டும் கண்ணைத் திறந்தபோது பிரபு முகத்தில் வேதனை தெரிய, இடது புஜத்தைப் பிடித்தபடி இருந்தான். பிடித்த இடத்திலிருந்து ரத்தம் வழிந்து கொண்டிருந்தது.

“செல்லடியா?”

தெரியவில்லை என்பதுபோல் பிரபு உதட்டைப் பிதுக்கினான். பிறகு இலேசாகப் புன்னகை செய்து, "இங்கேயிருந்து தப்பிப் பிழைக்கப்போறோமோ, இல்லையோ தெரியல்லை! ஒரே ஒரு விஷயம் சொல்லிடு ஜயசீலன், அந்தச் சீலியா யாரு? உன் மனைவியா" என்றான்.

ஜயசீலனுக்குப் பொறுமை போயிற்று.

"உமக்கு ஏனய்யா இந்த வம்பு?" என்றான் அலுப்புடன். "நான் கதைச்சா எழுதுவீர்! அதனாலே எனக்கு என்ன லாபம்? எங்க கரைச்சல உமக்குப் புரியுமா? இங்கே எல்லாத் தமிழருக்கும் இப்ப ஒரே விதமான சரித்திரம் தான். சொந்தமில்லே, பந்தமில்லே, வீடில்லே, வாசலில்லே. எனக்கு வயது இருபத்திநாலு. ஆனால் நான் சன்யாசியா இருக்கலாம். - இயற்கையா ஒரு பெண்ணண்டை பிரியம் வைக்க உரிமையில்லே. ஏன்னா என் வாழ்க்கை எனக்குச் சொந்தமில்லை - அது ஆமிக்கோ, இயக்கக்காரங்களுக்கோ சொந்தம். எதுக்கு இந்தத் தண்டனைன்னு இண்டைக்கு எந்தத் தமிழனுக்கும் விளங்கல்லே!"

அதற்குமேல் தாங்காததுபோல் ஜயசீலனின் கண்களிலிருந்து நீர் பெருகிற்று.

பிரபுவின் முகத்தில் சங்கடம் தெரிந்தது. ஜயசீலனின் தோளைத் தட்டி, "ஸாரி ஜயசீலன்; இனிமேல் உன்னைக் கேள்விகேட்டுத் தொந்தரவு படுத்தமாட்டேன்" என்றான்.

"ஸாரின்னு சொன்னேனே ஜயசீலன்! உன் மனசைப் புண்படுத்தணும்னு நிச்சயமா நான் நினைக்கல்லே. உண்மையிலேயே உங்க நிலைமையை நினைச்சு நான் பரிதாபப்படறேன்!"

"அட போமய்யா! நீர் பரிதாபப்பட்டு என்ன ஆகும்?"

"நீ இப்படிச் சோர்ந்து போகக்கூடாது ஜயசீலன்."

"ஆஹா! இது நல்ல ஹாஸ்யம்!"

"உண்மையா சொல்றேன். அங்க நிலைமை எவ்வளவு மோசம்ங்கறது வெளி உலகத்துக்குத் தெரிஞ்சா சிங்கள அரசு..."

"ஆ அந்த அரசியல் பேச்சு வேண்டாம். இரண்டு வித அரசியல்னாலேதான் எங்களுக்கு மெத்தக் கரைச்சல். எங்களுக்கு இரண்டு பக்கமும் இடிபாடு ஒண்ணும் கிடைக்காத நிலையிலே தலைமைப் பீடத்துக்குத் தங்களுக்குள்ளே சண்டை போட்டுக் கொள்கிற போராளிக் கும்பல். யாரையும் தட்டிக்கேட்க ஆளில்லை. ஆர்மியிடமிருந்து தப்பினாலும், இவனிடமிருந்து தப்ப இயலாது. இவன்மேல் இருக்கிற கோபத்திலே ஆர்மி போடற குண்டு நம்ம மேல்தான் விழும்."

இருள் இப்பொழுதே விரிய ஆரம்பித்திருந்தது. ஊரடங்குச் சட்டத்தினால் தெருவில் ஈ, காக்கை இல்லை. இருவரும் பதுங்கிப் பதுங்கி நடந்தார்கள்.

அவர்கள் மேற்கொண்டு பேசாமல் வெகு ஜாக்கிரதையாக நடந்தார்கள். வீதியைப் பார்த்தபடி இருந்த ஓர் அடக்கமான வீட்டுக் கதவை ஜயசீலன் தட்டினான்.

"பயம் வேண்டாம். நான்தான் ஜயசீலன்" என்றான் கதவிடுக்கில் வாயைக் கொடுத்து.

உள்ளிருந்தவர் ஜன்னல் வழியாக எட்டிப் பார்த்து உறுதி செய்துகொண்ட பின் கதவு திறந்தது.

தலை நரைத்த ஒரு பெரியவர் கதவுக்கப்பால் நின்றிருந்தார். அவர்கள் உள்ளே நுழைந்ததும் சடக்கென்று கதவைத் தாளிட்டார்.

உள்ளே வாருங்கள் என்று அவர் சொல்லாததையும், கண்களில் நிழலாடும் சந்தேகத்தையும் கவனித்து ஜயசீலன்,

"இவர் நமக்கு வேண்டிய ஆள்தான்" என்றான். "இந்தியாவிலேர்ந்து வந்திருக்கிற பத்திரிகையாளர்."

அவரது முகத்தின் இறுக்கம் லேசாகத் தளர்ந்தது. வணக்கம் என்கிற பாவனையில் கைகுவித்தார் பிரபுவைப் பார்த்து.

உள்ளேயிருந்து ஒரு நடுத்தர வயது அம்மாள் எட்டிப் பார்த்தாள்.

“ஜயசீலனா?” என்றபடி வெளியே வந்தாள், “எப்படியிருக்கீர்?”

“எப்படியிருக்கேன்?” என்று ஜயசீலன் சிரித்தான். “நான் செத்துப்போய் ரொம்ப நாள் ஆச்சு.”

பெரியவர்கள் சங்கடமான மௌனத்தில் நின்றார்கள்.

“ஏதாவது தகவல் கிடைத்ததா?” - சந்தேகமான குரலில் என்ன பதில் கிடைக்குமோ என்கிற அச்சத்துடன் கேட்டான் ஜயசீலன்.

பெரியவர் உதட்டைப் பிதுக்கித் தலையை அசைத்தார்.

அவன் தலையைக் குனிந்துகொண்டான். மூன்று மாதங்களாகக் கிடைக்கும் அதே பதில்.

அவன் சோர்வுடன் தலை நிமிர்ந்து, “என்ற பக்கத்து சனத்திலே ஒரு பொடியனை ஆமி மூணுநாள் முன் கொண்டுட்டுப்போச்சு. இண்டைக்குப் பொடியன் வழுக்கிட்டு வந்துட்டான்...”

பெரியவர் பெருமூச்சு விட்டார்.

“அவனவன் அதிர்ஷ்டம் அது!”

பேச்சைக் கூர்மையாகக் கவனித்துக்கொண்டிருந்த பிரபு கேட்டான். “இவங்க வீட்டிலே யாரையாவது ராணுவம் எடுத்துட்டுப் போச்சா?”

“எங்கட மகளைத் தம்பி!” என்றாள் அந்த அம்மாள் குரலில் நீர் முட்ட.

“ஸ்கூல்லே டீச்சராயிருந்தாள். ஒரு நாள் வீட்டுக்குத் திரும்ப இல்லே. ஆமிதான் கொண்டிட்டுப் போயிருக்கணும்.”

“ஏன்?”

எல்லாரும் மௌனமாக நின்றார்கள் அந்தக் கேள்வியே காதில் விழாததுபோல,

“ஜோஸப் எங்கே?” என்றான் ஜயசீலன் பரபரப்புடன் - திடீரென்று ஞாபகம் வந்தவனாய்.

“இந்தியாவுக்கு அனுப்பிட்டம், அகதி முகாமுக்கு!” என்றார் பெரியவர் சோர்ந்த குரலில். “எங்கேயாவது உயிரோடு இருக்கட்டும். இங்கே படிப்பும் நின்னுப்போச்சு. அங்கே முகாமிலே பள்ளிக்கு அனுப்பறாங்களாம். எங்களுக்குப் பரவாயில்லை. யாழ்ப்பாணத்திலே செத்தாலும், சீவக்கிற ஆசையும் இல்லே. சீலியா திரும்பி வந்தால் இங்க வருவா என்கிற ஒரு ஆசைதான்.”

பிரபு நிமிர்ந்து உட்கார்ந்தான். அதைக் கவனிக்காதவன்போல் ஜயசீலன் அவர்களையே யோசனையுடன் பார்த்தான்.

“ஜயசீலன்!” என்றாள் அந்த அம்மாள் மெல்ல. “நீர் இங்கே இருக்க இருக்க ஆபத்துதான். இந்தியாவுக்குப் போறதுதான் நல்லது. இனி இங்கே கனத்த கலவரம்தான். அதில் ஏன் வீணாகச் சாகணும்?”

“நான் எப்பவோ செத்துப்போயாச்சு.”

“இப்படிக் கதைக்கிறதிலே ஒரு லாபமுமில்லே. ஒரு யோசனை எங்களுக்கு. சீலியா ஒருவேளை வழுக்கிட்டுப்போய் இந்திய அகதி முகாம்லே இருக்கலாம் இல்லே?”

ஜயசீலன் சரேலென்று நிமிர்ந்து பார்த்தான்.

“எப்படி போட்டுக்குப் பணம்? தனியா போயிருப்பாளா?”

“கழுத்திலே தங்கச் சங்கிலி போட்டிருந்தா. அவளுக்கு என்ன வேணா ஆகியிருக்கலாம். ஒரு நப்பாசைதான்.”

நம்பமுடியாதவனாய் ஜயசீலன் முகத்தை முழங்காலுக்குள் பதித்தான். ராணுவக்காரர்களிடமிருந்து சீலியா தப்பியிருக்க முடியுமா? அவளை அவர்கள் உயிரோடு விட்டிருப்பார்களா? அவளை உபயோகித்துவிட்டுக் கடாசியிருப்பார்களா? வீட்டுக்கு ஏன் திரும்பவில்லை? வீட்டுக்கு வரக் கூச்சப்பட்டோ, அச்சப்பட்டோ இந்தியாவுக்கு ஓடியிருப்பாளோ?

அவனுக்கு நெஞ்சு படபடத்து, நெற்றி வியர்த்தது.

அப்படியும் இருக்குமோ? அதற்குத்தான் நான் இன்னும் ஜீவித்திருக்கிறேனோ?

யாரோ அவனைத் தொட்டார்கள். அவன் நிமிர்ந்தான். சீலியாவின் அப்பா நின்றிருந்தார். கையில் ஒரு கத்தை நோட்டுடன்.

“இந்தா, ‘போட்’டுக்கான பணம் வெச்சிருக்கேன். வழுக்கிட்டு இந்தியாவுக்குப் போய்விடு. சீலியா இங்க வந்தா நாங்க இருக்கோம். இந்தியாவிலே இருந்தா நீ இருப்பே.”

உணர்ச்சிப்பெருக்கில் ஜயசீலன் நிலைகுலைந்து போனான். தன்னைக் கட்டுப்படுத்திக்கொள்ள இயலாமல் எழுந்து அவரைத் தழுவிக் குலுங்கக் குலுங்க அழுதான்.

“நான் ஒரு பாவி; என்னாலேதான் சீலியாவுக்கு இந்தக் கதி நேர்ந்தது! உங்களுடைய பணத்தை எப்படி ஏற்பேன்?”

“உஷ்! இப்படியெல்லாம் கதைக்க வேண்டாம். எங்களுக்கு அப்படிப்பட்ட நினைப்பு இல்லே. நீர் கிளம்பிப் போவீர். பரிதித்துறை வேண்டாம். காங்கேசன் துறைக்குப் போவீர் பதுங்கி. இந்த இந்தியப் பொடியன்? அவரை என்ன செய்வீர்?”

ஜயசீலன் பிரபுவைப் பார்த்தான். ஓர் அட்சரம் விடாமல் கேட்டுக் கொண்டிருந்த பிரபு, “நானும் போயிடறேன்” என்றான்.

“போட்டுக்குப் பணம் ரூ. 1300 ஆகும்.”

“பணம் இருக்கு.”

காங்கேசன் துறைக்குப்போய்த் தோணி பிடிப்பது என்று தீர்மானித்த பிறகு அம்மாள் இருவருக்கும் சாப்பாடு போட்டாள். அவர்களுடைய காயங்களுக்கு, மருந்து போட்டாள். அரசியல் பேச்சே பேசவில்லை யாரும். தன்னுடைய கேள்விகளுக்குச் சரியான பதில் கிடைக்காததால் பிரபுவும் வாயை மூடிக்கொண்டான்.

சாப்பிட்ட கையுடன் அவர்கள் இருட்டிலேயே கிளம்பினார்கள். ராணுவக்காரர்களின் பார்வையில் படாமல் பல சந்துபொந்துகளில் புகுந்து ஒரு வேங்கைப் புலியின் லாகவத்துடன் ஜயசீலன் விரைந்த துரிதத்துக்கு ஈடுகொடுத்துப் பிரபு தொடர்ந்தான். இரவுப்

போது புதர்களில் பதுங்கி உறங்கி மறுநாள் பகல்பொழுதை அங்கேயே கழித்து, நடுச்சாம நேரத்தில் காங்கேசன் துறையை அடைந்தார்கள். தோணிக்காரனுடன் பேரம் பேசி, ஏறி அமர்ந்து கடலுக்குள் நகர்ந்ததும் யாழ்ப்பாணக் கரை மறைந்து இருளில் கலந்தது.

ஜயசீலனுக்குத் தன்னுடைய அங்கம் ஒன்று நழுவினாற்போல் நெஞ்சை அடைத்தது. "கிளம்பிட்டம்" என்று பிரபு சிரித்தான்.

"ராமேசுவரம் போய்ச் சேருகிற வரை நிச்சயமில்லே. சிங்களக் கடற்படை நம்மைக் குறிவைக்கக் காத்திருக்கு."

பிரபுவின் முகம் பேயறைந்தாற்போல் ஆயிற்று.

ஜயசீலனுக்குச் சிரிப்பு வந்தது. "இனி எண்டைச் சரித்திரத்தைப் பற்றி நான் கதைக்கலாம். உயிர் தப்பிப்போனால் நீர் எழுதுவீர்!" என்றான்.

***

அத்தியாயம்

3

"தொளக் பொளக்" என்ற துடுப்புகளின் ஓசை மட்டுமே கேட்டது. எங்கும் கும்மிருட்டு. கருநீலக் கடலும், கரிய வானும் இருளில் சங்கமித்து ஆதியும் அந்தமுமில்லாத அகண்டமாய் அடிவயிற்றில் ஒரு ஜிலுஜிலுப்பை ஏற்படுத்தின.

கூரிய பார்வையுடன் ஜயசீலன் அந்த இருள் போர்வையைத் துளைக்க முயன்றான். கடலில் எந்த மூலையிலாவது முணுக்கென்று ஒரு விளக்குப் பொட்டுத் தெரிந்தாலும் உஷாராக இருக்க வேண்டும். சிங்களக் கடற்படைக் கப்பல் எப்பொழுது வேண்டுமானாலும் பிரவேசிக்கலாம். சக்திவாய்ந்த விளக்குகளைப் பாய்ச்சி இந்தப் படகை இனங்கண்டு கொள்ளலாம். அதன் பார்வையில் விழுந்துவிட்டால் அதோ கதிதான். அதன் குண்டு வீச்சுக்குத் தப்பிக் கரைசேருவது என்பது சாத்தியமில்லை. இது ஒரு மோட்டார் போட்டுக்கூட இல்லை; கப்பல் தென்படாதபோது சரசரவென்று பாய்ந்து விரைந்தோம் என்பதற்கு சாதாரண மீனவத் தோணி இது.

ஏறுவதற்கு முன் பிரபு தயங்கினான்.

"என்னப்பா மோட்டார் இல்லையா? அவ்வளவு தூரம் எப்படியப்பா துடுப்புப் போடுவே?" என்றான்.

"எல்லாம் போடலாம் சாமி, குந்து" என்றான் தோணிக்காரன் அலட்சியமாக. "ஸேஃப்டி இதிலேதான். மோட்டார் சத்தத்தைக் கேட்டே சிங்களக்காரன் கண்டுபிடிச்சு எத்தனையோ படகுங்களைச் சுட்டிருக்கான்."

“ஏம்பா உசிரோட எங்களை ராமேசுவரம் சேர்த்துப்பிடுவே இல்லே?”

“கேரண்டி எப்படிங்க தர முடியும்? உசிருக்கிருக்கிற ஆபத்து என் உசிருக்கும்தானே உண்டு?”

துடுப்பை வலிப்பவர்கள் அனுபவமிக்கவர்களாகத்தான் தெரிந்தார்கள். பாம்புச் செவியாக இருக்க வேண்டும். சின்ன ஓசைக்கும் சட்டென்று உஷாராகித் துடுப்பு வலிப்பதை நிறுத்திப் பயணிகளை எச்சரித்தார்கள். “பதுங்கிப் படுங்க, அப்படியே” என்றார்கள்.

குனிந்த நிலையில் பிரபு அவனிடம் முணுமுணுத்தான்.

“கப்பல் எதையும் காணும், இவன் ஏன் நம்ம முதுகை இடிக்கிறான்?”

“உமக்கு இல்லாத கண்ணும், செவியும் அவர்களுக்கு உண்டு. தினம் தினம் போய்ப் பழக்கம். அடிபட்டும் பழக்கம் - திடீர் எண்டு சிங்களக் கப்பல் ஸர்ச் லைட் போட்டுப் பார்க்கும். அப்ப உம்ம முதுகு நிமிர்ந்திருந்தா, சிங்களன் அதை ஒடிப்பான்.”

பிரபுவின் சிரிப்போசை மெலிதாகக் கேட்டது.

“ஏன் சிரிக்கிறீர்?”

“நீ ஒரு சரியான தமாஷ் ஆளுய்யா.”

“ஓமய்யா, என் ஜீவியமே ஒரு தமாஷ்தான், உமக்கு பத்திரிகையாளனுக்கு - சரியா?”

பிரபுவின் கை அவன் தோளைத் தொட்டது.

“சேச்சே! என்ன நீ! எதைச் சொன்னாலும் தப்பா எடுத்துக்கிட்டு? உன் தமிழ் வித்தியாசமாயிருக்கில்லே? சிலசமயம் வேடிக்கையா இருக்கு கேட்க, பல்லவர் காலத்துக்கு முன் பேசப்பட்ட தமிழ் இப்படித்தான் தமிழ்நாட்டிலே இருந்ததாய் எங்கேயோ படிச்சிருக்கேன்.”

“எந்தக் காலமோ, தமிழ்தானே?”

“அது சரி” என்றான் பிரபு. பிறகு சிரித்தான். அது மட்டுமா? தமிழ் அரசியல்வாதிகள் பாஷையிலே, எங்கள் “இரத்தத்தின் இரத்தம்!”

சிறிதுநேரம் சென்றதும், “கப்பல் எதையும் காணும். சரியாக் குந்துங்க!” என்றான் தோணிக்காரன்.

இருக்கையிலிருந்து இறங்கி உடலைக் குறுக்கிக்கொண்டு படுத்த நிலையில் இருந்த பயணிகள் சர்வ ஜாக்கிரதையாக நிமிர்ந்தார்கள்.

நிமிர்ந்து இருக்கையில், அமர்ந்த நிலையிலும் பயணம் ஒன்றும் சௌகரியமாக இருக்கவில்லை. மேலும் கீழுமாக அடித்த அலையின் வேகத்தில் கடல் நீர் பிரளயம்போல் மேலே விழுந்து உடம்பு முழுவதும் நனைத்தது. தொடை எலும்புகள் நொறுங்கிவிட்டவை போல வலித்தது.

துடுப்பை வலித்தவர்கள் தங்கள் மேனியைப் பற்றிய பிரக்ஞயே இல்லாதவர்கள்போல் படகைச் செலுத்தினார்கள். விளக்கு வெளிச்சமில்லாமல், நிலா வெளிச்சமும் இல்லாமல் இவர்களால் எப்படிச் செலுத்த முடிகிறது என்று ஆச்சரியமாக இருந்தது.

“அதெல்லாம் பழக்கம் சாமி” என்றான் தோணிக்காரன். “நட்சத்திரத்தை வெச்சு எந்தப்பக்கம் தோணி போகுதுன்னு கணக்குத் தெரியும். மீனவத் தொழில்லே இருக்கிறவங்களுக்கு இதுகூடத் தெரியல்லேன்னா எப்படி?”

மீனவத் தொழிலை அவன் இப்பொழுது விட்டுவிட்டதற்கும் காரணம் சொன்னான்.

“இந்தப் பிரச்னை ஆரம்பிச்சப்புறம், அதிலேயும் உசிரைப் பணயம் வெச்சுத்தான் தொழில் நடத்தணும்ங்கற நிலைமை ஏற்பட்டுப்போச்சு. நாம தேமேன்து மீன் பிடிச்சுப் போனாலும், விடுதலைப் புலிகளுக்கு உதவி ஆளுங்க நீங்கன்னு சிங்களக் கடற்படைக்காரன் பிடிச்சுக்கறான். கட்டிவெச்சு உதைக்கிறான்.

அவங்க கக்கூஸைக் கழுவச் சொல்லறான். நா பார்த்தேன், ஏதாவது தொழில் நடத்தணும். கடல் ஒண்டிதான் நமக்குப் பழக்கம். கச்சத்தீவுக்குப் பக்கத்திலேதான் மீன்பிடிக்கப் போக வேண்டியிருக்கு." "அங்கேயிருக்கிற சிங்களக்காரன் பார்வையிலேந்து தப்பறது அதிகக் கஷ்டம். அதுக்குப் பதிலா அகதிகளை இப்படித் தோணியிலே ஏத்திவர்றது நல்லது. உங்களுக்கும் உபகாரம், என்ன சொல்றீங்க?"

போட்டில் இருந்த மற்றவர்கள் வாயை மூடிக்கொண்டிருந்தார்கள். அவர்களுக்கு அவனுடைய தமிழ் புரிந்திருக்காது. அல்லது சொந்த மண்ணை விட்டுக் கிளம்பி வந்துவிட்ட சோகமும், எதிர்காலத்தைப் பற்றிய கேள்விக்குறியும் அவர்களது வாயைக் கட்டிப்போட்டிருக்கும். தோணிக்காரனுடன் பிரபு மட்டும் ஏதோ பேசிக்கொண்டிருந்தான்.

விஷயம் சேகரிப்பதற்கு இந்தப் பொடியன் என்னமாய்ப் பறக்கிறான் என்று நினைத்து ஜயசீலனுக்குச் சிரிப்பு வந்தது. இரண்டு மூன்று நோட்டுப் புத்தகங்களை அவன் இந்த ஈழப்பயணத்தில் நிரப்பிக் கொண்டிருந்ததாகச் சொன்னான். அதைத் தவிர புகைப்பட ஃபிலிம் சுருள்கள் வேறு.

ஈழத் தமிழர்களின் இருண்டுவிட்ட வானத்தின் நம்பிக்கை நட்சத்திரம் தானும், மற்ற பத்திரிகைகாரர்களும் என்று பிரபுவின் நினைப்பு போலும்.

"தமிழர் பிரச்னை தீர்ந்திடுச்சுன்னா இந்த மாதிரி அகதிகளை ஏத்தற வேலை உனக்கு இருக்காதுய்யா. சம்பாத்தியம் குறையும்!"

இந்தப் பொடியனுக்கு வாயைக் கிண்டுவதைத் தவிர வேறு வேலை இல்லை.

"பிரச்னை தீர்ந்துடுச்சின்னா என்ன கவலை சாமி பழையபடிக்கு மீன்பிடிக்கப் போவேன்! அதிலே வர்ற சம்பாத்தியம் போதும்! உசிரை வவுத்திலே கட்டிக்கிட்டுப் போக வேண்டாமில்லே! ஒண்ணு சொல்றேன். இவங்க பிரச்னை தீர்ந்துடுச்சுன்னா

எங்களை விட சந்தோஷப்படறவங்க யாரும் இருக்கமாட்டாங்க சாமி, முன்னெல்லாம் தோணியிலே ஏறினாப்பலே ஜிவ்வுன்னு மனசுலே ஒரு சந்தோஷம் பொறக்கும். கடலுக்கும், நமக்கும் அப்படிப்பட்ட சம்பந்தம் - சினேகிதனைப் பார்த்த மாதிரி, ஜிலு ஜிலுன்னு பாட்டுப் பாடத் தோணும். இப்போ அடிவவுத்திலே புடிச்சிருக்கிற பயத்தோட ஓட்ட வேண்டியிருக்கு! இந்தச் சம்பாத்தியம் யாருக்கு வேணும் சாமி?”

“.....”

“அமைதி வந்துடும்கறாங்க. வந்துடுமா சாமி?”

பிரபு என்ன சொன்னான் என்பது தெரியவில்லை, அலைவீச்சில் வார்த்தைகள் அடிபட்டுப் போயின.

அமைதி வந்தால்....!

அமைதி! ஏதோ அசம்பாவிதமான கற்பனை வடிவத்திலேயே இருக்கும் வார்த்தையாகத் தோன்றியது. எப்படி இருக்கும் அது?

சுடுகாட்டிலும், இடுகாட்டிலும் இருக்கும் அமைதியாக இருக்குமா? ஜனங்கள் மட்டும் எரித்த மயானமா அது? அதோடு நாகரிகமும், நேசமும், பாசமும், கலாச்சாரமும், மனுஷநேயமும் எல்லாம் பஸ்மமாகிப்போன இடுகாடல்லவா! அது!

“எனக்கு
அச்சமாயிருக்கிறது
புகை மண்டலம்
தேசியச் சின்னமாகவும்
வெடிச் சத்தங்களே
தேசிய கீதமாகவும்
அங்கீகரிக்கப்பட்டுவிடுமோ?
எனக்கு
அச்சமாயிருக்கிறது”

“என்ன ஜயசீலன் ஏதாவது சொன்னியா?”

"சீ!"

"இந்த மாதிரி 'சீ'ன்னு சொல்லாதேய்யா, தமிழ்நாட்டுக்குப் போய், தப்பா நினைச்சுப்பாங்க."

"சரி, சொல்ல இல்லே சரியா?"

"அதுதான் சரி."

பிரபு சிநேகிதமாக அவன் தோளில் ஒரு தட்டு வைத்தான்.

இன்னொரு விஷயம், உன் கதையை எனக்கு விளங்கற மாதிரி தமிழ்லே சொல்ல நீ முயற்சி செய்யணும். "இல்லேன்னா நான் ஏதாவது ஒண்ணொடக்கொண்ணு எழுதி வைப்பேன்."

"கரை சேருவோம் முதல்லே!"

பிரபு சட்டென்று அடங்கிப்போனான்.

இந்தப் பொடியனைப் பயமுறுத்துவதில் நமக்கு என்ன சுகம் என்று ஜயசீலன் தனக்குள் அலுத்துக்கொண்டான். இவனாவது ஊர் போய்ச் சேர்ந்து கண்ணால் கண்டதையும், கேட்டதையும் எழுதட்டும். இவன் மூன்றாம் மனிதன், எழுதுவது அவ்வளவு சிரமமாக இருக்காது.

அவனும், அவனுடைய நண்பன் சச்சிதானந்தனும் மனத்தின் கொந்தளிப்பையெல்லாம் வார்த்தைகளால் வடிக்க முயன்று தோற்றது நினைவுக்கு வந்தது.

திடீரென்று 'தொளக் பொளக்' துடுப்போசை நின்றது. சுவாபாவிகமாகிப்போன எச்சரிக்கையுடன் ஜயசீலனின் செவிகள் கூர்மையாயின.

"எல்லாரும் படுங்க" என்றான் தோணிக்காரன் குரலில் அவசரம் தொனிக்க.

தொலைவிலிருந்து சக்தி வாய்ந்த விளக்கு வெளிச்சம் சுழன்று அடிப்பது தெரிந்தது. படகில் கலவரம் பரவிற்று. அவரவர் இடத்துக்கு முந்திக்கொண்டு குப்புறப்படுக்க முயன்றார்கள்.

படகில் சர்வ நிசப்தம் நிலவியது.

“மாட்டிக்கிட்டோம்!” என்று பிரபு முணுமுணுத்தான். இப்ப என்ன செய்யறது?

“உமக்கு நீச்சல் வருமா?”

“வரும்!”

“அவங்க சுட ஆரம்பித்தால் கடல்லே குதிக்க வேண்டியது தான்.”

“எத்தனை தூரம் நீந்த முடியும்! என்னுடைய கேமரா?”

“வேடிக்கை ஆள் நீர்! உயிரை விடக் கேமரா முக்கியமா?”

“எனக்குப் பயமாயிருக்கு ஜயசீலன், அவ்வளவு தூரம் நீந்த முடியுமா?”

“இன்னும் பகுதி தூரம்தான். கடலிலே களைச்சாவது சாகலாம். சிங்களவன் குண்டுக்கு சாகக்கூடாது.”

“சாவிலே வித்தியாசம் வேற உண்டா?”

விளக்கு வெளிச்சம் நன்றாகத் தோணியின்மேல் பதிந்தது. சில நிமிஷங்களில் குண்டு வீச்சு ஆரம்பித்தது.

“அப்படியே படுத்திடுங்க எல்லாரும்.”

துடுப்பை அப்படியே மாட்டி வலிப்பவர்களும் பதுங்கினார்கள். ஒரு சிறுவன் அழ ஆரம்பித்தான். குண்டுவீச்சுத் தலைக்குமேலே பாய்ந்து கொண்டிருந்தது.

அலற ஆரம்பித்த சிறுவனின் வாயை அம்மாக்காரி பொத்தினாள். குண்டு ஒன்று தோணிக்காரன் ஒருத்தன்மேல் பட்டிருக்க வேண்டும். “அம்மாடி” என்று குரலை அடக்கிக்கொண்டு முனகினான்.

“குதிச்சிரலாமா ஜயசீலன்?”

“வேண்டாம்” என்றான் தோணிக்காரன். “சித்த நேரத்திலே நிறுத்திடுவாங்க.”

“அதுக்குள்ளே நாம மேலுலகத்துக்குப் போயிடுவோம்! வா ஜயசீலன்!”

“யோவ் சாமி! நீங்க குதிச்சாத் தோணி தடம் புரண்டுடும்!”

மேற்கொண்டு யோசனையே செய்ய முடியாதபடி தோணியில் பெரிய துவாரம் ஏற்பட்டுக் குபுகுபுவென்று நீர் புகுந்து, இவ்வளவு நேரம் மௌனச் சிலைகளாய் அமர்ந்திருந்தவர்கள் எல்லாம் அலற அலற,

“ஜயசீலன்! ஜயசீலன்!” என்று தீனமாய் ஒரு குரல் தனித்து ஒலித்தது.

“நான் இருக்கேன் பிரபு, வாரீர்!”

இன்னும் இருட்டாகவே இருந்தது. எந்தத் திசையில் போகிறோம் என்பது புரியவில்லை. சிறுவனின் அழுகையும், அலறலும் விரைவில் ஒடுங்கிப்போயின. அந்த இந்தியப்பொடியன் என்ன ஆனான் என்று தெரியவில்லை.

எத்தனையோ நாட்களாகச் சரியாகச் சாப்பிடாத உடம்பு சோர்ந்துபோயிற்று ‘கரை சேருவோமா ஆண்டவனே’ என்று மனசு பரிதவித்தது. இதற்குத்தானா இவ்வளவு நாட்களாக இந்த உயிரைக் காப்பாற்றி வைத்தோம் என்று புலம்பிற்று. “மண்ணைக் காக்கத் தீரமில்லாமல் ஒரு பெண்ணின் நினைவாக ஓடி வந்ததற்குத் தண்டனையா?” என்று கூசிற்று.

“ஜயசீலன், ஜயசீலன்!”

கிணற்றுக்குள்ளிலிருந்து குரல்கள் வந்தன.

திடீரென்று சிங்களக் குரல்கள் கேட்கின்றன.

“பரதெமளோ!”

“பரதெமளோ! பரதெமளோ!” (பரத் தமிழன்) என்று குரல்கள் துரத்துகின்றன. அவனையும், அவனுடைய அப்பாவையும் துரத்துகின்றன.

“பரதெமளோ! பரதெமளோ!”

கொழும்புத் தெருக்களிலும், சந்துகளிலும் ஓடுகிறார்கள். அப்பாவுக்கு முன்னால் பாய்ந்து ஓடிய வேகத்தில் அவன் மறைவிடத்தில் ஆசுவாசப்படுத்திக்கொள்ள நிற்கிறான்.

“பரதெமளோ!”

அவன் நின்ற இடத்திலிருந்து நன்றாகப் பார்க்க முடிகிறது.

அப்பாவின் மேல் விழும் அடிகளை - இரத்த விளாரியாக அவர் சாய்ந்து விழுவதை...

‘அண்டைக்கே நான் செத்துப்போயிட்டேன் சீலியா, நீ மறைஞ்சபோது நான் செத்தது மூணாவது சாவு. இரண்டாவது எப்பண்டு கேட்பியா?’

“ஜயசீலன்? ஜயசீலன்! கண்ணைத் திற? கரை சேர்ந்துட்டோம்....!”

மிக லேசாகக் குரல் கேட்டது. “ராமேசுவரம், அக்னி தீர்த்தத்துக்கு வந்துட்டம்.”

அவனுக்கு மீண்டும் நினைவு தப்பிற்று.

***

அத்தியாயம்

4

முள்வேலி மேல் படர்ந்திருந்த முல்லைக்கொடியை மெல்ல ஒதுக்கிப் பக்கத்து வீட்டுக் கொல்லை முற்றத்தை நோக்கி ஜயசீலன் சீட்டியடித்தான்.

குழாயடியில் குனிந்து பாவாடைக்கு சோப்புப் போட்டுக் கொண்டிருந்த சீலியா விசுக்கென்று சுழன்று திரும்பினாள். கட்டை கட்டையான இரட்டைப் பின்னல்கள் அவள் திரும்பிய வேகத்தில் ஒரு சக்கர வட்டம் அடித்து மார்பின்மேல் விழுந்தன.

முல்லைக் கொடியின் இடுக்கில் தெரிந்த ஜயசீலனின் முகத்தைக் கண்டதும், சீலியா பளீரென்ற புன்னகையுடன் அவன் அருகில் ஓடி வந்தாள். கையிலிருந்த சோப்பு நுரையை வழிக்காமல்.

“வரல்லியா நீ இன்னிக்கு” என்றான் ஜயசீலன்.

“எங்கே?”

“இது நல்ல கேள்வி! ஊரெல்லாம் திருவிழாக்கோலம் பூண்டிருக்கு. உலகத் தமிழ் மகாநாட்டு விழாவுக்கு இன்னிக்குத்தான் கடைசி தினம். யார் வேணுமானாலும் போகலாம். வர்றியா?”

அவள் தலையைக் குனிந்து கைகளிலிருந்து சோப்பு நுரையை ஏதோ யோசனையில் லயித்தபடி வழித்தாள்.

அவன் பொறுமையிழந்து இடுக்கி வழியாகக் கையை நுழைத்து அவள் காதைத் திருகினான்.

“வர்றியா?”

“ஊய்?” என்று அவள் முகத்தைச் சுளித்துத் தன் காதைச் சோப்புக் கையினாலேயே விடுவித்தாள். மொத்தையாகச் சோப்பு நுரை காதில் அமர்ந்தது.

“ஊஹூம், இயலாது!”

“ஏன்?”

“அப்பா சம்மதிக்கமாட்டார்!”

“ஏன்?”

“ஊரிலே நிலவரம் எல்லாம் சரியாக இல்லையாம் இப்படிப்பட்ட கூட்டங்களுக்குப் போகிறது ஆபத்தாம்.”

“சரியான பயங்கொள்ளி உன் அப்பா!” என்றான் அவன் தணிந்த குரலில். ஒரு கிழமையா பெரிய திருவிழாப்போலப் பொருட்காட்சியும், கலை நிகழ்ச்சியுமா மாநாடு நடக்கிறது. “பொது ஜனங்கள் இத்தனை நாள் நடந்த சொற்பொழிவுகளைக் கேட்க முடியல்லேங்கறதுக்காக இண்டைக்குத் திறந்த அரங்கத்துலே முடிவு விழா நடக்கப்போகிறது.”

“அதெல்லாம் எனக்குத் தெரியாது” என்று அவள் உதட்டைச் சுழித்தாள். “எனக்கு அப்பா பர்மிஷன் கொடுக்கமாட்டார்!”

“உங்கப்பா ஒரு...”

“அவள் மீண்டும் சிரித்தாள். நாக்கைத் துருத்தி அழகு காண்பித்தாள்.”

“சீலியா!”

வீட்டுக்குள்ளேயிருந்து வந்த அழைப்புக்கு இணங்கி அவசரமாகப் பாவாடையை ஒரு கையால் தூக்கப்பிடித்து விடுவிடுவென்று வீட்டை நோக்கி ஓடினாள் அவள்.

அவன் கொல்லையில் இருந்த காய்கறிப் பாத்திகளை ஜாக்கிரதையாகத் தாண்டினான்.

நேற்று இரவு மிகப்பெரிய மழை பெய்திருந்தது. மாநாட்டுக்குப் போயிருந்த அப்பா சொட்டச் சொட்ட நனைந்துகொண்டு வந்தார். அவருக்கு மட்டும் நுழைவுச் சீட்டுக் கிடைத்திருந்தது. திரும்பி வர வாகனம் எதுவும் கிடைக்காமல் நடந்து வந்திருந்தார் மழையில்; ஆனாலும் கன உற்சாகமாக இருந்தார். ஏதோ போதையில் அமிழ்ந்திருந்தாற்போல், அன்றையச் சொற்பொழிவுகள் அற்புதமாக இருந்தனவாம். ஈர உடைகளைக் களையக்கூடத் தோன்றாமல் காவடிச்சிந்தைப்போல, 'செந்தமிழ் நாடென்னும் போதினிலே - இன்பத்தேன் வந்து பாயுது காதினிலே' என்று பாடினார்.

"எலே, நாளைக்கு நீயும் வா!" என்றார் அவனைப் பார்த்து. "கடைசி நாளானதாலே, பொது ஜனங்களும் கலந்துகொள்ளச் சௌகர்யமா திறந்த அரங்கத்திலே நடக்கும்."

"நாளைக்கும் மழை பெய்தால்?" என்றாள் அம்மா.

"அப்ப வேறே ஏற்பாடு நடக்கும், ஜனங்களுக்கு இடைஞ்சல் இல்லாம."

மழைநீர் தேங்கிச் சேறாகி இருந்த இடத்தைத் தாண்டி ஒரு குதி குதித்து ஜயசீலன் உள்ளே சென்றான்.

காலை ஆகாரத்துக்கான தயாரிப்பில் அம்மா சமையற்கட்டில் இருந்தாள். பள்ளி விடுமுறை என்கிற கொண்டாட்டத்தில் தங்கைகள் சுந்தரியும், ஞானமும் கதைப் புத்தகத்தில் ஆழ்ந்திருந்தார்கள்.

அண்ணன் தேவாவை எங்கோ காணோம் வழக்கம் போல.

நடுக்கூடத்தில் அப்பா யாருடனோ பேசிக்கொண்டிருந்தார். அவன் ஓசைப்படுத்தாமல் அதை ஒட்டிய அறையில் உட்கார்ந்து கொண்டான் பாடம் படிக்கும் பாவனையில். பெரியவர்களுடைய பேச்சின் நடுவில் அமர்ந்து அவர்கள் பேச்சைக் கேட்பது அப்பாவுக்குப் பிடிக்காது.

"இந்த விஷயமெல்லாம் உனக்கு இப்ப வேண்டியதில்லை" என்பார்.

ஆனால் அவனுக்கு அவர்கள் பேச்செல்லாம்தான் வேண்டியிருந்தது. அவர்கள் பேசுவது சாதாரண அக்கப்போரோ, அண்டை அசல் வம்போ இல்லை. அவனுக்கு விவரம் தெரிந்த நாள் முதலாய் அவர்கள் பேசுவது அரசியல்தான். இதை நான் தெரிந்துகொண்டால் என்ன என்கிற கேள்வியை அவன் அடிக்கடி தனக்குள் கேட்டுக்கொள்வான். அப்பாவை நேரடியாகக் கேட்கும் தைரியமில்லாமல்.

ஆனால் அரசியலைத் தெரிந்துகொள்ள இப்படி ஒளிந்திருந்துதான் கேட்க வேண்டும் என்கிற அவசியம் ஏதும் இருக்கவில்லை. யாழ்ப்பாணத் தெருக்களிலும், கடை வீதிகளிலும் பேசப்படும் பேச்செல்லாம் சுற்றிச்சுற்றி அரசியல் தான். பெண்கள்தான் இதெல்லாம் அலுத்துப்போய்ச் சமையலைப் பற்றியும், ஜூர வேகமாய் ஏறும் விலைவாசியைப் பற்றியும் பேசுவார்கள். தேவா வயதொத்தப் பொடியன்களுக்கு அரசியலைத் தவிர வேறு சிந்தனையே இருக்காதோ என்று தோன்றும். சில வேளைகளில் தேவாவின் கண்களையும் சீற்றம் மிகுந்த வார்த்தைகளையும் பார்க்கும்போது, அடிவயிறு காரணம் புரியாமல் ஜில்லிட்டுப் போகும்.

ஜயசீலனை விட தேவநேசன் நான்கு வயது மூத்தவன். ஜயசீலனுக்கு ஆறு ஏழு வயதாகியிருக்கும் போது, கொழும்பில் எல்லாரும் வசதியாக இருந்த காலத்தில் தேவாவை நன்றாக நினைவிருக்கிறது. எப்பவும் சிரிப்பும், வேடிக்கையுமாக இருப்பான். பிறகு படிப்படியாகச் சிரிப்பும், பேச்சும் மறைந்து போயின. எங்கே போயிற்று என்று புரியவில்லை.

இப்பொழுது முகத்தில் தீவிரச் சிந்தனைக் கோடுகள். அப்பாவுடன் அடிக்கடி சண்டை போடுகிறான்.

“தேவா வீட்டிலே இருக்கும்போது அரசியல் பேச்சு வேண்டாம்!” என்று அம்மா மன்றாடுகிறாள்.

“உங்களைப் போலப் பலர் இருப்பதால்தான் சிங்கள அரசு நம்மைச் செருப்பாகப் போட்டுத் தேய்க்கிறது. இண்டைக்கு

நமக்கு மொழி கிடையாது. நாளைக்கு நமக்கு நிற்க நிழல் கிடையாது!" என்று அப்பாவைப் பார்த்து தேவா மூச்சிரைக்க, கழுத்து நரம்புகள் புடைக்கக் கத்தும்போது எங்கோ மூலையில் ஒடுங்கியபடி அவர்கள் பேச்சைக் கேட்கும் ஜயசீலனுக்கு நெஞ்சு படபடத்து, உள்ளங்கை வியர்த்துப்போகும்.

கொழும்பில் பள்ளியில் படித்த நாட்களில் ஏற்பட்ட சம்பவங்களெல்லாம் சங்கிலிப் பின்னலாய்க் கோத்து நினைவில் மோதும்.

சிங்கள மாணவர்கள்கூடத் தமிழ்ச் சிறுவர்களுடன் ஒட்டாமல் விலகியிருந்தும், சமயம் கிடைத்தபோதெல்லாம் ஒன்றுகூடி மட்டம் தட்டியதும் அடிமனத்தில் ஒரு குழப்பத்தை இப்பவும் ஏற்படுத்திற்று. திடீரென்று பள்ளிகள் எல்லாம் தேசியமயமாக்கப்பட்டுச் சிங்களம் மட்டுமே ஆட்சிமொழியாகிவிட்டதும், அத்துடன் ஈடுகொடுக்க முடியாமல் யாழ்ப்பாணத்துக்குக் கிளப்பி வந்த அனுபவமும், மனக்குட்டையில் விழுந்த கல்லாய்ப் பல கேள்வி அலைகளைக் கிளப்பித் தொடர்ந்து சலனப்படுத்திக் கொண்டிருக்கின்றன.

சென்ற ஆண்டு தேவாவுக்கு கல்லூரியில் இடம் கிடைக்கவில்லை. இந்த ஓராண்டு காலமாக அவன் வீட்டிலிருக்கும் நேரமெல்லாம், அதாவது அப்பாவும் இருக்கிற நேரமெல்லாம் பூகம்பம் எப்பொழுது கிளம்புமோ என்கிற பீதியில் அம்மா இருக்கிறாள். இப்பொழுது தேவா வீட்டில் இல்லை, அதனால் அப்பாவின் குரல் சற்று ஓங்கிக் கேட்கிறது. கடந்த ஒரு வாரமாக நடக்கும் தமிழ் மகாநாட்டுக் கோலாகலங்கள் நல்லவேளையாகப் பேசுவதற்கு வேறு விஷயங்களைத் தோற்றுவித்திருக்கிறது.

"பொன்னம்பலம், மாநாடு இதுவரை நல்லபடியா நடந்துகொண்டிருக்கு. நீர் எதற்குக் கவலைப்படணும்?" என்றார் அப்பா.

"கொழும்பிலே அரசு உத்தியோகம் பார்த்துப் பார்த்து உமக்கு எல்லாமே மரத்துப்போச்சு குகதாஸன். இந்த மாநாடு நடத்த அனுமதி வழங்க அரசுக்குச் சம்மதமேயில்லை. நீங்கள்

அனுமதிக்காவிட்டாலும் நாங்கள் நடத்தியே தீருவோம்னு யாழ்ப்பாணத்திலே நடத்தத் தீர்மானித்த பிறகுதானே உலக நாடுகள் முன் தன் கௌரவத்தைக் காப்பாற்றிக்கொள்ளணும்னு அரை குறையாச் சம்மதித்தது. இத்தனை பெரிய விழாவுக்கு வானொலியோ, தேசிய தினசரிகளோ, ஃபிலிம் யூனிட்டோ விளம்பரம் கொடுத்திருக்கோ? எல்லாம் அரசாங்கத்துக் கூலிப்படைகள் தானே?"

"சரி, விட்டுத் தள்ளுங்கள். நாம் ஒவ்வொன்றையும் கண்ணுலே விளக்கெண்ணெய் விட்டுப் பார்த்தோமானால் நமக்குத்தான் கஷ்டம். ஒரு கிழமையாக் கிடைச்ச இலக்கியச் சுகமெல்லாம் மறந்துபோகும்."

"அது சரி, அதுக்காக உண்மை நிலவரத்தைப் பற்றிச் சிந்திக்காம இருக்க முடியாதில்லே? இது ஓர் இலக்கியக் கலாச்சார விழாதானேன்னு அவங்களுக்குத் தோண இல்லே. நாம என்னவோ நம்ம பலத்தை நிலை நாட்டறதுக்காகவும், நம்ம மொழிதான் உசத்தின்னு காண்பிக்கறதுக்காகவும் கொண்டாடறோம்ங்கிற நினைப்பு அவங்களுக்கு. இது நாலாவது உலகத் தமிழ் மகாநாடு என்கிறதும், இதுக்கு முந்தி வேறு தேசங்களிலே நடந்தது என்கிறதும் அவங்களுக்குத் தோண இல்லே!"

அப்பா தணிந்த குரலில் பேசினார். "இப்ப இருக்கிற நிலவரத்திலே அவர்களுக்கு அப்படித்தான் தோணும் பொன்னம்பலம்! அது நியாயமா, நியாயமில்லையா என்கிறது வேற விஷயம்!"

"எதுக்குச் சொல்ல வரேன்னா, இந்த நினைப்பினாலே இன்னிக்கு நடக்கப்போற கூட்டத்தைக் கலைக்க ஏதாலும் முயற்சி நடந்தாலும் நடக்கும்."

"நாமா ஏன் அப்படி நினைக்கணும். இதுநாள் வரை ஒரு தொந்தரவும் இல்லையே?"

"இத்தனை நாள் பொது நிகழ்ச்சியா நடக்கல்லே. ஒரு விஷயம் தெரியுமோ? நேற்று இரவு கனமழை பெய்ததாலே, திறந்தவெளி

அரங்கத்திலே இன்னிக்கு நடக்க இருந்ததை மாற்றி வீரசிங்கம் கூடத்திலேயே நடத்தறதா முடிவு செஞ்சிருக்கோம்!"

"பெரிய கூட்டம் வருமே இன்றைக்கு!"

"என்ன செய்ய முடியும் திறந்தவெளியிலே நடக்கும்போது மழை வந்தாத் திரும்பக் கூடத்துக்கு வர்றது சிரமம். நமம ஜனங்கதானே? அமைதியா இருப்பாங்க. சமாளிச்சிக்கலாம், சிங்களக்காரன் தலையிடாத வரைக்கும்."

அப்பாவிடமிருந்து பதில் வரவில்லை. பொன்னம்பலம் கிளம்பிப் போய்விட்டார்.

"ஜயசீலன்!" என்று அம்மா உள்ளிருந்து குரல் கொடுத்தாள். "கடைக்குப் போய் ஒரு உப்புப் பொட்டலம் வாங்கி வா!" என்றாள்.

மடியின் மீது திறந்தபடி இருந்த புத்தகத்தை மூடி வைத்து அவன் எழுந்து சென்றான். அவனிடம் காசை எண்ணக் கொடுத்துத் தணிந்த குரலில்,

"சாமானை வாங்கியதும் நேரே வீட்டுக்கு வா, நல்ல பிள்ளையாய்!" என்றாள் அம்மா.

அவனுக்குச் சிரிப்பு வந்தது.

"நல்ல பிள்ளையா இல்லையாண்டு சந்தேகமா?"

அம்மா பெருமூச்சு விட்டாள். "நான் சொன்னபடி கேள். சரியா? தேவாவும் உன்னைப் போலத்தான் இருந்தான் ஒரு காலத்தில்."

ஜயசீலன் பதில் பேசாமல் கிளம்பினான். அண்ணனைப் பற்றி இவர்களிடம் ஏதும் பேசாமல் இருப்பதே நல்லது என்று தோன்றிற்று. தேவாவின் விவகாரங்கள் அவனுக்குப் புரிவதில்லை. அவன் வெளியில் எங்கே போகிறான்? யார் அவனுடைய தோழர்கள்? என்று யாருக்கும் தெரியாது. குடும்பப் பேச்செல்லாம் அவன் பகிர்ந்துகொள்வதே இல்லை. அவனுடைய கவனமெல்லாம் வேறு எங்கோ இருந்தன. பெண் சிநேகிதம்

நிச்சயம் இல்லை. அவன் படிப்பதெல்லாம் புரட்சி இலக்கியம். அதையும் அறையைத் தாளிட்டுக்கொண்டு தனிமையில் படிக்கிறான். ஆனாலும் அவன் போக்கு நல்லதிற்கா, கெடுதலுக்கா என்று ஜயசீலனுக்குப் புரியவில்லை. அண்ணனின் மேல் ஓர் இரகசிய அபிமானமும், அவனைப் பற்றி விவரம்புரியாத பெருமையும் அவனுக்கு உண்டு.

கடையில் உப்பை வாங்கிக்கொண்டு திரும்புகையில் சீலியாவின் அண்ணன் ஜஸ்டின் எதிர்ப்பட்டான்.

“இண்டைக்கு மாநாடு விழாவுக்குப் போவீர் தானே?” என்றான் ஜயசீலன்.

“ஓம். நீ?”

“நானும் தான்.”

“தேவநேசன்?”

“அவனைப் பற்றித் தெரியாது. அண்ணன் இப்பத் தனி ஆளு!”

ஜஸ்டின் மௌனமாக அவனுடன் நடந்தான்.

“தேவாவும் போகாமல் இருக்கமாட்டான். தமிழர் உரிமைக்காகப் போராடறவன் தமிழ் மாநாட்டுக்குப் போகமாட்டானா?” என்றான் மெல்ல.

“அவன் என்ன செய்யறான்னு யாருக்கும் தெரியாது.”

ஜஸ்டின் சிரித்தான்.

“வேறே என்ன செய்வான்? போராளிக் கும்பல்லே சேர்ந்திருப்பான். இருக்கிற நிலைமையைப் பார்த்தா மெல்ல மெல்ல நீயும், நானும் கூடச் சேருவோம்; தப்ப இயலாது.”

“எனக்குக் குழப்பமாத்தான் இருக்கு ஜஸ்டின். ஒண்ணும் சரியா விளங்கல்லே. நாம ஏன் போராடணும் புரியல்லே.”

ஜஸ்டின் அவன் தோள்மேல் கைவைத்து அவனைக் கூர்ந்து பார்த்தான்.

“உனக்கு மீசை இன்னும் முளைக்காட்டாலும் புரிஞ்சுக்கக்கூடிய வயசுதான். இரண்டு வருஷங்களுக்கு முந்தி பாராளுமன்றத்தினுடைய அங்கீகரிப்பு இல்லாமலே ஒரு புதிய அரசியல் அமைப்புச் சட்டம் அரசு கொண்டு வந்ததில்லையா? அது தமிழர்களுக்கு ரொம்பப் பாதகமானது. சிங்களக்காரனோடு நாம் சேர்ந்து வாழ முடியாதபடி பிரிச்ச சட்டம், சிங்களமே ஆட்சி மொழியானதாலே சிங்களம் படிச்சவனுக்குத்தான் சிங்களப் பகுதியிலே வேலைவாய்ப்பு; அதுவும் உறுதியில்லே. தமிழன் படிச்சாலும் சிங்கள மக்களுக்குத்தான் எல்லா இடத்திலேயும் அதிகச் சதவிகித வாய்ப்புக் கொடுக்கணும்னு ஏற்பாடு. தமிழன் அதிக மதிப்பெண் வாங்கினாலும் கல்லூரியிலே அவனைவிடக் குறைஞ்ச மதிப்பெண் வாங்கின சிங்களப் பொடியனுக்குத்தான் காலேஜிலே ஸீட்டுக் கிடைக்கும். தேவநேசனுக்கு அந்தக் காரணத்தாலேதானே சீட்டுக் கிடைக்கல்லே? வேலைவாய்ப்பும் அப்படித்தான். நமக்கு இரண்டாம் இடம்தான். தமிழ்ப் பகுதியிலே நீதிமன்ற மொழி தமிழானாலும், சிங்களச் சட்டத்துடைய தமிழாக்கம்தான் அது. நமக்குப் பாதுகாப்பான சட்டம் எதுவுமே இல்லே. அப்ப நமக்குக் கோபம் வரணுமா வேண்டாமா? ஆனா நம்ம பெரியவங்களுக்குப் போதுமான கோபம் இல்லை. கோபம் வந்தாலும் எதிர்த்துப் பேசத் தைரியமில்லே. அவங்க தொடை நடுங்கிகளா இருக்கலாம். அவங்க காலம் முடிஞ்சுபோச்சு. பாதிக்கப்படறவங்க நாமதான். நாம சும்மா இருக்க முடியுமா? வெறும் பேச்சினாலே, மறியல்னாலே எதிர்ப்புக் காண்பிக்கறது தொடை நடுங்கிகள் வழி. நம்ம வழி வேறே!”

ஜயசீலன் வாய் திறந்தபடி அவன் பேச்சைக் கேட்டான். ஜஸ்டினின் பார்வையும், பேச்சும் கிட்டத்தட்ட தேவாவின் சாயலாக இருந்தது. நாடி நரம்புகளிலெல்லாம் ஏதோ புருபுருவென்று ஊர்வது போலிருந்தது ஜயசீலனுக்கு!

***

அத்தியாயம்

5

உப்பை ஏந்தியபடி நடக்கும்போது மனத்தியே மெல்லிய கனம் அமர்ந்திருந்தது. வித்தியாசமாக ஓர் இனம் நடத்தப்படுவதற்கு என்ன அடிப்படைக் காரணம் என்று குழப்பம் ஏற்பட்டது.

"உப்பை வாங்க உப்பளத்துக்குப் போனீரோ?"

அவன் கவனம் கலைந்து நிமிர்ந்தான்.

சீலியா திண்ணைக் குறட்டில் காலைத் தொங்கவிட்டு உட்கார்ந்திருந்தாள். கறுப்புக் குட்டை ஸ்கர்ட்டும், மேலே ரோஜா வண்ணத்தில் ப்ளவுசும் அணிந்திருந்தாள். கருப்பு ஸ்கர்ட்டுக்குக் கீழே தெரிந்த பொன்னிறக் கால்கள் முன்னும் பின்னும் வேகமான ஆட்டத்தில் இருந்தன.

மனத்திலிருந்த கனம் அந்தக் கணமே இறங்கிக்கொண்டது. உதடுகளில் இளநகை அரும்பிற்று.

"இண்டைக்கு நடக்கிற கூட்டத்தைப் பற்றிய அறிவிப்புத்தான் வீதி முழுவதும் இருக்கு. நா உப்பு வாங்கப்போன சேதி யாரு அறிவிச்சது?"

"உன் அம்மா. அரைமணி நேரமா உப்பு வாங்கப்போன என் ராசாவைக் காணல்லையேன்னு புலம்பிக்கிட்டிருக்கார்கள்!" என்று அவள் பிலாக்கணம் போல் பாடிக் காண்பித்தாள்.

அவன் சிரித்தான்.

"உன் அண்ணன்தான் பிடிச்சு வெச்சுக்கிட்டான் பேச!"

சீலியாவின் முகபாவம் மாறிற்று. "ஓ, சரிதான் இதை நீ உங்கம்மாகிட்டச் சொல்லாதே!"

"ஏன்?"

"தேவாவைப்பத்தி உங்கம்மாவும், அப்பாவும் கவலைப்படறது போதாதா?"

"அஹ்!" என்றான் அவன் அலட்சியமாக. "நீ ரொம்பப் பெரிய மனுஷிபோல் பேசாதே. உனக்கு உலக நடப்பைப் பற்றி ஒண்ணும் தெரியாது. நீ இப்படிக் காலை ஆட்டிக்கிட்டு உட்கார்ந்திருக்கிறதிலேயே தெரிகிறது."

"ஆஹா! இவரு பெரிய ஆளு. மீசைகூட முளைக்கல்லே!"

அவனுக்குச் சுரீரென்று கோபம் வந்தது. அவன், ஆத்திரத்துடன் முன்னுக்கு நகர்ந்து அவளுடைய காதைத் திருகப்போகையில் வீட்டுக்குள்ளிருந்து அம்மா வெளிப்பட்டாள்.

அவன் சட்டென்று பின்னால் நகர்ந்து தன் வீட்டை நோக்கிச் சென்றான்.

"நேரங்கழிச்சு வந்ததுமில்லாம பக்கத்து வீட்டுப் பெண்ணோட உனக்கென்னடா வம்பு?" என்று அவன் உள்ளே வந்ததும் அம்மா அதட்டினாள்.

அவன் பதில் ஏதும் சொல்லாமல் அசட்டுப் புன்னகையுடன் கால் கழுவச் சென்றான். முன்பெல்லாம் அம்மாவுக்குக் கோபமே வராது. இப்பொழுதோ சின்ன விஷயத்துக்கெல்லாம் எரிச்சல் அல்லது பயம். அண்ணன் தேவாவின் போக்கு மாறினதிலிருந்து அம்மாவின் போக்கும் மாறிவிட்டது.

எத்தனை ஆச்சரியமான விஷயம் இது! கொழும்பில் அரசு செய்த ஒரு சாஸனம் ஒரு வீட்டில் இத்தனை மாற்றங்களை ஏற்படுத்த வேண்டுமானால், அது எத்தனை சக்தி உடையதாக இருக்க வேண்டும்! இனி எல்லார் வீட்டிலும் அம்மாமார்கள் சாந்தமிழந்து, பொடியன்கள் வீட்டை விட்டு எங்கே போகிறார்கள்

என்று தெரியாத ஒரு ரகசிய வாழ்வு வாழ்ந்து, அப்பாக்கள் கையாலாகாத்தனத்துடன் பார்த்துக்கொண்டு...

அப்பாவைப் பார்க்கும்போதெல்லாம் அவனுக்கு அப்படித்தான் தோன்றுகிறது. ஏதோ ஒரு கையாலாகாத்தனத்தில் அவர் தவிக்கிற மாதிரி...

அவன் சட்டென்று நின்றான். குளியல் அறையிலிருந்து தேவநேசன் வெளிப்பட்டான்.

"அட அண்ணனா?" என்றான், ஜயசீலன் உற்சாகத்துடன்.

தேவா அவனைப் பார்த்து மெலிதாகப் புன்னகை செய்தபடி தன் அறையை நோக்கி நடந்தான்.

"எப்ப வந்தேண்ணா?"

"கொஞ்ச நேரம் முந்தி."

ஜயசீலன் அவனைத் தொடர்ந்து சென்றான்.

"ஏன் வீட்டுக்கே வரல்லே நேத்து?"

தேவநேசன் குனிந்து லுங்கியைச் சுற்றியபடி, மெல்லிய குரலில் சொன்னான்.

"வேலை இருந்தது."

என்ன வேலை என்று தெரிந்துகொள்ள வேண்டும் என்று ஜயசீலனுக்கு வழக்கம்போல் துடிப்பேற்பட்டது. ஆனால், அந்தக் கேள்வியைக் கேட்டால் என்ன பதில் வரும் என்று தெரியும்.

"அது எண்ட சொந்த விஷயம்!"

வெற்று மார்பின் கூடு தெரிந்தது. "ரொம்ப மெலிஞ்சு போயிட்டே அண்ணா. அதான் அம்மா கவலைப்படறாங்க!"

பனியனை மாட்டிக்கொண்டே தேவநேசன் அசுவாரஸ்யமாகப் பதில் சொன்னான்.

"கவலைப்பட வேண்டிய விஷயத்துக்கு அம்மாவும், அப்பாவும் கவலைப்பட மாட்டார்கள்!"

மேஜைமேல் கிடந்த புத்தகங்களை ஒழுங்குப்படுத்தி எதையோ தேடிக்கொண்டிருந்த அவனையே சற்றுநேரம் ஜயசீலன் பார்த்தபடி இருந்தான். பிறகு மெல்லிய குரலில் கேட்டான்.

"நீ ஒரு போராளிக் கும்பல்லே இருக்கியா?"

தேவா விருக்கென்று நிமிர்ந்தான்.

"உனக்கெதுக்கு இதெல்லாம்?"

ஜயசீலன் தலையைக் குனிந்துகொண்டான். "நீ இருக்கலாம்னு ஜஸ்டின் சொன்னான். இப்ப எல்லாப் பொடியன்களும் போராளிகளா ஆகாம இருக்க முடியாது. போகிற போக்கிலே நீயும், நானும்கூட ஏதாவது இயக்கத்திலே சேராம இருக்க இயலாதுன்னான்!"

"இன்னும் என்ன சொன்னான்?"

சிங்கள அரசு ஒவ்வொரு விஷயத்திலேயும் நமக்கு எதிரா நடக்கிறது. நாளைக்குக் காலேஜிலே ஸீட் கிடைக்காது. வேலை கிடைக்காது எல்லாத்துக்கும் இந்தப் பெரியவங்க இருக்கிற மாதிரி சும்மா இருக்க முடியுமான்னான்.

தேவநேசன் எதிர்பாராமல் அவன் அருகில் வந்து தோள்மேல் கை வைத்தான். கண்களில் கவலை தெரிந்தது.

"ஜஸ்டின் சொல்றது சரிதான். ஆனால், நீ ரொம்பச் சின்னவன். இதிலேயெல்லாம் நுழைய வேண்டாம். ஏ லெவலை முடிக்கணும். அந்த அளவுக்காவது படிப்பு இருக்கணும்."

"எனக்கும் அரசியல் விஷயமெல்லாம் புரியாம இல்லே."

"இதோ பார் சீலன், ஒருத்தன் போதும் ஒரு குடும்பத்துக்கு. நீ வீட்டைப் பார்த்துக் கொள்ளணும், தங்கைமாரைப் பார்த்துக் கொள்ளணும். அப்பா, அம்மாவைக் கவனிக்க எனக்கு இயலாது. நீ இருக்கிற தைரியத்திலேதான் நான் அலைஞ்சு திரியறேன்."

தேவாவின் முகத்தில் ஒரு தீவிரம் பளபளத்தது. குரலில் இரக்கம் தொனித்தது.

இப்பவும் அவன் போராளிக் கும்பலில் இருக்கிறானா என்று சொல்லவில்லை. சொல்லமாட்டான்.

“நீ தமிழ் மாநாட்டுக்குப் போறியோ?”

“போறேனே.”

“இண்டைக்கு?”

“இண்டைக்கும் தான்.”

“நானும் உன்னோடு வரேன்.”

தேவநேசன் ஜயசீலன் தோளிலிருந்து கையெடுத்தான்.

“நீ அப்பாவோடு போ. அதுதான் நல்லது” என்றான் ஒருவிதக் கண்டிப்புடன்.

“கூட்டம் ஆரம்பிக்கிறதுக்கு ஒரு மணி முன்னாலே போயிடுங்கள். கனக்கும்பல் வரும் இண்டைக்கு.”

“நீ?”

“நா சாப்பிட்ட கையோடு போயிடுவேன்.”

“எங்கே?”

தேவா விருக்கென்று நிமிர்ந்தான். “இதையெல்லாம் நான் உனக்குக் கதைக்க முடியாது சீலன்!” என்றான் அடங்கிய குரலில்.

சற்றுநேரம் இருவரும் பேசவில்லை.

“கூட்டம் முடிஞ்சதும் வீட்டுக்கு வருவியா?”

“தெரியாது, எனக்கு வேலை இருக்கு. நீ இப்பப் போ.”

அப்பா எங்கோ வெளியில் போயிருந்தார். தேவநேசன் தனியாக அமர்ந்து சாப்பிட்டுவிட்டுக் கிளம்பிப் போய்விட்டான். அப்பா வந்ததும் தேவா வந்து சாப்பிட்டுப் போனதை அம்மா சொன்னாள். அப்பா பதிலே சொல்லவில்லை. தேவாவின் நினைவை அகற்ற முயற்சி செய்பவர்போல் மாலையில் நடக்கப்போகும் கூட்டத்தைப் பற்றியே கிளம்பும் வரை பேசினார்.

ஜயசீலன் உற்சாகத்துடன் அப்பாவுடன் கிளம்பினான். வழியெல்லாம் ஒரே கோலாகலம். தங்கள் வீட்டுச் சொந்த விசேஷம்போல் பெண்களும் அலங்கரித்துக்கொண்டு, ஒரே சிரிப்பும் பேச்சுமாக நடந்தார்கள். சீலியாவைக் கட்டாயப்படுத்தி அழைத்து வந்திருக்க வேண்டும் என்று அவன் நினைத்துக் கொண்டான். வீரசிங்கம் கூடத்தை அடைந்ததும், அவர்கள் திகைத்துப் போனார்கள். ஜனம் சமுத்திரமாக அங்கு திரண்டிருந்தது.

"இத்தனை ஜனம் வரும் என்று நான் எதிர்பார்க்க இல்லே" என்றார் அப்பா அதிர்ச்சியுடன்.

தொலைவில் பொன்னம்பலத்தின் தலையைப் பார்த்துவிட்டு அப்பா சப்தமாகக் கேட்டார்.

"பொன்னம்பலம்! கூடத்துக்குள்ளே இந்தக் கும்பல் எப்படி நுழையும்?"

"அதான் திறந்தவெளி அரங்கத்துக்கே போயிரலாமுனு பார்க்கிறோம். மழையும் வராப்லே இல்லே. மேயரண்டை சொல்லப் போயிருக்காங்க!" என்றார் பொன்னம்பலம் சற்று அருகில் வந்து.

"திறந்தவெளி அரங்கத்திலேதானே முதலிலேயே எற்பாடு செஞ்சோம்? இப்ப எதற்கு மறுபடி மேயரைக் கேட்கணும்?"

"இல்லையே. நேற்றுப் பெய்த மழையினாலே அந்த எண்ணத்தை மாத்தி, மேயர் துரையப்பாவிடமும் சொல்லிட்டம். அரங்கத்துக் கதவு இப்பப் பூட்டியிருக்கு. மறுபடி துரையப்பா அனுமதி கொடுத்தாத்தான் அரங்கத்துக் கதவு திறக்கும்."

பொன்னம்பலத்தின் பேச்சை ஒரு பக்கம் கேட்டுக்கொண்டு, முன்பின் கண்டிராத ஜனத்திரளைத் திகைப்புடன் பார்த்தபடி நின்றான் ஜயசீலன்.

பொன்னம்பலம் இரகசியக் குரலில்,

"துரையப்பாவைத் தெரியுமில்லே? தமிழன் என்று பெயரே தவிர, சிங்கள அரசுக்குக் கூலி ஆள். இத்தனை பெரிய விழா நடக்கிறது. இந்தப் பக்கமே வரல்லே" என்றார்.

நேரம் நகர்ந்து கொண்டேயிருந்தது. எந்தவித முடிவுக்கும் நிர்வாகிகள் வந்ததாகத் தெரியவில்லை. கூட்டத்தின் வேகத்தையும், சலசலப்பையும் பார்க்கப் பார்க்க ஜயசீலனுக்குக் கலவரமேற்பட்டது.

“ஜனார்த்தனன் என்கிற பொடியன் தமிழ்நாட்டிலேர்ந்து வந்திருக்கான். அவன் மேடையிலேறிப் பேசக் கூடாதுன்னு மேயரும், கமிஷனரும் கட்டளையிட்டிருக்கார்கள். பேச்சாளிகளுடைய பட்டியல் கேட்டார்கள், கொடுத்திருக்கோம். அந்தப் பொடியனைப் பேசச் சொல்லமாட்டோம்னு எழுதிக்கொடுத்த பிறகுதான் போலீஸ் அனுமதி கிடைத்தது.”

யாரோ பொன்னம்பலத்தை அழைத்தார்கள். அவர் உள்ளே சென்று சற்றுப் பொறுத்து வெளியே வந்தார். முகத்தில் மெலிதான கோபம் பளபளத்தது.

“மேயரும், கமிஷனரும் காண இல்லையாம். ஊரைவிட்டே போயிட்டான்கள் போலிருக்கு. திறந்தவெளி அரங்கத்துக்கு இனி போக இயலாது. அனுமதி இல்லாமல் காவலாளி கேட்டைத் திறக்கமாட்டான்.”

“என்ன செய்வம் இப்ப?”

“இங்கே வெளியிலே மேடை போட்டு ஏற்பாடு செய்வார்கள்.”

“இங்கேயா?” என்றார் அப்பா திகைப்புடன். “இப்பவே காம்பவுண்டைத் தாண்டிக் கூட்டம் வழிகிறது!”

“வேறு வழி இல்லை. பேச்சாளர்களைக் கண்ணால் பார்த்த திருப்தி, ஜனங்களுக்கு இருக்கும்.”

பொன்னம்பலம் ஏற்பாடுகளைக் கவனிக்கச் சென்றுவிட்டார். புதிய ஏற்பாட்டைப் பற்றி ஒலிபெருக்கியில் அறிவிப்புகள் ஒலித்தன.

“தமிழ் மக்களே, அமைதியாயிருங்கள்?”

இரண்டு மணி நேரம் தாமதமாக நிகழ்ச்சி ஆரம்பமாயிற்று. பேச்சாளர்கள் அரங்கமேடையில் அமர்ந்தார்கள். யாரோ ஓர்

இளைஞனை அமர்க்களமாக வரவேற்று மேடையில் ஏற்றி மாலை அணிவித்தார்கள். அப்பாவின் முகத்தில் கவலை தெரிந்தது.

"யாருப்பா அந்தப் பொடியன்?"

"அவன்தான் ஜனார்த்தனன். அவனையேன் மேடையேற்றுகிறாங்கள்? தடையுத்தரவு கிடைச்சதாப் பொன்னம்பலம் சொன்னாரே!"

ஜனார்த்தனனுக்குப் பெரிய கரகோஷம் கிடைத்தது நிலைகொள்ளாமல், அப்பா தவிப்பதை ஜயசீலன் கவனித்தான்.

மேடையில் இருந்தவர் ஒருத்தர் ஏதோ சொல்ல ஜனார்த்தனன் இறங்கி மேடைக்குப் பின்னால் சென்று அமர்ந்துகொண்டான். அவனைச் சூழ்ந்துகொண்டு நின்ற கூட்டத்திற்குக் கையெழுத்துப் போட்டுக்கொடுக்க ஆரம்பித்தான்.

நிகழ்ச்சி ஆரம்பித்தது. ஜயசீலன் எழுந்து நின்று தன்னைச் சுற்றிப் பார்த்தான். அடேயப்பா, கண்ணுக்கு எட்டுகிற தொலைவுவரை ஜனத்திரள், வீதியெல்லாம் அடைத்தது.

ஆரம்ப அறிமுகப் பேச்சு முடிந்தபின், உற்சாகத்துடன் அறிவிப்புக் கேட்டது.

"தமிழ்நாட்டிலிருந்து வருகை தந்திருக்கும், பெருந்தகைத் தமிழ்ப் பேராசிரியர் டாக்டர் நாயினா முஹம்மது அவர்கள் பேசுவார்கள்!"

பலத்த கரகோஷம் வானைப் பிளந்தது. பேராசிரியர் பேச ஆரம்பித்ததும் கூட்டம் கப்சிப்பென்று வாயை மூடிக்கொண்டது. பேச்சா அது! தேனருவிபோல் தோன்றிற்று ஜயசீலனுக்கு. எத்தனை அழகு வார்த்தைகளில்! எத்தனை சொகுசு நடையில்! மெய்சிலிர்த்துப் போயிற்று! பேச்சுத் துல்லியமாகக் கேட்டது.

ஒரு ஜன சமுத்திரத்தைக் கட்டுக்குள் வைக்க முடியுமா வெறும் பேச்சால்? வார்த்தைகளுக்கு மந்திர சக்தி உண்டா? அப்பாவின் முகத்தில் ஒரு பரவசம் பளபளத்தது. ஏதோ அமானுஷ்ய வசியத்துக்குள் அமிழ்ந்தவன்போல் ஜயசீலன்

உணர்ச்சிவசப்பட்டுப் போனான். எழுந்து நின்று தொலைதூரம் பார்வையைப் பதிக்கையில்,

லேசாக அவன் உடல் விறைத்துக்கொண்டது. ரீகல் சினிமாக் கொட்டகைப் பக்கத்தில் இருந்த கும்பலில் ஏதோ சலசலப்புத் தெரிந்தது. காவல் நிலையம் அந்தப்பக்கம் தான் இருந்தது. என்ன காரணம் என்று புரியாமல் கூட்டம் திமுதிமுவென்று முன்னால் நகர்ந்தது. பேச்சாளரின் பேச்சே காதில் விழாமல் குழப்பமான சத்தங்கள் வெளிப்பட்டன. "அமைதியாயிருங்கள்! அமைதியாயிருங்கள்!" என்ற பேச்சாளரின் வேண்டுதல் பலஹீனமாய்... அசம்பாவிதமாய் ஒலித்தது.

அப்பா அவனுடைய கையை அழுத்தமாகப் பிடித்துக்கொண்டார்.

திடீரென்று ஒரு போலீஸ் ஜீப் கூட்டத்தைத் துளைத்துக்கொண்டு வந்தது. அதைத் தொடர்ந்து ஒரு டிரக், ஹெல்மெட் அணிந்த போலீஸ்காரர்களுடன்.

கண்கள் விரிய ஜயசீலன் பார்த்துக்கொண்டிருக்கையில், போலீஸ் தலைகள் வண்டிகளிலிருந்து குதித்தன. கூட்டத்தைக் கண்மண் தெரியாமல் தாக்க ஆரம்பித்தன.

"ஐயோ ஏன் அடிக்கிறாங்க? ஏன்? ஏன்?"

கேள்வி தொண்டையிலேயே நின்றது. ஜனங்கள் தாறுமாறாக ஓடினார்கள். ஒருவர்மேல் ஒருவர் விழுந்து குழந்தைகளின் பெண்களின் ஓலங்களும் அலறல்களுமாகப் போர்க்களம்போல் ஆகிவிட்டது!

பீதியில் ஜயசீலன் உறைந்துபோனான். அப்பா அவனுடைய கையை இரும்புப் பிடிபோலப் பிடித்திருந்தார்.

அத்தனை அமளியிலும் பொன்னம்பலத்தின் குரல் கேட்டது.

"குகதாஸன், பையனின் கையை விடாதீர்! இந்தப்பக்கம் வாருங்கள், கூடத்துக்குள் போய்விடலாம்!"

அப்பா முன்னேற முயன்றார். துப்பாக்கி வெடிச்சத்தம் கேட்டது. தொடர்ந்து கண்ணீர்ப் புகை. எதுவுமே கண்ணுக்குத் தெரியவில்லை. ஒரே கூக்குரல். “பயப்படாதே தம்பி, நான் இருக்கேன்!” என்று பொன்னம்பலத்தின் சமாதானம் இசை கேடாய்...

அவர்கள் நின்ற இடத்துக்கு நேர் மேலாய்த் துப்பாக்கி வெடிச்சத்தம் கேட்டது. மேலே ஓடிய மின்சாரக் கம்பிமேல் வெடிபட்டு கம்பி கீழே விழ, அப்பா பெரிதாக அலறினார்.

“பொன்னம்பலம்! பொன்னம்பலம்!” அவனைப் பிடித்திருந்த கை சரேலென்று தளர்ந்தது. அப்பா முன்னால் வெறிபிடித்து ஓடினார்.

மின்சாரக் கம்பி பட்டு, வரிசையாக எட்டு ஒன்பது உடல்கள் கீழே விறைத்துக்கிடந்தன.

‘நான் இருக்கேன்’ என்று ஒரு வினாடிக்கு முன் சொன்ன பொன்னம்பலம் இப்பொழுது மூச்சடங்கிக் கிடந்தார்.

அவர் அருகில் மண்டியிட்டு இருதயம் பிளந்துவிடும் போல் விசித்து விசித்து அழும் அப்பாவைப் பார்க்கப் பார்க்க ஜயசீலனுக்குள் புதிதாக ஒரு கோபம் ஜனித்தது.

***

அத்தியாயம்

6

ஜயசீலன் உறைந்து நின்றான். அவனை இடித்துக்கொண்டும், தள்ளிக்கொண்டும், பேரிரைச்சலுடன் ஜன சமுத்திரம் நகர்ந்தது.

அவ்வப்போது தெரிந்த இடைவெளியில் சற்றுத்தொலைவில் பொன்னம்பலத்தின் சடலத்தருகில் குந்தி அமர்ந்து, அப்பா அழுவது தெரிந்தது. கூட்டம் நகர்ந்த வேகத்தில் அப்பா நிலை தடுமாறி விழுந்தார். சட்டென்று சுயப்பிரக்ஞை அடைந்தவர்போல் கண்களில் பீதி படர, அலங்க மலங்க விழித்தபடி, "சீலன்! சீலன்!" என்று கத்தினார்.

அவன் நின்ற இடத்தில் அசையாமல் இருந்தான். வாயைத் திறந்து, "நான் இங்கு இருக்கிறேன்!" என்று சொல்ல முடியவில்லை. உறுப்புக்கள் செயலிழந்துவிட்டன போல் தோன்றியது.

புலம்பியபடியே கூட்டத்தைப் பிளந்துகொண்டு அவனெதிரில் நின்று அவன் தோளைப் பற்றி, "ஜயசீலன்!" என்று அப்பா உலுக்கியபோதும், அவனால் வாயைத் திறந்து எதையும் பேச முடியவில்லை.

எப்படி வீடுபோய்ச் சேர்ந்தார்கள் என்று தெரியவில்லை. உள்ளே நுழைந்ததும் அம்மா அவனை அணைத்துக்கொண்டு அழுதாள்.

அப்பா ஓய்ந்து போனவர்போல் நாற்காலியில் அமர்ந்து இரண்டு கைகளாலும் முகத்தை மூடிக்கொண்டார்.

"இப்படி ஒரு கலவரம் நடக்கும் என்று நான் நினைக்கவே இல்லை... அந்தப் பொன்னம்பலம்..."

"என்ன? பொன்னம்பலத்துக்கு என்ன?"

அம்மாவின் பதற்றத்திலிருந்து தன்னை விடுவித்துக்கொண்டு அவன் பின்கதவைத் திறந்துகொண்டு கொல்லை முற்றத்தில் சென்று அமர்ந்தான்.

அங்கிருந்த நிசப்தம் மனத்துக்குச் சற்றுத் தெம்பாக இருந்தது. செவிகளுக்குள் இன்னமும் கலவரக்குரல்கள் கேட்டன.

"பயப்படாதே தம்பி" என்ற பொன்னம்பலத்தின் வார்த்தைகள் இப்பவும் ஒலித்தன.

முழங்காலுக்குள் முகத்தைப் புதைத்துக் கண்ணை மூடிக்கொண்டான். மூடிய கண்களுக்குள் அப்பா, 'பொன்னப்பலம் பொன்னம்பலம்' என்று அலறினார்.

யாரோ தோளைத் தொட்டார்கள். அவன் நிமிர்ந்து பார்த்தான்.

சீலியா நின்றிருந்தாள்.

"உனக்காக நான் ரொம்ப பயந்துபோனேன் சீலன்!" என்றாள் மிருதுவாக. சட்டென்று அவன் உடைந்துபோனான். சொல்லத் தெரியாமல் உள்ளே கொந்தளித்துக் கொண்டிருந்த உணர்வுகள் எல்லாம் ஒருசேர வெளிக் கிளம்பினது போல விசித்து விசித்து அழ ஆரம்பித்தான்.

"அழாதே சீலன்!" என்றாள் அவள் பதற்றத்துடன். "நல்லவேளை, நல்லபடியாய் வந்து சேர்ந்தியே!"

அவனுக்குக் கண்ணீர் நிற்கவில்லை. அவன் தோளை அவள் மென்மையாக அணைத்தாள்.

"அழாதே, அடிபட்டதா?"

'இல்லை' என்பதாக அவன் தலையசைத்தான்.

"பிறகு எதுக்காக அழறே?"

"தெரியவில்லை சீலியா, துக்கமா இருக்கு அழுகை வருகிறது." சீலியா அவனை அனுதாபத்துடன் பார்த்தாள். "கலவரத்தைப் பார்த்த அதிர்ச்சி அது" என்றாள் மெல்ல. "அப்பாவும், ஜஸ்டின்னும்

தப்பிச்சார்கள். கூட்டம் ரொம்ப அதிகம். நிற்கக்கூட இடமில்லே என்று திரும்பி வந்துட்டார்கள்."

அவன் பதில் ஏதும் சொல்லாமல் வானத்தில் மங்கலாகத் தெரிந்த நிலாத்துண்டைப் பார்த்தான். தனக்கு இன்றைக்கு ஏற்பட்டது வெறும் அதிர்ச்சி என்று தோன்றவில்லை. சிந்தனைத் திடலில் ஒரு புயல் வீசியதுபோல் இருந்தது. ஒரு பிரளயம் பொங்கியதுபோல் இருந்தது. திடீரென்று பத்து வயது கூடிப்போன மாதிரி மூப்பு ஏற்பட்டிருந்தது மனசில்.

"அங்கே என்ன நடந்தது சீலன்?"

"எனக்கு எதுவும் புரியல்லே சீலியா" என்றான் அவன் குழப்பத்துடன். "கூட்டம் அமைதியாக இருந்தது. திடீர் என்று போலீஸ் தொப்பிகள் வந்தன. அடிதடி, கண்ணீர் புகை, குண்டு வீச்சு ஆரம்பமாகி, கண் எதிரிலே பொன்னம்பலம் மாமா இறந்துபோனார். இதெல்லாம் ஏன் நடந்தது?"

சீலியா தலையைக் குனிந்துகொண்டாள். "ஜஸ்டின் சொல்றான், இதெல்லாம் திட்டமிட்டு செய்யப்பட்ட காரியமாம். அதனாலேதான் மேயர் துரையப்பாவும் சமயத்துக்கு இங்கு இல்லாம, வெளி ஊருக்குப் போய்விட்டாராம். போலீஸ் அத்துமீறல் செஞ்சாலும் அதுக்குத் தான் பொறுப்பில்லே என்று காண்பிக்க!"

அவன் மெல்லிய சந்தேகத்துடன் அவளைப் பார்த்தான்.

"ஜஸ்டின் ஏதாவது இயக்கத்திலே இருக்கானா?"

"தெரியாது!" என்றாள் அவள் சங்கடத்துடன். இருந்தாலும் தேவா அளவுத் தீவிரம் இல்லே என்று நினைக்கிறேன். "அவன்தான் சொன்னான், நான் கூட்டத்துக்கு வர்றது நல்லதில்லே என்று!"

அவள் அவனருகில் நெருக்கமாக உட்கார்ந்திருந்தாள்.

"நல்லவேளை, நீ வந்திருந்தால் என்ன ஆகியிருக்கும் எண்டு என்னாலே நினைச்சுக்கூடப் பார்க்க முடியவில்லை சீலியா" என்றான் அவன் நெகிழ்ந்து. "உனக்காக நான் எவ்வளவு

பயந்தேன் எண்டு உனக்குத் தெரியாது” என்றாள் அவள். அவளுடைய நெருக்கமும், அந்தப் பார்வையும், மங்கிய நிலா வெளிச்சத்தில் பளபளத்த அவளுடைய உதடுகளும் அவனுள் ஒரு நூதன உணர்வை ஏற்படுத்தின. மனசு மெலிதாகத் தடுமாறிற்று. இன்றைக்கு அவளுக்கும் பத்து வயது கூடிப்போன மாதிரி தோன்றிற்று.

“வீட்டுக்குள்ளேயே இரு; எங்கேயும் போய்விடாதே” என்றபடி அவள் எழுந்தாள்.

இன்னும் சற்றுநேரம் இரேன் என்று சொல்ல வேண்டும்போல் இருந்தது அவனுக்கு. அவன் வார்த்தைகளைக் கோக்க நினைப்பதற்குள் அவள் போய்விட்டாள்.

கொல்லையின் அந்தகார நிலத்தில் அவன் சற்றுநேரம் அமிழ்ந்திருந்தான்.

‘திட்டமிட்டுச் செய்யப்பட்டது.’

அப்படியும் இருக்குமா?

எதற்காக? என்ன காரணத்துக்காக?

நேற்று ஜஸ்டின் சொன்ன காரணங்கள் எல்லாம் ஞாபகத்துக்கு வந்தன. நியாயமற்ற முறையில் ஒரு அரசு நடந்துகொண்டதென்றால் அதைத் தட்டிக்கேட்க யாருமில்லையா? சொன்னாலும் கேட்டுக்கொள்வோர் யாருமில்லையோ?

தேவநேசனும், அவனது தீவிரப் பார்வையும், மௌனமும் நினைவுக்கு வந்து அடிவயிற்றில் சங்கடமேற்படுத்தின.

அவனுக்குத் திடீரென்று ராசமாணிக்கம் மாமாவின் நினைவு வந்தது. முன்பு அவன் பள்ளியில் ஆசிரியராக இருந்தார். அவனிடம் மிகுந்த பாசத்துடன் இருப்பார், காந்தியவாதி. சாந்தம் தவழும் அவர் முகத்தைப் பார்ப்பதே ஓர் இன்பம் என்றால், அவரது பேச்சைக் கேட்பது இன்னும் அதிக சுவாரஸ்யமாக இருக்கும். யாழ் நகரத்திலிருந்து சற்றுத் தள்ளி ஒதுக்குப்புறமான பகுதியில் ஓர் ஆசிரமம் போன்ற இடத்தில் இருந்தார்.

அகதிகளாக வந்திருக்கும் தோட்டத் தொழிலாளிகளுக்கும், கிராமத்து மக்களுக்கும் சேவை செய்கிறார் என்று அவன் கேள்விப்பட்டிருக்கிறான். இப்போதைய மனநிலையில் அவரைப் பார்க்க வேண்டும்போல் இருந்தது.

மறுநாள் காலை தேநீர் அருந்தியதும் யாரிடமும் சொல்லாமல் சைக்கிளை எடுத்துக்கொண்டு கிளம்பினான் ஜயசீலன். அன்றைய தினசரித் தாளில் அப்பா மூழ்கியிருந்தார். தனக்குள் அமுங்கிய சோகத்தில் அம்மா இருந்தாள். நேற்று இரவு தேவநேசன் வீட்டில் இருந்ததற்க்கு காரணம் இருக்க வேண்டும்.

தினசரித் தாளில் உண்மைக்குப் புறம்பான செய்திகள் இருந்தன. அத்துமீறி நடந்துகொண்ட கூட்டத்தை அடக்கவேண்டிய நிலை போலீஸுக்கு ஏற்பட்டுப்போனதாக வெளியாகி இருந்தது.

அவனை கண்டதும் ராசமாணிக்கம் மாமா மெல்லிய புன்னகையுடன், "வா தம்பி, எங்கே இத்தனை தூரம் வந்திருக்கே?" என்றார்.

எதிரில் இருந்த நாற்காலியைக் காண்பித்தார்.

அவன் அருகில் வந்து அவரை வணங்கினான்.

"ஊரெல்லாம் அல்லோலகல்லோலப்படுகிறது. நீங்கள் சாவகாசமாக கேக்கிறீர்கள்!" என்று அவன் முணுமுணுத்தான்.

அவர் யோசனையுடன் அவனைப் பார்த்தார்.

"நேத்து நீ மாநாட்டுக்குப் போயிருந்தியா?"

"ஓம் நீங்கள்?"

"நா போக இல்லே."

"அப்ப உங்களுக்கு அங்கே என்ன நடந்தது என்று தெரியாது."

"தெரியும். இப்பத்தான் நண்பர்கள் சொல்லிவிட்டுப் போனார்கள். சரி நீ வந்த காரணத்தைச் சொல்லு."

"எனக்கு ஒண்ணும் புரியவில்லே, பயமாயிருக்கு. அமைதியா இருந்த கூட்டத்திலே போலீஸ் நுழைஞ்சு கலவரம் ஏற்படுத்தியது.

பல இடங்களிலே நேத்து இரவு அப்பாவி ஜனங்களைப் போலீஸ் அடிச்சுப் போட்டிருக்காம்."

"எனக்கும் பயமாயிருக்கு தம்பி!" என்றார் ராசமாணிக்கம் தமக்குள் பேசிக்கொள்பவரைப் போல.

அவர் அவனை நாற்காலியில் உட்கார வைத்து எங்கோ தொலைவைப் பார்த்தபடி பேசிக்கொண்டு போனார்.

"இந்தத் தீவிலே சிங்களன் எத்தனை காலமா இருக்கானோ, அத்தனை காலமா நாமும் இருந்து வருகிறோம். ஆனா சரித்திர காலமா ஒரே குடும்பமா வாழ்ந்ததில்லே. தனித் தனிப் பிரிவுகளாகவே, தனித்தனி கலாச்சாரத்தைப் பத்திரமா காப்பாற்றி வருகிறோம். கொஞ்சம் அதிக பத்திரமாவே காப்பாத்திக்கொண்டு வருகிறோம் என்று நினைக்கிறேன். வடக்கிலேயும், கிழக்கிலேயும் தனி ராஜ்யங்களாகவே தொன்றுதொட்டு இருந்ததாலே இருக்கலாம். பிரிட்டிஷ்காரன் வந்தான். இணையாமல் வாழ்ந்து வந்த இனங்களை ஒரே அமைப்புக்குக் கீழ் கொண்டுவந்தான். ஆங்கிலம் போதிச்சான். ஆங்கிலம் படிச்சவனுக்கு வேலைவாய்ப்புக் கொடுத்தான். நம்ம வடபகுதி வறண்ட பூமி, வானம் பார்த்த பூமி. பயிரை வளர்ப்பதைவிட மூளையை வளர்ப்பது நமக்குச் சுலபம். படிப்புதான் நமக்கு மூலதனம். யாழ்ப்பாணத் தமிழர்கள் எல்லாருக்கும் பக்கென்று படிப்பு வந்த மாதிரி சிக்கென்று வேலைவாய்ப்பு அரசாங்கத்திலே கிடைச்சது. பதவி உயர்வு வந்தது. பிரிட்டிஷ்காரன் இன்னொரு வேலையும் செய்தான். பல ஆயிரம் தழிழர்களை இந்தியாவிலிருந்து இங்கே குடியேற்றினான். தோட்ட வேலைக்கு. அடிமைகளைப்போல வாழ்ந்த அவர்களுடைய எண்ணிக்கை இன்றைக்கு ஜனத்தொகையிலே ஒன்பது சதவீதம். கேவலமான வாழ்க்கை வாழ்ந்தாலும், நம்ம ஜனங்கள அவர்களுடன் சினேகிதமா இல்லாவிட்டாலும், தங்களுடைய யூனியன் பலத்தினாலே அவர்கள் சார்பிலே தமிழர்கள் பாராளுமன்றத்துக்கு அனுப்பி வைக்க முடிந்தது. இந்தத் தீவுக்குச் சுதந்திரம் கிடைச்சபோது சிங்களனும், தமிழனும் சம உரிமையோடு சேர்ந்து வாழ்வது

என்கிற அடிப்படைக் கருத்தோடுதான், நம்பிக்கையோடுதான் இயங்க ஆரம்பித்தோம். ஆனால் நம் சிறுபான்மையோர் என்கிற எண்ணம் சிங்களவர்களுக்கு வந்துவிட்டது. நமக்குக் கிடைக்க வேண்டிய அந்தஸ்தைவிட அதிகமாகக் கிடைத்துவிட்டதாகத் தோன்றிவிட்டது. நமது பலத்தைக் குறைக்க இந்தியத் தமிழகத் தமிழர்களின் பிரஜா உரிமையை முதலில் பறித்தார்கள். நம்மவர் சிலர் அதைப் பலமாக எதிர்த்தாலும், பதவியில் இருந்த பல இலங்கைத் தமிழர்கள் பின்னால் நம்மையே இது பாதிக்கப்போகிறது என்கிற நினைப்பு இல்லாமல் பேசாமல் இருந்தார்கள். சிங்கள அரசு அதோடு சும்மா இல்லை. சிங்களம் மட்டுமே அரசு மொழி என்றாக்கியது. சிங்களப் படித்தவனுக்கு மட்டுமே வேலைவாய்ப்பு உண்டு. உன் அப்பா அதனாலேதானே கொழும்பு வேலையை விட்டு வந்தார்? அதோடு இப்பொழுது கல்லூரிகளிலே தரப்படுத்துதல் சட்டம் வந்துவிட்டது. தமிழ் மாணவன் நல்ல எண்ணிக்கை வாங்கியிருந்தாலும், குறைந்த எண்ணிக்கை வாங்கின சிங்கள மாணவனுக்குதான் இடம் கிடைக்கும். இப்படி ஒவ்வொரு விதத்திலேயும் அரசு நம்மை ஏன் ஒடுக்கப் பார்க்கிறது?"

"ஏன்? நாம் என்ன தப்பு செஞ்சோம்?" ராசமாணிக்கம் அவன் கையைப் பற்றிக்கொண்டார் ஆதரவாக. இவனுக்கு எப்படிச் சொன்னால் புரியும் என்று யோசிப்பவர் போல மெல்லச் சொன்னார்.

"இப்ப இருக்கும் சமூக அரசியல் அமைப்பிலே நாம் சிறுபான்மையாப் போனதுதான் காரணம். துரதிர்ஷ்டவசமா ரொம்பப் பிற்போக்கு எண்ணங்கொண்ட பௌத்த மடாதிபதிகளுடைய ஆதிக்கம் அரசியல்லே அதிகமா இருக்கு. பல புராணக்கதைகளை இப்பவும் சொல்லித் தமிழனால் தங்கள் கலாசாரத்துக்கும், மொழிக்கும் அபாயம் என்ற எண்ணத்தைப் பரப்பி, அரசியலையும் அந்த எண்ணத்துக்குப் பணிய வைத்திருக்கார்கள். அரசியல்வாதிகளுக்கும் அந்த எண்ணம் சாதகமானது. அதனால்தான் நமக்கு எதிராவே ஒவ்வொரு காரியம் நடக்கிறது. கிழக்குப் பகுதி, தமிழ்ப் பகுதியாவே எப்பவும் இருக்கு. அங்கே நம்ம பலம் குறையணும் என்று சிங்களவர்களைத்

திட்டமிட்டுக் குடியேற்றி வருகிறார்கள். அரசியலிலே மதமும் தீவிரமாப் புகுந்தால் இப்படிப்பட்ட விளைவுகள்தான் வரும் தம்பி!"

விருக்கென்று ஜயசீலன் எழுந்தான். "எங்கே தம்பி கிளம்பினே?"

"எனக்கு அலுத்துப்போச்சு உங்கள் பேச்சு. இந்த விளக்கங்கள்னாலே நமக்கு என்ன லாபம்? அடிவாங்கிக் கொண்டுதானே உட்கார்ந்திருக்கோம்? இண்டைக்குக் கண்ணால நான் பார்த்தேன், அமைதியா உட்கார்ந்திருந்த ஜனங்கள் அடிபட்டுச் செத்ததை கண் முன்னாலே பார்த்தேன், பொன்னம்பலம் மாமா..."

அவனுக்குத் துக்கம் தொண்டையை அடைத்தது. கண்களில் நீர் மூட்டி நின்றது. அவர் அருகில் வந்து அவனை அணைத்துக்கொண்டார்.

"எங்கள் எதிர்ப்பைக் காட்டிக்கொண்டுதான் இருக்கோம் தம்பி... பொறுமை வேணும். ஆயுதமே ஏந்தாமல் பட்டினிப் போராட்டத்தாலேயே ஒரு பெரிய வல்லரசைப் பணிய வைத்தார் காந்தியடிகள். உனக்குத் தெரியுமா?"

அவன் கூர்மையாக அவரைப் பார்த்தான்.

"நீங்கள் எல்லாம் காந்தியடிகள் இல்லே. உங்க பட்டினிப் போராட்டத்தாலே எதுவும் நடக்கப் போறதில்லே!"

அவன் மறுவிநாடி அங்கு நிற்காமல் சைக்கிள் மேல் அமர்ந்து விரைந்தான்.

அன்றிரவு ஜஸ்டின் அவனை ரகசியமாக அழைத்துச் சொன்னான்.

"நேற்று மாநாட்டிலே நடந்த சாவுகளுக்குக் காரணமான போலீஸ் அதிகாரி சந்திரசேகராவையும், தமிழினத் துரோகி மேயர் துரையப்பாவையும் தீர்த்துக்கட்ட மாணவர் இயக்கம் தீர்மானம் செய்திருக்கு. அதிலே தேவநேசனும் இருக்கான்."

***

அத்தியாயம்

7

கதவு பலமாகத் தட்டப்படும் ஓசை கேட்டு, ஜயசீலன் திடுக்கிட்டு விழித்துக்கொண்டான். எங்கும் கும்மிருட்டு, இந்த நடுநிசியில் யார் தட்டுவது. தட்டலில் ஓர் அவசரம் தொனித்தது. தேவநேசனாக இருக்குமோ?

அவன் விருக்கென்று எழுந்தான் நடையில் இருந்த விளக்கைப் போட்டபடி அப்பா நின்றார்.

"நீ இரு இங்கேயே!" என்று கீழ்க்குரலில் அதட்டல் போட்டார்.

அதற்குள் படபடவென்று மீண்டும் கதவு தட்டப்பட்டது.

அப்பா பதற்றத்துடன் கதவைத் திறந்தார். கதவிடுக்கின் வழியாக, தெரு விளக்கின் ஒளியில் நாலைந்து போலீஸ் தலைகள் நிழலுருவமாகத் தெரிந்தன.

சிங்களத்தில் அவர்கள் ஏதோ கேட்டார்கள். அப்பா இல்லையென்று தலையசைத்தார். அவரை இடித்துத் தள்ளிக்கொண்டு அவர்கள் திமுதிமுவென்று உள்ளே நுழைந்தார்கள். ஒவ்வொரு அறையாக விளக்கை ஏற்றிப் பார்த்தார்கள். ஜயசீலனைக் கண்டதும் அவனுடைய கழுத்தை நெக்கி,

"உன் பெயரென்ன?" என்று அதட்டினார்கள்.

அவனுக்கு நா உலர்ந்து போயிற்று. "ஜயசீலன்" என்றான் மெல்லிய குரலில்.

"உன் அண்ணன் எங்கே?"

“தெரியாது!”

பளாரென்று அவன் கன்னத்தில் ஓர் அறை விழுந்தது. ஒரு வினாடி பொறிகலங்கிப் போயிற்று.

“உம் மகனை எங்கே பதுக்கி வெச்சிருக்கே?”

“என் மகன் வீட்டிற்கு வந்து நான்கு நாட்கள் ஆகிறது ஐயா! எங்கிருக்கான் என்று தெரியாது!”

“அப்ப இதை வாங்கிக்கோ.”

“அம்மாடி!”

அவன் காணச் சகிக்காமல் முகத்தைத் திருப்பிக்கொண்டான்.

கிட்டத்தட்ட இருபது நிமிஷ அமளிக்குப் பின் அவர்கள் அகன்றதும், புயல் ஓய்ந்ததுபோல் இருந்தது.

அம்மா அப்பாவின் அருகில் அமர்ந்து, ஏதோ புலம்பியபடியே அழ ஆரம்பித்தாள். அவன் பேசாமல் தன் அறைக்குச் சென்று படுத்துக்கொண்டான். கன்னம் இன்றும் சுரீரென்று வலித்தது. அடிவயிற்றிலிருந்து சுருண்டெழுந்த அவமானம் கண்களில் நீராய் முட்டிற்று.

அண்ணனைத் தேடுகிறார்கள்.

ஜஸ்டின் சொன்ன விஷயத்துக்கும், இதற்கும் ஏதோ சம்பந்தம் இருக்க வேண்டும்; நிச்சயம் ஏதோ நடந்திருக்க வேண்டும்.

அவனுக்கு இதயம் வெகு வேகமாக அடித்துக்கொண்டது. போட்ட திட்டத்தைத் தேவாவும், அவனது தோழர்களும் நிறைவேற்றியிருப்பார்களோ? பிறகு பதுங்கியிருப்பார்களோ?

அப்படித்தான் நடந்திருக்க வேண்டும். இந்தப் போலீஸ் விஷயத்துக்கு அதுதான் காரணம். விவரம் முழுவதுமாகப் பிரக்ஞையைத் தாக்கியதும் அவன் வெலவெலத்துப் போனான்.

அண்ணன் பிடிபட்டுப்போனால் என்ன ஆகும்?

நினைத்துப் பார்க்கவே அவனுக்குக் கதிகலங்கிற்று.

தேவாவுக்குத் தெரியும், தனக்கு என்ன நேரும் என்று சாவுக்குத் துணிந்தே அப்படிப் போயிருக்கிறான். எத்தனை பெரிய விஷயம் அது!

சற்று முன்னால் போலீஸ்காரன் கழுத்தை நெக்கியதும், தன்னுள் ஏற்பட்ட பீதியை நினைத்துப் பார்த்தான். அவமானமும், கோபமும் சேர்ந்து எழுந்தன.

நானாவது பொடியன். அப்பாவை எப்படி அடித்தார்கள்!

இவர்கள் எல்லாம் நம்மை என்னவென்று நினைத்து விட்டார்கள்.

'பொறுமை வேணும் தம்பி' என்கிறார் ராசமாணிக்கம் மாமா.

அவன் பெரியவர்கள் சொல்லக் கேட்டிருக்கிறான். முன்பு பொறுமையாகக் கொழும்பு கச்சேரியின் முன் அரசுக்கொள்கைகளையும், சாஸனத்தையும் எரித்துச் சத்தியாக்கிரகம் செய்தபோதும், சிங்களப் போலீஸ் ஈவிரக்கமில்லாமல் தடியடிப் பிரயோகம் செய்ததாம். முறையாகச் செய்த ஒப்பந்தங்கள் எதையும் அரசு நிறைவேற்றவில்லையாம். அதோடு அப்பாவி ஜனங்களின்மீது காட்டும் மூர்க்கத்தனம்.

இதற்கெல்லாம் எப்படிப் பொறுமையாக இருப்பது?

இரவு தூங்காமலே கழிந்தது. மறுநாள் விடிந்ததுமே ஜஸ்டினின் அப்பா செல்வநாயகம் தினசரித் தாளைத் தூக்கிக்கொண்டு வந்தார்.

"பார்த்தீரா குகதாசன். நா நினைச்சேன். இப்படியெல்லாம் எதிர்ப்பும் ஆரம்பிக்கும் எண்டு..."

அப்பாவின் முகம் பேயறைந்ததைப்போல் ஆயிற்று.

"என்ன விஷயம்?"

"போலீஸ் அதிகாரி சந்திரசேகராவைச் சில பொடியன்கள் கொலை செய்ய முயன்றதாகவும், பிறகு தலைமறைவாகிப் போனதாகவும் செய்தி வந்திருக்கு. பொடியன்களைப் போலீஸ் தேடுகிறதாம்!"

அப்பா பதிலே சொல்லவில்லை. செல்வநாயகத்தின் கையிலிருந்த தாளைப் பிடுங்கிக்கொண்டு அதற்குள் முகத்தை மறைத்துக்கொண்டார். சற்றுப் பொறுத்துத் தாளை மடித்துக்கொடுத்து முகத்தைத் துண்டால் துடைத்துக்கொண்டார்.

நேற்று இங்கு போலீஸ் வந்த விவரம் தெரிந்தே ஜஸ்டினின் அப்பா வந்திருக்க வேண்டும் என்று ஜயசீலன் நினைத்துக்கொண்டான்.

"தேவநேசன் வீட்டிலே இருக்கானா?"

"இல்லையே, ஒரு கிழமையாச்சு போய். எனக்கு அவனைப் பற்றிக் கவலைப்படக்கூட சக்தி இல்லாமபோய் விட்டது செல்வநாயகம்?"

செல்வநாயகம் தலையைக் குனிந்துகொண்டு பெருமூச்சு விட்டார்.

"நிலைமை ரொம்ப சீர்கெட்டுப் போய்க்கொண்டிருக்கு குகதாசன். பொடியன்களை இனி கட்டுப்படுத்துவது கஷ்டம்."

"என்ன சீர்கெட்டுப் போனாலும் வன்முறைக்குத் துணியலாமா செல்வநாயகம்?"

ஒரு மூலைக்கு விரட்டப்பட்ட நிலையிலே அப்படிப்பட்ட துணிச்சல்தான் வரும் குகதாசன். அரசு வன்முறையால் அடக்கப் பார்த்தால், வன்முறையால்தான் எதிர்ப்புக் கிளம்பும். சரியோ, தப்போ, இது தவிர்க்க முடியாத விளைவாப் போயிட்டது. நீயும், நானும் இப்பக் கையாலாகாதவர்கள். உன் மகனோ, என் மகனோ கேட்கிற கேள்விக்கு நம்மால் பதில் சொல்ல முடியுமா? அரசாங்கத்துடைய தரப்படுத்துதல் முறையிலே தேவநேசனுக்குக் கல்லூரியிலே இடம் கிடைக்கல்லே. எதிர்காலமே அவனுக்குப் போச்சு. உன்னாலே ஏதாவது செய்ய முடிஞ்சுதா? நாளைக்கு ஜஸ்டினுக்கும் இதே பிரச்சினைதான் வரும்."

அப்பா பதிலே சொல்லவில்லை. தனக்கு இதெல்லாம் சம்மதமில்லை என்பதுபோல் தலையைக் குறுக்காக ஆட்டிக் கொண்டிருந்தார். நேற்று இரவு போலீஸ் வந்து சோதனை செய்ததை

வாயைத் திறந்து சொல்லவில்லை, அவர்களிடம் அடிபட்டது மட்டும் அவமானமில்லை. தேவநேசனுடைய போக்கும் அவருக்கு அவமானம் என்று ஜயசீலன் நினைத்துக்கொண்டான். ஜஸ்டினுடைய அப்பாவின் வாதம் நியாயமானதாகப் பட்டது. அப்பா ஒரு பயங்கொள்ளி என்று தோன்றிற்று.

அன்று மாலை ஜஸ்டின் அவனை 'கடற்கரைச் சாலைப் பக்கம் நடப்போம் வா' என்று அழைத்துக்கொண்டு போனான். கூட சீலியாவும் இருந்தது காரணம் புரியாத உற்சாகத்தை அளித்தது.

இரண்டு வயதே அவர்களைவிடப் பெரியவனாக இருந்தும், அவர்களைவிட அதிக உலக ஞானம் உடையவன் என்கிற கணிப்பில் ஜஸ்டின் சற்று மெதப்பான பாவனையில் இருந்தான்.

“சிவகுமாரன் என்ற ஆளைப் பற்றிக் கேள்விப்பட்டிருக்கிறாயா?” என்றான்.

“ஊஹூம்” என்று ஜயசீலன் உதட்டைப் பிதுக்கினான்.

“சிவகுமாரனைத் தெரியாத ஒரு தமிழ்ப் பொடியன் இருக்க முடியுமா?”

ஜயசீலனுக்கு அவமானமாக இருந்தது. தேவநேசன் தன்னை இன்னமும் சிறுபிள்ளையாகப் பாவித்து, எதுவுமே தெரிவிக்காமல் இருப்பதை நினைத்துக் கோபம் வந்தது.

“இரண்டு வருஷம் கழிச்சு எங்களுக்கும் நிறைய தெரிய வரும். இப்ப நீ விஷயத்துக்கு வா!” என்று சீலியா முணுமுணுத்தாள்.

“மாணவர் இயக்கத்துக்கு இந்த சிவகுமாரன்தான் தலைவர். ஆயுதம் ஏந்தித்தான் இனிமேல் போராடணும். வேறு வழியில்லே என்ற தீர்மானத்துக்கு வந்தவர், நேற்று ரொம்பப் பெரிய விஷயம் நடந்துபோச்சு.”

“என்ன?” என்றான் ஜயசீலன் ஜாக்கிரதையாக.

“அண்டைக்கு நான் சொல்ல இல்லே. சந்திரசேகராவையும், துரையப்பாவையும் தீர்த்துக்கட்ட முடிவு செய்திருக்கான்கள்

என்று. இரண்டு நாட்கள் முன்னாலே தெல்லிப்பளைக்கு சந்திரசேகரா போயிருக்கார் என்று அறிஞ்சு, அங்கே போய் குண்டு வீசியிருக்கான். ஆனால் சந்திரசேகரா தப்பிச்சு யாழ்ப்பாணத்துக்கு வந்துட்டாராம். நேத்து அவர் வேலைக்குப் போகும் சமயம் ஜீப்பை மறிச்சு, குண்டு எறிஞ்சிருக்கான். குண்டு வெடிக்கல்லே. சுழல் துவக்கை எடுத்துச் சுடப் பார்த்திருக்கான். அதுவும் வெடிக்கல்லே. உடனே தப்பி ஓடிட்டானாம். இங்கேதான் யாழ்ப்பாணத்திலே அவன் ஒளிஞ்சிருக்கான் எண்டு போலீஸ் அவன் தலைக்கு விலைபோட்டுத் தேடுகிறதாம். ஆயிரம் போலீஸ் ஆயுதத்தோடு வந்திருக்காம்."

"ஐயய்யோ!" என்றான் ஜயசீலன் பீதியுடன். "அப்ப அவனும், அவனுடைய சகாக்களும் எப்படித் தப்பிப்பான்கள்?"

"கஷ்டம்தான்" என்று ஜஸ்டின் ஒப்புக்கொண்டான். "ஆனால் ஒன்று மட்டும் உறுதி. பிடிபட்டாலும் எதிரி கையால் சாகமாட்டான்."

"எப்படி?"

"அவனண்டை எப்பவும் குப்பியிலே சயனைட்" விஷம் இருக்கும். "பிடிபட்டால் நஞ்சை வாயில் ஊற்றி விழுங்கி விடுவான்கள்."

"ஐயய்யோ!"

ஜயசீலனுக்கு நா உலர்ந்துபோயிற்று. தேவநேசன் சயனைடை வாயில் ஊற்றிக்கொள்வது போல் தோன்றிற்று. கையும், காலும் வெலவெலத்துப் போயின.

"என்ன ஜஸ்டின் நீ!" என்று அண்ணனை அதட்டியபடி சீலியா ஜயசீலனின் கையைப் பிடித்துக்கொண்டாள்.

"ஏன் இப்படி இவனைப் பயப்படுத்தறே?"

"இதிலே பயப்பட என்ன இருக்கு?" என்றான் ஜஸ்டின் அலட்சியமாக. "விளைவைப் பத்திப் பயப்படாதவன்தான் புரட்சிக்குத் துணிவான்! புரட்சிக்காரனுக்குத் தன்மானமும் அதிகம்!"

“இந்தப் புரட்சியும் கிரட்சியும் ஜயசீலனுக்கு வேண்டாம். தேவா ஒருத்தன் போதும் அவன் வீட்டுக்கு” என்றாள் சீலியா கண்டிப்பாக.

“அஹ்! இவ பெரிய மனுஷி!” என்று ஜஸ்டின் சிரித்தான். உங்க ரெண்டு பேருக்கும் நாட்டு நடப்பு ஒண்ணும் - தெரிய இல்லே. இதிலிருந்தெல்லாம் இனி நாம் ஒதுங்கியிருக்க முடியாது. பெரியவர்கள் அப்படி இருந்ததால்தான் எதுவும் உருப்படியா நடக்கல்லே. பெண்கள் அணியில் நீகூடச் சேரவேண்டி வரும் சீலியா!”

“அம்மாடி, சீலியா எதிலேயும் சேர வேண்டாம்!” என்றான் ஜயசீலன் அவசரத்துடன்.

“நீங்க மட்டும் தனியான ஒரு உலகத்திலே இருங்கள்!”

“இருக்கோம், உனக்கென்ன?” என்று சீலியா சிரித்து ஜயசீலனின் கையை அழுத்தினாள்.

அந்த அழுந்தலில் ஒரு புதிய நெருக்கம் தெரிந்தது. மீண்டும் ஒரு நூதன உணர்வு அவனுள் ஏற்பட்டது. அடுத்த இரண்டு நாட்களுக்கு அந்த உணர்வும், அது தந்த சுகமும் தாக்குப்பிடித்தன.

மூன்றாம் நாள் மீண்டும் நள்ளிரவுக்குமேல் கதவு தட்டப்பட்டது. தட்டலில் தயக்கம் தொனித்தது. ஓசை கேட்கும் முன்பே அவன் உள்ளுணர்வின் உந்துதலில் விருட்டென்று எழுந்துகொண்டான். கூடத்து விளக்கை ஏற்றி அப்பா ஜாக்கிரதையாகக் கதவைத் திறந்தார். சரேலென்று ஓர் இளைஞன் உள்ளே நுழைந்தான்.

“யார் நீ?” என்றார் அப்பா அதட்டலாக. திறந்த கதவின் இடைவெளிக்குப் பின்னால் வேறு யாராவது இருக்கிறார்களா என்று நோட்டம் விட்டார்.

இளைஞனின் முகத்தில் சோர்வும், அவசரமும் தெரிந்தன. சாப்பிட்டு இரண்டு நாள் ஆகியிருக்க வேண்டும். கண்களில் மட்டும் ஒரு பளபளப்புத் தெரிந்தது ஜுர வேகம்போல்.

“என் பெயர் சிவகுமாரன், தேவநேசனுடைய நண்பன்” என்றான் அவன் மெல்லிய குரலில்.

“தேவநேசனுக்கு என்ன ஆச்சு?” என்றார் அப்பா பரபரப்புடன்.

“அவனுக்கு ஒன்றும் ஆகல இல்லே, பத்திரமா இருக்கான். எங்களுக்குப் பணம் தேவைப்படுகிறது நீங்கள் கொஞ்சம் கொடுத்து உதவ வேணும்.”

அப்பா சட்டென்று விறைத்துக்கொண்டார்.

“உங்கள் நாச வேலைக்கு என்னால் உதவ முடியாது. பணம் இல்லை. நீ போ இங்கிருந்து” என்றார் கடுமையாக.

“ஐயா, இது நாசவேலை இல்ல. தமிழனுடைய தன்மானப் பிரச்னை.”

“இந்த வாதமெல்லாம் நான் கேட்டுக்கொள்ளத் தயாராயில்லை. என்னால் உதவ முடியாது. நீ போ. நீ இங்கே இருக்க இருக்க எங்களுக்கு ஆபத்து. தேவநேசன் உனக்குத் தெரிஞ்சவன் என்ற காரணத்தாலே ஏற்கெனவே இந்த வீட்டைப் போலீஸ் கண்ணி வெச்சிருக்கு. போய் விடு!”

அப்பா கிட்டத்தட்ட அவனுடைய கழுத்தைப் பிடித்து வெளியேற்றிக் கதவைச் சாத்தினார்.

ஜயசீலன் மூலையில் நிற்பதைப் பார்த்து,

“உனக்கென்னடா இங்கே வேலை போய்ப் படுடா!” என்று அதட்டல் போட்டு உடனடியாக விளக்கை அணைத்தார்.

அம்மாவும், தங்கைகளும் உள்ளறையில் அயர்ந்த தூக்கத்தில் இருந்தார்கள்.

ஜஸ்டினின் கூற்றுப்படி, இன்றைக்கு தமிழ்ப் பொடியன்களுக்கெல்லாம் கதாநாயகனாக விளங்கும் சிவகுமாரனை நேருக்கு நேர் பார்த்ததில் ஜயசீலனின் மேனியில் ஒரு சிலிர்ப்போடிற்று. அப்பா அவனை ரொம்பவும் கடுமையாக நடத்திவிட்டதாகக் கோபம் வந்தது.

ஒரு பொடியன் - தேவநேசனின் வயதுதான் இருக்கும். அவனுக்கு, தன் உயிரைத் துச்சமாக நினைத்துத் தன் இனத்தாரின் மானத்தைக் காக்க ஒரு வேலையில் இறங்குகிறான் என்பது எவ்வளவு பெரிய விஷயம்!

அவனுக்குப் பசியாக வேறு இருந்திருக்கும். சாப்பாட்டிற்காவது பணம் கொடுத்திருக்கலாம். தேவாவும் பட்டினியோடு இருக்கிறானோ என்னவோ.

அவன் சட்டென்று கவனம் கலைந்து எழுந்து உட்கார்ந்தான். ஓசைப்படுத்தாமல் எழுந்து நடந்து கவனித்தபோது கூடத்துச் சுவரோரமாக அப்பா அமர்ந்திருந்தார். கைகளுள் முகத்தைப் புதைத்துத் தேம்பித் தேம்பி அழுது கொண்டிருந்தார்.

***

அத்தியாயம் 8

“ஜயசீலன்! சீலன்!”

மடிமேல் விரித்துக்கிடந்த பாடப் புத்தகத்தைப் பட்டென்று மூடிவைத்து ஜஸ்டினின் குரல் வந்த திசையை நோக்கி, ஜயசீலன் கொல்லைப்புறம் ஓடினான்.

வேலிக்கு அப்பால் நின்றிருந்த ஜஸ்டினின் முகம் உணர்ச்சிவசப்பட்டுப் பளபளத்தது. அருகில் நின்றிருந்த சீலியாவின் முகத்திலும் பரபரப்புத் தெரிந்தது. ஜஸ்டின் எதும் சொல்வதற்கு முன் ஜயசீலனுக்கு அடிவயிறு ஜில்லிட்டது.

“சிவகுமாரன் செத்துப்போயிட்டான் சீலன்!”

“எப்படி?” என்றான் ஜயசீலன் அதிர்ந்து, இரண்டு நாட்களுக்கு முன் சிவகுமாரன் வீட்டுக் கதவை இடித்ததைச் சொல்வதா, வேண்டாமா என்று யோசித்தபடி,

“வேறு எப்படி? ஒரு வீரனைப்போல செத்தான்!”

ஜஸ்டினின் கண்களில் நீர் தரையிட்டது.

“துவக்குக்கு ரவை வாங்கப் பணம் இல்லையாம். பல பேரிடம் பணம் கேட்டிருக்கான். யாரும் உதவ இல்லே. போலீஸ் வளைச்சபோது, நண்பர்களைத் தப்பி ஓடச் சொன்னானாம். இவனும் ஒரு புகையிலைத் தோட்டத்துக்குள் பதுங்கி ஓடியிருக்கான். அறுவடையான இடம் முள்ளோ, கட்டையோ காலில் குத்தி வேகமாக ஓட முடியல்லே. போலீஸ் பிடித்துக்கொண்டது. தொடையைக் கத்தியால் கிழிச்சு

ஸயனைடை ரத்தத்தில் கலக்கப் பார்த்தான். போலீஸ் கத்தியைப் பிடுங்கிக்கிட்டதும் நஞ்சை வாயிலே ஊற்றி விழுங்கிட்டான்."

சிவகுமாரன் கூடவே தானும் ஓடிப் பார்த்ததுபோல் ஜஸ்டின் விவரிக்க, ஜயசீலனுக்குக் குடல் நடுங்கிற்று. அடேயப்பா, எத்தனை தீரன் அந்தச் சிவகுமாரன் என்று ஆச்சரியம் ஏற்பட்டது.

"அவனுடைய சினேகிதர்கள்?"

"எங்கோ பதுங்கி இருக்கான்கள். போலீஸ் அவன்களையும் வளைச்சுப்போடும்."

சற்றுமுன் பிரவாசமாய்ப் பொங்கிய மனம் ஆரவாரமில்லாமல் அடங்கி யதார்த்தத்துக்கு வந்தது. கண்களில் நிரம்பிய நீரை மறைக்க அவன் தலையைக் குனிந்துகொண்டான்.

"தேவநேசன் எங்கேயாவது பத்திரமா இருப்பான் சீலன். கவலைப்படாதே!" என்றாள் சீலியா.

அவளுடைய இதம் அவனை அதிகமாகக் கலக்கிற்று. அழுகை வெடித்துவிடும் போல் இருந்தது. அவன் தன்னைச் சமாளித்துக்கொண்டு ஜஸ்டினைப் பார்த்தான்.

"சும்மா இப்படிக் காரியம் ஆகாமல் பிடிபட்டுச் சாகறதிலே என்ன லாபம், ஜஸ்டின்?"

"நம்ம ஆளுங்களே நமக்கு எதிரிகள். துவக்குக்கு ரவை வாங்கப் பணம் யாரும் கொடுத்து உதவ இல்லே. ரவை இருந்தால் தீர்த்துக் கட்டியிருப்பான். போலீஸ் கையிலே சாகறது அவமானம் எண்டு தன்னையே முடிச்சுக்கிட்டான்."

ஜயசீலன் இன்னும் குழப்பத்துடனேயே நின்றான்.

"தமிழன் இளைச்சவன் இல்லேன்னு நாம ஆயுதமேந்திக் காண்பிச்சா சிங்கள அரசுக்குத் தொந்தரவு. வெறும் பட்டினிப் போராட்டம் செய்த நம்ம பெரியவங்களை இத்தனை நாட்களும் லட்சியமே செய்ய இல்லே. அவங்ககிட்டே ஆயுதம் இல்லே. என்கிற தைரியத்திலே சத்தியாக்கிரகிகளைப் போலீஸ் தடியாலே

மொத்தல்லே? நாம ஏன் இவனண்டை அடி வாங்கணும்? இவனுக்கு நாம் என்ன குறைஞ்சு போனோம்? அதோடு பார், அவன் என்ன தப்புச் செஞ்சாலும் அதுக்கு விளக்கம் கிடையாது. மாநாட்டிலே நடந்த சாவுக்கும், கலவரத்துக்கும் ஒரு விசாரணையும் நடத்த இல்லே. யாருக்கும் தண்டனையும் இல்லே. போன வருஷம் நினைவிருக்கா, தரப்படுத்தல் சட்டத்தை எதிர்த்துத் தமிழ் மாணவர்கள் காலேஜுக்கும், பள்ளிக்கும் போகாமல் ஸ்ட்ரைக் செஞ்சபோது, எத்தனை மாணவர்களைக் கைது செய்துகொண்டு போனார்கள்? இன்னும் கனபேர் சிறையிலே இருக்கான்கள். வெளியிலே விடப்பட்டவன்களும் எந்தக் குற்றமும் ருசு ஆகாமல் விடுதலையானவர்கள். அவசர நிலைமைன்னு ஒரு நிலையை வெச்சுப் போலீஸ் என்ன வேணுமானாலும் செய்ய அதிகாரம் கொடுத்திருக்கு அரசு. இந்த மாதிரியான நிலையிலே பட்டினிப் போராட்டத்தாலே என்ன நடக்கும்? நாம ஆயுதம் ஏந்தினால்தான் தமிழனுக்கும் கொஞ்சம் ரோஷம் உண்டு என்கிறது அரசுக்கு விளங்கும்."

ஜயசீலனுக்கே இப்பொழுது மெல்ல மெல்ல எல்லாம் விளங்குவதுபோல் இருந்தது. அடேயப்பா, இந்த ஜஸ்டின் என்னமாய் எல்லா விஷயங்களையும் பிட்டுப் பிட்டு வைக்கிறான்! தேவநேசனின் காரியம் எல்லாமே ரகசியமானது. அவன் எந்த அரசியலையும் அவனிடம் விளக்கியதில்லை. ஆனால், ஜஸ்டின் வெறும் பேச்சாளி. காரியம் என்று வந்தால் ஒதுங்கிவிடுவான் என்று தோன்றிற்று. மற்ற பொடியன்கள் போராட்டத்தில் செத்தால் அவர்களுக்கு இரங்கல் செலுத்த இவன் சரியான ஆள்.

"ஜயசீலன்!"

உள்ளேயிருந்து வந்த அம்மாவின் குரல் கேட்டு அவன் சுயநினைவுக்கு வந்தான்.

"பார்த்துக் கொண்டேயிரு. இன்னும் கொஞ்ச நாட்களிலே சந்திரசேகராவையும், துரையப்பாவையும் சிவகுமாரனுடைய சினேகிதர்கள் தீர்த்துக்கட்டிப்பிடுவான்கள்."

ஜஸ்டினின் பேச்சுக்கு மறுமொழி ஏதும் சொல்லாமல் அவன் உள்ளே சென்றான்.

சமையல் அறையில் அம்மா இரண்டு கோப்பைகளில் தேநீரை நிரப்பிக் கொண்டிருந்தாள். அவனைப் பார்த்ததும், “என்ன எப்பப் பார்த்தாலும் அந்த ஜஸ்டினோடு பேச்சு?” என்று சிடுசிடுத்தாள்.

“ராசமாணிக்கம் ஐயா வந்திருக்கார். இந்தத் தேத்தண்ணியைக் கொண்டுபோய்க் கொடு” என்றாள்.

அவன் பதில் ஏதும் சொல்லாமல் தன்னுடைய பொங்கிய கண்களை அம்மா பார்த்து விடக்கூடாது என்கிற எச்சரிக்கையுடன் தலையைக் குனிந்தபடி கோப்பைகளை எடுத்துக்கொண்டு கூடத்துக்குச் சென்றான்.

ராசமாணிக்கமும், அப்பாவும் தீவிரப்பேச்சில் இருந்தார்கள்.

“எனக்கும் போகிற போக்கைக் கண்டு பயமாத்தான் இருக்கு, குகதாஸன்! குழப்பமாகவும் இருக்கு. இரண்டு நாட்கள் முன்பு செல்வநாயகத்தைப் பார்த்தேன்.”

“யார்? தமிழ்த்தந்தை செல்வாவா?”

“ஆமாம், அவரே ரொம்பச் சோர்ந்து போய்விட்டார். நம்ம அரசியல்வாதிகளிலே அவர் ஒருத்தர்தான் தீர்க்கதரிசி. தமிழருக்கு ஆதரவான சாஸனம் அமைக்க அவரும் படாத பாடுபட்டார். இரண்டு ஒப்பந்தம் கொண்டு வந்தார். ஆனா நடைமுறையிலே அரசு எதையும் அமுலாக்க இல்லையே!”

“சிங்கள அரசுக்குப் புத்த பிக்குகளையும், சில கட்சி எதிர்ப்புக்களையும் அடக்கத் தெரியல்லே ஐயா.”

“அரசியல் விளையாட்டிலே அப்படி இருக்கிறதுதான் அவர்களுக்குச் சாதகம்!” என்றார் ராசமாணிக்கம் கசப்புடன். “மக்களுடைய எதிர்கால நலத்தைப் பற்றி யாருக்கு குகதாஸன் உண்மையான கவலை இருக்கு? சுதந்திரம் கிடைக்கிற நேரத்திலே நம்ம ஆள் ஜி.ஜி. பொன்னப்பலத்துக்கு நல்ல செல்வாக்கிருந்தது.

அப்பவே அரசியல் சாசனத்தில் சிறுபான்மை மக்களுக்குச் சம உரிமையும், தமிழ் மொழிக்குச் சம அந்தஸ்தும், இந்தியத் தமிழர்களுக்குப் பிரஜா உரிமையும் நிச்சயப்படுத்தியிருக்கணும். பிரிட்டிஷ் அரசு ஒத்துக்கொண்டிருக்கும், ஆனா எதையும் செய்யல்லே. ஏன்? பதவி ஆசை. பெரும்பான்மை சிங்களக் கட்சியோடு சேர்ந்தால் பிரதம மந்திரி ஆகலாம் என்று!"

"அதெல்லாம் பழைய கதை ஐயா!" என்று அப்பா முணுமுணுத்தார்.

"அதிலே தப்புச் செஞ்சதாலேதானே பிறகு எதையும் நிறைவேற்ற முடியாமல் போச்சு! அதோடு தமிழ்த் தலைவர்களுக்கு நடுவிலே போட்டாப் போட்டி வேறு. அவரவரும் தங்களுடைய முக்கியத்துவதைக் காப்பாற்றிக்கொள்ளும் கவலை. அதனாலேதான் தோட்டத் தமிழருக்குப் பிரஜா உரிமை பறிக்கப்பட்டபோது ஒண்ணும் செய்ய இயலாமல் இருந்தோம்! மனுஷத்தனம் உள்ள எவனும் ஜீரணிக்க முடியாத அநியாயம் அது எண்டு எல்லாரும் உணரவேயில்லே. ஏன்னா தோட்டத் தமிழரை எண்டைக்கும் நம்மைச் சேர்ந்த ஆளுங்களா நாம நினைச்சதில்லே. கள்ளத் தோணிப் பயல்கள் எண்டு நமக்கு அலட்சியம். நம்மைவிட எண்ணிக்கையிலே அதிகமான அவங்களுக்குப் பிரஜா உரிமை போனது அரசியல் ரீதியிலே நம்மைப் பலவீனப்படுத்திவிட்டது எண்டு தெளிவான பிறகுதான் விழிப்பு வந்தது. பாராளுமன்றத்திலே தமிழர்களுக்குப் பிரதிநிதித்துவம் குறைஞ்சுபோச்சு. நம்ம எதிர்ப்பு எதுக்கும் பலமில்லாம போச்சு."

சற்றுநேரம் இருவரும் பேசவே இல்லை.

"நமக்குள்ளே ஜாதிப் பெருமையும், திமிரும், பேதமும் அதிகம் குகதாஸன். அதுக்குத் தண்டனையை அனுபவிக்கிறோம். முஸ்லிம் தமிழர்களுக்கும், நமக்கும் ஒட்டுதல் இல்லே. சரித்திர காலத்து ஈழத் தமிழ்ப் பெருமையைப் பேசிக்கொண்டிருக்கோம். இந்தப் பேச்சினாலே மற்ற தமிழர்களை அன்னியப்படுத்தறோம். நம்ம அரசியல்வாதிகளுக்கும் ஒன்றிரண்டு பேரைத் தவிர

அரசியல் நோக்கு இல்லே. அப்படியிருக்க மக்களுக்கு எப்படிப்பட்ட அரசியல் அறிவோ, ஞானமோ இருக்கும்? உணர்ச்சிவசப்படத்தான் தெரியும்!"

"செல்வநாயகத்தைப் பற்றி ஏதோ சொல்ல வந்தீரே ஐயா?"

"ஆ, ஆமாம். மனுஷன் ரொம்பத் தளர்ந்து போயிட்டார். உடல்நிலை வேறு சரியில்லை. எடுத்த காரியம் எதுவும் நடக்கல்லே. அரசுடைய பதில் எல்லாம் 'சிப்பிலி ஆட்டற' வேலையாயிருக்கு. அவரே வாயைத் திறந்து இண்டைக்கு என்ன சொன்னார் தெரியுமா?"

"என்ன ஐயா?"

"பேனாவைப் பிடிக்கிற கை துவக்கைப் பிடிக்கப்போகிற நாள் வெகுதூரத்தில் இல்லை எண்டு சொன்னார்!"

"அந்தக் கிழவரா அப்படிச் சொன்னார்?"

"ஆமாம் என்கிறேன்! சமாதானமாப் போகிற வழியே இல்லே எண்டு அவரே நினைக்க ஆரம்பிச்சிருக்கார். உண்மையாச் சொல்றேன் குகதாஸன், அவர் பேச்சைக் கேட்டுக் கொஞ்சம் அதிர்ந்துதான் போனேன். அரசுடைய பிடிவாதமும், பொடியன்களுடைய போக்கும் அவருக்கு அப்படிப்பட்ட எண்ணத்தை ஏற்படுத்தியிருக்கும். உடல்நிலை வேறு சரியில்லே. எதிர்காலத்துக்கு ஒரு பாதையைக் காண்பிக்கணும் என்று கிழவருக்குப் பயம் தோன்றிவிட்டது என்று நினைக்கிறேன். வரப்போகிற இடைத் தேர்தலுக்கு நேற்று விட்டிருக்கிற அறிக்கையைப் பார்த்தீரா"

"இல்லையே?"

"தமிழருக்குத் தனி நாடு வேணும் என்கிற அறிக்கை விட்டிருக்கிறார்கள். யாரோ தாம்பாளத்தில் வைத்துக் கொடுத்துவிடப் போகிற மாதிரி!"

"எனக்கு எதுவும் புலப்படல்லே ஐயா! கண்ணைக் கட்டிக் காட்டிலே நிற்கிறதுபோல் இருக்கு."

“எனக்கும் ஒண்ணும் புரியல்லே குகதாஸன். அரசினுடைய அடக்குமுறை எல்லை மீறிக்கொண்டு வருகிறது. இந்த நிலையிலே நான் ஊர் ஊராய்ப் போய் அஹிம்ஸாவாதத்தைப் போதிச்சா என்னைப் பித்தன் எண்டுதான் நம்ம பொடியன்கள் நினைக்கிறான்கள். அவர்களுக்கு நல்ல எதிர்காலத்தைக் கொடுக்க நாமும் வகையில்லாமல் உட்கார்ந்திருக்கோம். அவர்களுடைய நல்லெண்ணத்தைச் சம்பாதித்துக் கொள்ளணும் எண்டு அரசியல்வாதிகள் விடுக்கிற அறிக்கைகளும், உறுதிமொழிகளும் சரியான கேலிக்கூத்தாகத்தான் போகப்போகிறது!”

“பிரிவினை கோரினால் அரசு நம்ம நிலைமையைப் புரிந்துகொண்டு கொஞ்சம் சலுகைகளாவது கொடுக்கும் எண்டு எதிர்பார்க்கிறார்கள் நம்ம ஐக்கிய முன்னணிக்காரர்கள்.”

“இண்டைக்கு எழுதித் தரேன்” என்றார் அப்பா பதற்றத்துடன். “அரசு இன்னும் மூர்க்கமாய்த்தான் நடந்துகொள்ளும். பிரிவினை கேட்கிறோம் என்கிற காரணத்தை வெச்சே உலக அரங்கிலே தனக்குப் பலம் சேர்க்கும். சுள்ளிக்குத் தீ வைக்கிற சமாசாரம்தான் இது. இந்தக் கோரிக்கை கொடுக்கிற தைரியத்தைக்கொண்டே நம்ம பொடியன்களும் ஆயுதம் கொண்டுதான் அதை நிறைவேற்ற முடியும்னு போவான்கள்!”

“ஆயுதம் ஏந்தறதிலே ஒரு கிளுகிளுப்பு இருக்கு குகதாஸன். தினம் தினம் விவரம் தெரிஞ்ச நாளிலிருந்து அரசுடைய அடாவடித்தனத்தைப் பார்த்து வருகிற பொடியன்களுக்கு அஹிம்ஸாவாதம் ஏற்குமா சொல்லுங்கள்?”

“நீங்கள் என்ன காரணம் சொன்னாலும் எனக்குச் சமாதானமாகாது ஐயா. பயங்கரப் பரிசோதனை இது. பழுத்த அரசியல்வாதிகள் தங்களாவே எதையும் சாதிக்கமுடியாத ஏமாற்றத்தை இந்தப் பொடியன்களுடைய ஆயுதமேந்தலிலே மறைத்துக்கொள்ளப் பார்க்கிறார்கள். இது தவிர்க்கமுடியாத விளைவு எண்டு சொல்லி மறைமுகமாக ஊக்கப்படுத்துகிறார்கள். இளங்கன்றுக்குப் பயமேது? துவக்கைப் பிடித்தால் வீரன் என்கிற

எண்ணம். வீரம் என்கிறது பயங்கரவாதமா மாற எத்தனை தேசாலம் செல்லும்."

அப்பாவுக்கு ஏதோ ஆவேசமே வந்துவிட்டாற்போலத் தோன்றிற்று. என்னைத் தடுக்க வேண்டாம் என்பதுபோலப் பேசிக்கொண்டு போனார்.

"ஆயுதத்தைப் பிடிக்க ஆரம்பிச்ச பிறகு, அதைக் கீழே வைக்க இயலுமா ஐயா? ஏற்கெனவே எதேச்சதிகாரமா நடக்கிற போலீஸ் இப்ப சும்மா இருக்குமா? இண்டைக்கு அந்தப் பொடியன் தப்பிக்க இயலாமதானே செத்துப்போனான். நாளைக்கு அவனுடைய சகாக்களைப் போலீஸ் கொண்டுபோய்ச் சாகடிக்கும்."

அப்பாவின் குரல் தழுதழுத்துப் போயிற்று.

"நமக்கு வேறு மார்க்கம் தெரிய இல்லே. நம்ம குழந்தைகளைப் பகடைக் காய்களா உருட்டி வேடிக்கை பார்க்கிறோம்!"

திடீரென்று அப்பா உடைந்து போனவராய் விசும்பினார்.

ஜயசீலனுக்குத் திக்கென்றது. மெல்ல எட்டிப் பார்த்தான்.

ராசமாணிக்கம் நாற்காலியிலிருந்து எழுந்து வந்து அப்பாவின் தோளைத் தட்டினார்.

"எண்ட மகனுக்காக நான் அழ இல்லே ஐயா!"

"எனக்கு அது புரிகிறது குகதாஸன். நமக்கெல்லாம் இது ஒரு மோசமான காலம் தான்..."

ராசமாணிக்கம் கிளம்புவதைக் கண்டு ஜயசீலன் வாசலுக்கு வந்தான்.

அவர் அவனைச் சில விநாடிகள் பார்த்து நீண்ட பெருமூச்சு விட்டார்.

"உன் அப்பாவுக்குத் துணையா நீதான் இருக்கணும் ஜயசீலன்."

அவன் பதிலை எதிர்பாராதவர்போல் அவர் கிளம்பிச் சென்றார். உள்ளே அப்பா பெரிய சோகத்தில் இருந்தார்.

தேவநேசன் வீட்டுப்பக்கம் வரவேயில்லை. அவனைப் பற்றிக் கவலைப்பட கிட்டத்தட்டப் பழகிவிட்ட நிலையில் ஒருநாள் திமுதிமுவென்று ஜஸ்டின் ஓடிவந்து செய்தி சொன்னான்.

“புன்னாலையாலிருக்கிற வரதராஜ பெருமாள் கோவில் வாசலில் மேயர் துரையப்பாவைச் சுட்டுக்கொன்று விட்டார்கள். வெள்ளிக்கிழமை அங்கே வருவார் எண்டு தெரிஞ்சு பொடியன்கள் நாலுபேர் காத்திருந்து அவர் வந்ததும், ‘மணி என்ன?’ என்று கேட்டிருக்கான் ஒருத்தன். மணி சொல்லக் கையைத் தூக்கி மணிக்கட்டைப் பார்க்கையில் துவக்கால் வகையாச் சுட்டுட்டான்!”

ஜஸ்டினின் குரலில் கெக்கலிப்பு தொனித்தது.

“பொடியன்கள் துரையப்பாவின் காரிலேயே தப்பிச்சு ஓடிட்டான்கள்!”

மறுநாள் போலீஸ் நூறு யாழ்ப்பாணப் பொடியன்களைக் கைது செய்தது - ஜஸ்டின் உள்பட.

***

அத்தியாயம் 9

டெட்டால் வாசனை நாசியைத் துளைத்து, விசித்திரமான உணர்வை ஏற்படுத்திற்று. ஜயசீலன் உலுக்கப்பட்டவன்போல கண்ணைத் திறந்தான்.

கையில் ஓர் ஆங்கிலப் பத்திரிகையுடன் ஸ்டூலில் அமர்ந்திருந்த பிரபு அவனைப் பார்த்துச் சிரித்தான்.

"ஆ முழிச்சுக்கிட்டியா? தப்பிச்சேன்!"

அவன் என்ன சொல்கிறான் என்று ஜயசீலனுக்கு விளங்கவில்லை. சுற்றிலும் பார்வையைச் சுழற்றியபோது தான் ஓர் ஆஸ்பத்திரியில் இருப்பது தெரிந்தது. எத்தனை நாட்களாக இருக்கிறோம் என்கிற திகைப்புடன் பிரபுவைப் பார்த்தான்.

"எதிலிருந்து தப்பிச்சீர்?"

"இரண்டு நாளா நீ கண்ணைத் திறக்கல்லே. இன்னிக்கும் திறக்கல்லேன்னா கோவிலுக்குப் போய் இருபத்திரண்டு தீர்த்தமாடறதா, சாமியோட ஒரு டீல் வெச்சிருந்தேன். காப்பாத்திட்டார்!"

"உம்மையும்!"

"எம்மையும்!"

பிரபு வாய்விட்டுச் சிரித்தான்.

"யோவ் ஜயசீலன்! இரண்டு நாளா நீ கண்ணை முழிக்கல்லையே தவிர, என்னமாய் ஒரு டயலாக் அடிச்சிருக்கே

தெரியுமா, அதுவும் உன் யாழ்ப்பாணத் தமிழ்லே? எப்படியோ வார்த்தைகளை முன்னும் பின்னுமாக் கோத்து டைரியிலே குறிச்சு வெச்சுக்கிட்டேன். கால்பாகச் சரித்திரம் கிடைச்சிட்டது."

ஜயசீலன் ஆயாசத்துடன் கண்களை மூடிக்கொண்டான். இவன் சொல்வது உண்மையாக இருக்கலாம். மயக்க நிலையில் நான் உளறியதிலிருந்து, இவன் என்ன புரிந்துகொண்டிருக்க முடியும்?

"என்ன ஆச்சு எனக்கு?"

"நல்ல ஜுரம்! நல்லவேளை எனக்கொண்ணும் ஆகல்லே. கேமராவைக் கூடக் காப்பாத்திட்டேன். நீ பார்க்கத்தான் கல்லுளிமங்கனாட்டம் இருக்கியே தவிர, ஆள் ஒரே லொப்பை, எதுவும் தாங்கல்லே உனக்கு!"

"இரண்டு நாளா இங்கேயே உட்கார்ந்திருக்கீரா?"

"ஆமாம்" என்றான் பிரபு லேசாக. "மண்டபம் முகாம்லே உன்னைச் சேர்க்கிற வரை என் பொறுப்பு."

"அது எங்கே இருக்கு?"

"பாம்பன் பாலத்தைத் தாண்டிப் போகணும். இங்கேயிருக்கிற அகதிகள் வரவேற்பு மையத்திலே இருக்கிறவங்க உன்னை அங்கே அனுப்ப ஏற்பாடு செய்வாங்க."

'அகதி' என்கிற வார்த்தையே என்னவோபோல் இருந்தது. எதிலோ தோற்றுப்போன உணர்வை ஏற்படுத்திற்று. அவனை பலவீனப்படுத்திற்று. சீலியாவின் அப்பா கிளப்பிவிட்ட நம்பிக்கையை, அது மயிரிழைதான் என்று தெரிந்தும் கெட்டியாகப் பிடித்துக்கொண்டு வந்தாயிற்று. நினைக்க நினைக்க அவன் எடுத்த முடிவு எத்தனை பைத்தியக்காரத்தனமானது என்று வெட்கமேற்பட்டது. இந்தப் பொடியனுக்குத் தெரியாது. நான் ஒரு கல்லுளிமங்கன் தான்.

"என்ன யோசனை சீலன்?"

"ஒண்டும் விளங்கல்லே" என்றான் அவன் அலுப்புடன். "சொந்த ஊரையும், வீட்டையும் விட்டுப் பரதேசத்திலே அகதி

என்ற அடையாளச் சீட்டோடு இருக்கிறது அத்தனை சந்தோஷ சமாசாரம் இல்லே!"

"சந்தோஷம்னு யார் சொன்னது? உயிருக்குப் பாதுகாப்பு இருக்கும் இல்லே? 'பம்பர்' ஓசை கேட்டுப் பதுங்கு குழியிலே ஒளிய வேண்டிய அவசியமில்லேதானே?"

"அது சரி, அப்படியாவது இந்த உயிரைக் காப்பாத்தணுமா?"

"அப்படிச் சொல்லாதே. உசிருன்னா வெல்லக்கட்டிதான், சொந்த அனுபவத்திலே சொல்றேன்!"

ஜயசீலன் சிரிக்காமல் தலையைக் குனிந்துகொண்டான்.

"என்னுடைய அனுபவம் உமக்கு இல்லே. உயிர் என்கிறதுக்கு மதிப்பே இல்லே இலங்கையிலே. போராளிக்கும் சரி, ராணுவத்துக்கும் சரி."

"அது ஒரு 'இழக்கும் யுத்தம்' ஜயசீலன். அதிலே யாருக்கும் வெற்றி இருக்காது. இரண்டு பேருக்கும் தோல்விதான்."

"நான் இங்கே வந்ததும் அந்தக் காரணத்தால் தான்."

"நீ இங்கே வந்தது ஒரு முக்கியமான காரியத்துக்காக! மறந்துட்டியா?"

"எப்படி மறக்க முடியும்? ஆனா என்னையே ஏமாத்திக்கொள்வதற்காக அதை ஒரு காரணம் என்று நம்பினேனோ என்னவோ!"

"எனக்குப் புரியல்லே!"

"அந்த இடிபாடிலேர்ந்து தப்பிக்க எனக்கு ஒரு காரணம் வேணும். வீட்டுச் சனங்க எல்லாரும் போய், சீலியாவும் போன பிறகு, அங்கே தனியாக இருக்க எனக்குப் பயம். ஆமி காம்பிலேருந்து சீலியா உயிரோடு தப்பியிருப்பான்னு, நான் இண்டைக்கும் நம்பமாட்டேன்."

"ஆனா, உண்மையைச் சொல்லு ஜயசீலன். சீலியாவை மறுபடி பார்ப்போம் என்கிற நம்பிக்கையிலேதானே நீ இருந்தே."

ஜயசீலன் மீண்டும் சோர்வுடன் கண்களை மூடிக்கொண்டான்.

"ஆ அதுக்கென்ன? வெட்கங்கெட்ட ஆசை அது. உயிரைத் தொடர்ந்து வாழறதுக்கு மனசே ஏற்படுத்தின நொண்டிச் சமாதானம்!"

"இதப்பார், நீ இப்படியே பேசிப் பேசி என் மூடை அவுட்டாக்காதே. ஒவ்வொரு பிறப்புக்கும் அர்த்தம் இருக்குன்னு எங்கப்பா சொல்வார்."

"என்ன அர்த்தம் ஐயா!" என்றான் ஜயசீலன் அலுப்புடன். இப்படித்தான் ஒரு பொய்யான மயக்கத்தைத் தமிழ் அரசியல்வாதிகள் பொடியன்களுக்கு உரையேத்தினாங்கள். தமிழின் பெருமை, தமிழரின் பண்டைப் பெருமை, அதைக் காக்க வேண்டிய கடமைன்னு வசனம் பேசி உண்மைகளைக் கவனிக்காம விட்டாங்கள். உண்மைகளைச் சந்திக்க வேண்டிய தருணம் வந்தபோது, பொடியன்களை ஆயுதமேந்தும் நிலைமைக்குத் தள்ளிவிட்டு பத்திரமாத் தப்பிவிட்டாங்கள். பிறவி எடுத்ததற்கான அர்த்தத்தைத் தேடிக்கிட்டு உயிரை விட்ட பொடியன்கள் அநேகம். இது ஒரு வேள்வி எண்ட்ற நினைப்பிலே மற்றவங்களைப் பலியிட்டதும் அநேகம். மெள்ள மெள்ள என்ன காரணத்துக்காகத் துவங்கப்பட்ட போராட்டம் இது என்று மறந்துபோச்சு. உயிர் தப்பறது எப்படின்னு மக்களுக்குக் கவலை. தங்க பலத்தை நிலை நாட்டிக்கறது எப்படின்னு போராளிக்கு வெறி. ஜனத்தொகையிலே பன்னிரண்டு சதவீதக்காரனுக்கு (வடக்கு கிழக்கில் வாழும் தமிழர்களின் சதவீதம்.) இத்தனை திமிரான்னு சிங்களக்காரன் குண்டு வீசறான். தான் பிறவி எடுத்தது சிங்கள மொழியையும், பௌத்த மதத்தையும் காக்கத்தான் என்கிற நினைப்பிலே!"

"சரி விடு... நீ கொஞ்சம் ரிலாக்ஸ் செய்யணும். உடம்பு எப்படி இருக்கு?"

"வடிவாத்தான் இருக்கு."

பிரபு சிரித்தான்.

“அடேயப்பா அதுக்கு இப்படியொரு வார்த்தையா? ரைட்டோ. அக்னி தீர்த்தத்துக்குப் போய்க் கொஞ்சம் உட்கார்ந்துட்டு வரலாமா?”

“ஓ!”

“இரு. பக்கத்திலே ஓர் அருமையான காப்பி ஹோட்டல் இருக்கு. காப்பி வாங்கிட்டு வர்றேன்.”

ஜயசீலன் சற்று எழுந்து உட்கார்ந்தான். உடம்பு இன்னும் பலவீனமாகத்தான் இருந்தது. அது ஓர் அரசாங்க மருத்துவமனை என்று தோன்றிற்று. அடுத்தடுத்து நிறையக் கட்டில்கள் இருந்தன. பொதுவாகச் சுத்தம் தெரியவில்லை. அவனுக்கு யாழ்ப்பாணத்து ஜெனரல் ஆஸ்பத்திரி நினைவுக்கு வந்தது. எப்படிப்பட்ட நெருக்கடியிலும் சுத்தமாக இருக்கும். அதையும் ராணுவம் விட்டுவைக்கவில்லை. போராளிகள் அங்கே ஒளிந்திருக்கிறார்கள் என்கிற பிரமேயத்தில் குண்டு வீசியது, எத்தனை சேதம் அன்று! அதைப்பற்றி ஆஸ்பத்திரியின் தலைவர் டாக்டர் இளங்கோவின் அலுவலக உதவியாளன் பாண்டியன் கதை கதையாகச் சொல்வான். விடுதலைப் புலிகளின் வீரப்பிரதாபங்களைக் கதைக்கும் அதே வேகத்துடன், குண்டுவீசப்பட்ட கட்டத்திலும் தடுமாறாமல் ஆஸ்பத்திரி வேலையைக் கவனித்த டாக்டர் இளங்கோவின் பெருமையையும் பாடுவான். நல்லவேளையாக அவன் போராளிகளின் பெருமையைப் பேசுவதோடு நிறுத்திக்கொண்டான். இல்லாவிட்டால் இன்று யாழ்ப்பாணத்துத் தெருக்களில் மூலைக்கு மூலை தென்படும் புலிகளின் வீரமரணப் பெயர்ப்பட்டியலில் அவனுடைய புகைப்படமும் சேர்த்திருக்கும்.

“இந்தா காப்பி!” என்று ஒரு தம்ளரை நீட்டினான் பிரபு.

“இதுதான் அசல் காப்பி, உங்க ஊரிலே தேயிலைத் தூளைப் போடறமாதிரி காப்பித் தூளைப் போடறீங்களே அது இல்லே? அது கோப்பி!”

ஜயசீலனுக்குச் சிரிப்பு வந்தது. காப்பி ருசியாகத்தான் இருந்தது.

“நீங்கள் என்ன வேணும்னாலும் கதைக்கலாம். இது உங்க ராஜ்யம்!”

“அப்படி வா வழிக்கு. துண்டாலே முகத்தைத் துடைச்சுக்கிட்டு வா. நடக்க முடியுமான்னு பாரு. டாக்டரைக் கேட்டேன் ரொம்பத் தூரம் போக வேண்டாம்னார். ஆட்டோ ரிக்ஷா கொண்டு வந்திருக்கேன். அதிலே போயிட்டு வரலாம்.”

தெருவெல்லாம் சீராக இல்லை. ஆட்டோவில் போகும்போது உடலெல்லாம் நடுங்கிற்று. திடீரென்று சமுத்தரக் காற்று சில்லென்று அடித்தது. சந்திரமுனை திரும்பியதும் சிறிய மணற்பரப்பும், அதற்கப்பால் கருநீலக் கடலும் தெரிந்தன. ஆண்களும் பெண்களுமாக ஒரு சின்னக் கூட்டம் நீராடிக்கொண்டிருந்தது.

பிரபு அவனுடைய கையைப் பிடித்துக் கரையை ஒட்டிக் கட்டப்பட்டிருந்த குட்டைச் சுவரில் உட்கார வைத்தான்.

கடலைப் பார்க்கப் பார்க்க மனத்தில் பலவித உணர்வுகள் அலைமோதின. யாழ்ப்பாணத்தில் கடற்கரைச் சாலையில் நடந்து எத்தனையோ காலமாகிவிட்டது. கலவரங்கள் துவங்கியபின் சாலையையே அடைத்துவிட்டார்கள். முன்பு சீலியாவின் கையைப் பிடித்துக்கொண்டு ஆனந்தமாக ஓடியதெல்லாம் இப்பொழுது கனவாகப் போய்விட்டது. ஜஸ்டினைப் போலீஸ் பிடித்துக்கொண்டு போனதுமே, சீலியா வெளியே செல்வதை அவளுடைய அம்மா தடுத்துவிட்டாள். முக்கியமாக அவனுடன் தனியாகச் செல்வதை. சீலியாவின் தம்பி ஜோஸப் சிறியவன். அவனை நடுவில் வைத்துப் பலமுறை அவர்கள் வீரசிங்கம் ஹால் வரையோ, வாசக சாலை வரையோ நடந்து வருவார்கள். கலவரங்களுக்கும், பீதிக்கும் நடுவிலும் எப்படிப்பட்ட ரம்மியமான நாட்கள் அவை!

“இங்கே தீர்த்தமாடினா குழந்தை இல்லாதவர்களுக்குக் குழந்தை பிறக்கும்னு ஐதீகம்?”

ஜயசீலன் பதில் ஏதும் சொல்லத் தோன்றாமல் நீராடிக்கொண்டிருந்த ஜனக்கும்பலையும், தொலைவில் தென்பட்ட மீனவப் படகுகளையும் வெற்றுப்பார்வை பார்த்தான். அவனுடைய சரித்திரம் வாய்விட்டுச் சொல்லக்கூடிய சரித்திரம்

என்று தோன்றவில்லை. பல ஜன்மத்து நினைவுகள் ஒருசேரக் காட்டாறாய் நெஞ்சில் அலைமோதின. புலன்களை ஸ்தம்பிக்கச் செய்தன. எந்த நினைவு முன்னது, எது பின்னது என்று புரியாத முடிச்சுகளாய் மனத்துள் பின்னின.

நல்லூர் கந்தசாமிக் கோவில் திருவிழாவும், ஊர்வலங்களும், மறியல்களும் - வீட்டு நடுக்கூடத்தில் அதிர்ந்து வரும் போலீஸ் ஜோடுகளும், பிடறியில் நெக்கப்பட்டு வேனில் தள்ளப்படும் பொடியன்களும், பளபளக்கும் கண்களும், ஜூரப்பார்வையும், துவக்கை ஏந்தும் கைகளுமாய் வீட்டை விட்டு, சொந்த வாழ்வை விட்டுச் சொல்லாமல் கொள்ளாமல் வெளியேறும் தேவநேசன்களும், ஜஸ்டின்களும்.

முழங்கால்களுக்குள் முகத்தைப் புதைத்து கண்களை மூடிக்கொண்டாலும், அந்த இருளில் சவங்கள் விழுந்தன ஒவ்வொன்றாக...

"எனக்கு அடிக்கடி ஒரு கனா வருது பிரபு என்றான் அவன் திடீரென்று."

பிரபு நிமிர்ந்து உட்கார்ந்தான்.

"என்ன கனா?"

"மேலே பாம்பர்களின் சத்தம் கேட்டுக்கொண்டேயிருக்கு. நானும், அப்பாவும், அம்மாவும், தங்கைகளும், அண்ணனும் பங்கரில் ஒளிந்துகொள்ள ஓடறோம். பங்கருக்குள் பதுங்கி இருக்கோம். வெளியிலேர்ந்து ராணுவக்காரர்கள் கூப்பிடறான்கள். முதலில் அண்ணனை, அண்ணன் வெளியேறுகிறான் மெள்ள. அவனைச் சுட்டுத் தள்ளுகிறார்கள். அலறிக்கொண்டு அம்மாவும், அப்பாவும் வெளியிலே ஓடுகிறார்கள். அவர்களையும் சுடுகிறார்கள். என் தங்கைகளைக் கூப்பிடுகிறான்கள். நான் உறைந்துகிடக்கறேன் ஐயா, எதுவும் செய்யமாட்டாமல் தங்கைகளும் வெளியேறிச் சுடப்படுகிறார்கள். 'இன்னும் யார் உள்ளே? வெளியே வா' எண்டு குரல் வருது. நான் அசைய

இல்லே. பயத்திலே இறுகிப்போய் நிற்கிறேன். குழியை நோக்கிச் சுடுகிறான்கள். என் காலில் காயம்படுகிறது. பிறகு தொம் தொம்மெண்டு ஒவ்வொரு சடலமா குழிக்குள்ளே விழுகிறது. அந்த சவக் குழியிலே நானும் நிக்கறேன், இன்னொரு சவமா."

சற்றுநேரத்துக்கு இருவரும் பேசவில்லை. நீண்ட நேர அனுதாப மௌனத்திற்குப் பிறகு பிரபு கேட்டான்.

"இது நிஜமான அனுபவமா ஜயசீலன்?"

"எனக்கு ஏற்பட்டதில்லே. பதினாலு வயசுப் பொடியன் ஒருத்தன் சிகிச்சைக்காகப் பரிதித் துறையிலிருந்து ஆஸ்பத்திரிக்கு வந்திருந்தான். அவண்ட கதை. ஆனால் இந்தக் கனா எனக்குத் தினமும் வருது."

இதற்கு என்ன சமாதானம் சொல்வது என்று குழம்பியவனாய்ப் பிரபு அவனுடைய தோளை மெல்லப் பற்றினான். பிறகு மிக மெதுவாகச் சொன்னான்.

"அப்ப சீலியா ஒருத்திதான் மிஞ்சியிருக்கான்னு சொல்லு!"

ஏதோ அமானுஷ்யமான வார்த்தை காதில் விழுந்தாற்போல், ஜயசீலன் திடுக்கிட்டான். பிறகு தன்னைச் சமாளித்துக்கொண்டு சொன்னான்.

"அவ மட்டும் எங்கே மிஞ்சியிருக்கப் போறா!"

"மண்டபத்துக்குப் போகிறவரை பேசாதே."

"அங்கே அவ இருப்பா என்று என்ன நிச்சயம்?"

"அங்கே இல்லேன்னா வேற எங்கேயாவது இருப்பா!" என்றான் பிரபு உறுதியாக.

"உங்க பிரச்னைக்கு ஒரு தீர்வு ஏற்பட்டுப்போச்சுன்னா மறுபடி யாழ்ப்பாணத்திலேயே நீ அவளைச் சந்திக்கலாம்!"

"நீங்க கிண்டல்தான் செய்யறீர். அங்கிருக்கிற நிலைமையைப் பார்த்து உயிரைக் கையிலே பிடிச்சுக்கொண்டு வந்திருக்கீர். தீர்வு ஏற்படும் எண்டு நம்பிக்கை இருக்கா?"

“தீர்வு ஏற்படணும் ஜயசீலன். தீர்வு காண முடியாத பிரச்சனைன்னு ஒண்ணு இருக்கா?”

பிரச்னைக்கு எப்படிப்பட்ட முடிவானாலும் சந்தோஷத்தைக் கொடுக்காது. தமிழர் பாடு அதோ கதிதான். போராளிகள் ஆண்டாலும், சிங்களவர் ஆண்டாலும்!

“அப்படிப்பட்ட நிலைமை ஏற்படாம தடுத்துடுவாங்க. உண்மை நிலவரம் என்னன்னு வெளிப்பேருக்குத் தெரியாம இல்லே. சும்மா பார்த்துண்டு உட்கார மாட்டாங்க.”

ஒரே ஒரு விநாடி நம்பிக்கைக் கீற்றுப் பந்தாக மேலே எழும்பியது. எம்பிய மறுவிநாடி கீழே இறங்கிற்று.

“ஆ, சும்மா கதைப்பாங்க. அவ்வளவுதான். உங்கள் தமிழ்நாட்டு அரசியல்வாதிகள் மேல எனக்கு நம்பிக்கை இல்லை. எங்க பிரச்னை அப்படியே இருக்கிறது அவங்களுக்குச் சாதகம்!”

“இந்த ஊர் அரசியலைப்பத்தி நான் பேசமாட்டேன். நான் தில்லிக்காரன்.”

“தில்லி அரசு மட்டும் என்ன செய்தது?”

“இனிமே காலம் கடத்தாது. ஆதாரபூர்வமா சில விஷயங்கள் பத்திரிகைக்காரன் என்கிற முறையிலே எனக்குத் தெரியும்.”

ஜயசீலனுக்கு நம்பமுடியவில்லை. இதில் ஏதாவது உண்மையிருக்கா? அதனால்தான் இவன் இப்போது துணித்து யாழ்ப்பாணம் சென்றானா? அத்தனை சேதத்தைப் பார்த்தும் நம்பிக்கையுடன் இருக்கிறானா?

சட்டென்று பிரபு விறைத்து உட்கார்ந்தான். ஓர் அங்கமாக அவனுடனேயே இருக்கும் கேமராவை எடுத்துச் சற்றுத் தொலைவில் இருந்த யாரையோ படமெடுத்தான்.

“அதோ பார்... அந்த வெள்ளைச் சட்டையும் பாண்டும் போட்டுக்கிட்டு இரண்டு பேர் நிக்கிறாங்களே. தில்லியிலே அரசாங்க உயர் அதிகாரிகள். அவங்ககூடப் பேசிக்கிட்டு

நிக்கறது உள்ளூர் போலீஸ் இன்ஸ்பெக்டரும், மீனவர் சங்கத் தலைவரும்."

இவருடைய ஆர்வத்தில் எனக்குப் பங்கில்லை என்கிற அன்னியத்தனத்துடன் ஜயசீலன் தன் யோசனையில் மூழ்கிப்போனான்.

***

அத்தியாயம்

10

பிரபுவுக்கு மூக்கில் வியர்த்தது. நிச்சயம் ஏதோ விஷயம் இருக்கிறது. இல்லாவிட்டால், இந்த உயர் அதிகாரிகள் இங்கு இருக்கமாட்டார்கள். ஒருவர் பாதுகாப்புத் துறையில் உயர் அதிகாரி என்று அவருக்குத் தெரியும். தில்லியில் சில முக்கியப்பட்ட மீட்டிங்குகளில் அவரைப் பார்த்திருக்கிறான். இன்னொருவர் கப்பற்படையைச் சேர்ந்தவர். இருவரும் சாதாரண உடையில் இருந்தாலும் அவனுடைய கூரிய பார்வை அவர்களை இனங்கண்டு கொண்டது. அவர்கள் எங்கே தங்கியிருக்கிறார்கள் என்று தெரிந்தால் எப்படியாவது அவர்களுடன் பேச்சுக்கொடுத்து ஒரு கதையை ஜோடிக்கலாம். அவன் பார்த்துக்கொண்டு நிற்கும்போதே அவர்கள் மீனவர் சங்கத் தலைவருடன் கிடுகிடுவென்று நடந்து சென்று சற்றுதொலைவில் நின்றிருந்த ஜீப்பில் தாவி ஏறிக் கிளம்பிப் போய்விட்டார்கள்.

அவன் ஏமாற்றத்துடன் திரும்ப வந்து ஜயசீலனுக்கு அருகில் உட்கார்ந்து கொண்டான். இன்று முடியாவிட்டால் நாளைக்குக் காலை அந்த மீனவர் சங்கத் தலைவரைச் சந்தித்து விசாரிக்க வேண்டும். அதற்குள் அந்த அதிகாரிகள் கிளம்பிப் போய்விடுவார்கள்.

அவனுடைய பத்திரிகை ஆசிரியர் அசோக் மெஹ்தா எமகாதகர். யாரெல்லாமோ தொடர்பு உண்டு அவருக்கு. மற்றவர்களுக்குத் தெரிய வராத விஷயங்கள் அவருக்கு முதலில் தெரிய வந்துவிடும். வடமராச்சிப் பகுதியில் இலங்கை

விமானப்படைத் தாக்குதல் ஆன மறுநாளைக்கு அவனைக் கூப்பிட்டார்.

"ஜாஃப்னாவுக்குப் போகிறாயா?" என்றார்.

அவர் எள் என்பதற்குள் அவன் எண்ணெய் என்றான்.

"குட்! உனக்கு விஸாவுக்கு நான் ஏற்பாடு செய்கிறேன். உன்னைப் பாதுகாத்துக் கொள்வது உன் சாமர்த்தியம்."

"நோ பிராப்ளம்" என்று அவன் சிரித்தான். "அப்படி ஏதாவது ஆயிற்றென்றால் வீரமரணம் அடைந்தேன் என்று நீங்களும் சொல்லலாம், பிறப்பில் நானும் ஒரு தமிழன்!"

"அத்த மாதிரி அசட்டுத்தனம் எதுவும் செய்யமாட்டாய்னு நினைக்கிறேன்" என்றார் அவர் சிரிக்காமல். போனோம், வந்தோம் என்று வந்துவிடாதே. முடிந்த அளவு கதைகளைச் சேகரி. "இந்திய அரசு ரொம்பப் பெரிய கிளைமாக்ஸுக்குத் தயாராகிக் கொண்டிருக்கிறது!"

"எந்த மாதிரியான கிளைமாக்ஸ்?"

"அதையெல்லாம் உனக்குச் சொல்லிக் கொண்டிருந்தேனானால் நீ என்ன ரிப்போர்ட்டர்?"

அவரை மனத்துள் சபித்தபடி அவன் தயாரானான். அவருக்கு ஏற்கனவே தெரிந்த ஒரு விஷயத்திற்கு அவன் என்ன கதைகள் சேர்ப்பது?

இருந்தும் இலங்கைப் பயணம் அவனுள் மிகுந்த பரபரப்பை எற்படுத்திற்று. ஆக்ஷன் நடக்கும் இடத்துக்கே போவது எத்தனை அரிய வாய்ப்பு!

"ஆனால் யாழ்ப்பாணத்தை அடைந்த பிறகுதான் நிலைமையின் விபரீதம் புரிந்தது. தங்குவதற்கு ஒரு ஹோட்டல்கூட இல்லை. எல்லாம் இழுத்து மூடப்பட்டிருந்தன. அப்படி மூடப்பட்டிருந்த ஒரு ஹோட்டல் முதலாளியின் வீட்டை அடைந்து எங்கேயாவது தங்க அவர் ஏற்பாடு செய்ய வேண்டும் என்று அவன்

கொஞ்சியபோது, அவன் தமிழ் பேசும் இந்தியன் என்கிற காரணத்தாலோ, என்னவோ சரி என் வீட்டிலேயே தங்கிக்க" என்றார் அவர் பெருந்தன்மையாக. வீடு சூன்யம் பிடித்தாற்போல் இருந்தது.

"83 கலவரத்துக்குப் பிறகு எல்லாரையும் வெளியே அனுப்பிட்டேன். ஒரு பிள்ளையும், மருமகளும் மாத்திரம்தான் இங்கே இருக்கிறார்கள். பேரன் பேத்தியெல்லாம் இந்தியாவிலே படிக்குது" என்றார் வேலுப்பிள்ளை.

முகத்தில் சிரிப்பே இருக்காது. சதா எதையோ எதிர்ப்பார்த்து, பீதியுடன் காத்திருப்பதுபோல் தெரிவார். மாலை இருட்டியதுமே எல்லாக் கதவையும், ஜன்னலையும் மூடிவிடுவார்.

"எங்கே போனாலும் இருட்டறதுக்கு முந்தி நீ வந்துடணும் தம்பி. அதுக்கப்புறம் வந்தால் என்னால் திறக்க முடியாது" என்ற முதல் நாளே கண்டிஷன் போட்டார்.

வேறு இடம் கிடைக்கிறவரை அவர் சொல்படி கேட்பதைத் தவிர, வேறு வழியில்லை என்று அவன் ஒப்புக்கொண்டான். பிறகுதான் புரிந்தது அவருடைய பயத்தின் காரணம்... பத்து நாட்களுக்கு முன் தில்லியில் இருந்தோம் என்கிற நினைப்பே நம்ப முடியாததாக இருந்தது. ஜாஃப்னாவில் இருந்த ஒருவார காலம் ஒரு யுகாந்திரம்போல் பிரமையேற்படுத்திற்று. அந்தப் பிரமை கிளப்பிவிட்ட ஞாபகங்களில் இப்பொழுது மன இறுக்கங்கள் எல்லாம் தளர்ந்த நிலையில், சற்று எட்டி அக்னி தீர்த்தத்தில் குழந்தை வேண்டி வந்த தம்பதிகள், முங்கி முங்கி எழும் காட்சி, பொருந்தாமல் அதிர்ச்சி ஏற்பட்டது. எது நிஜம், எது பொய் என்கிற குழப்பத்தைத் தோற்றுவித்தது. இது பொய்யுமில்லை. நிஜமில்லாமலும் இல்லை - இது இயற்கையானது, மனுஷ இயல்புக்கு விரோதமில்லாதது. - அது ஒரு அசாதாரண செயற்கைச் சூழல். மனித இயல்புக்கு விரோதமான, இப்பொழுது நினைவு கூறும்போதும் மனத்தை இறுக்கும் சூழல்.

அவனுக்கு இலேசாகச் சிலிர்த்தது.

"என்ன குளிருதா?" என்றான் ஜயசீலன்.

"இல்லே ஜயசீலன்! யாழ்ப்பாணப் பயணத்தை என்னாலே ஆயுசுக்கும் மறக்க முடியாது. மனுஷங்க சாவை நான் அங்கே பார்க்கல்லே. ஒரு சமூகத்தோட சாவைப் பார்த்தேன்."

ஜயசீலன் பதில் சொல்லாமல் தொலைவை, கரிய கடலைப் பார்த்தபடி உட்கார்ந்திருந்தான். அவனுடைய கண்கள் பனிப்பதைக் கவனிக்காமல் பிரபு பேசிக்கொண்டு போனான்.

"உன்னைச் சந்திக்கிறதுக்கு முந்தி வேலுப்பிள்ளைங்கிறவர் வீட்டிலே இருந்தேன்னு சொல்லல்லே? காலையிலேதான் பாம்பர் ஓசைக்குப் பயந்து புறாப்போல ஒடுங்கியிருக்கார்னு, ராத்திரி வேளையிலே குண்டோசை இல்லாதபோதும் ஏன் நடுங்கறார்னு எனக்குத் தோணும்." ஒரு நாள் நடுராத்திரி யாரோ கதவைத் தட்டினாங்க. ரொம்ப நேரம் யாரும் திறக்கல்லே. வெளியிலேருந்து கிட்டத்தட்ட கதவை உடைக்கிற அளவுக்குச் சத்தம் வந்தபோது வேலுப்பிள்ளை கதவைத் திறந்தார். நான் இடுக்கு வழியாப் பார்க்கறேன். நாலைஞ்சு பேர் முகத்தை மறைக்கிற மாதிரி துணியைக் கட்டிக்கிட்டு உள்ளே நுழையறாங்க. கையிலே துப்பாக்கி. "பணத்தை எடு" என்கிறான் நல்ல தமிழிலே, யாழ்ப்பாணத் தமிழன். "பணமே இல்லேங்கறார் வேலுப்பிள்ளை, செம்மை அடி! உதை! போராளிகளாம்! ஆயுதம் வாங்கப் பணம் வேணுமாம். அதுவும் பணம் எத்தனை கேட்கிறான் தெரியுமோ? மூணு லட்சம். கடைசியிலே எத்தனை கொடுத்தார்னு தெரியாது. அவங்க போன பிறகு மண்டையிலே அடியோட குலுங்கக் குலுங்க அழுதுக்கிட்டிருந்தார்."

அந்தக் காட்சியை மீண்டும் நினைவு கூர்ந்தவனாய்ப் பிரபு மௌனமானான்.

"போலீஸ் நிலையத்தைப் போராளிகள் நிர்மூலமாக்கி விட்டார்கள். காவல்துறை இயங்காதபோது நீதிமன்றத்துக்கு எங்கே வேலை? அரசு நிர்வாகம் படுத்தேபோச்சு. தட்டிக் கேட்க ஆளில்லைண்டா இதெல்லாம் ஏன் நடக்காது?" என்றான் ஜயசீலன்.

“இரண்டு நாட்கள் கழிச்சு, என்ன நடந்ததுன்னு நான் உனக்குச் சொல்லலியே!”

“நீர் சொல்லாமலே எனக்குத் தெரியும்.”

“என்ன?”

“அந்தக் கள்ளர்களைப் பிடிச்சு நடுத்தெருவிலே விளக்குக் கம்பத்திலே கட்டி விடுதலைப்புலிகள் சுட்டிருப்பான்கள்!”

“எத்தனை சாதாரணமாச் சொல்றே ஜயசீலன்!”

“அசாதாரண நிலைமை சாதாரணமாப் போனதாலே! ஜனங்களுக்கு வேறு எந்த வகையிலேயும் பாதுகாப்பு இல்லைண்டா என்ன செய்வீர்?”

“நீ சொல்றது சரிதான்” என்றான் பிரபு மெல்லிய குரலில்.

இருவரும் தங்கள் யோசனைகளில் புதைந்துபோன மௌனத்துடன் கடலைப் பார்த்தபடி உட்கார்ந்திருந்தார்கள். ஸ்நானம் செய்ய வந்தவர்களின் கூட்டம் குறைந்துவிட்டது. தூரத்தில் சில மீனவக் கப்பல்களின் ‘முணுக் முணுக்’ வெளிச்சம் நடசத்திரச் சிதறல்களாய்த் தெரிந்தன.

“எத்தனை பெரிய சோகம் ஜயசீலன்; சைவமும் பௌத்தமும் அன்பைப் பரப்புகிற மதங்கள்னு சொல்வாங்க. இப்பப் பார் எப்படிப்பட்ட துவேஷமும், வன்மமும் சைவத் தமிழனுக்கும், பௌத்த சிங்களவனுக்கும் நடுவிலே. ஆனா மனுஷனுக்கு மதம் பிடிச்சுப்போச்சுன்னா சைவமாவது, பௌத்தமாவது!”

ஜயசீலனின் அதரங்களில் மெல்லிய நகை தோன்றி மறைந்தது.

“என்ன சிரிக்கிறே சொன்னது சரிதானே?”

“சரிதான், யாழப்பாணத்துக்கு வந்து என்ன தெரிஞ்சுகிட்டீரோ, ஆங்கிலம் கலக்காமல் தமிழ் பேசக் கத்துக்கிட்டீர்!”

“ஆ எனக்கே ஆச்சரியமாயிருக்கு” என்று சிரித்தபடி பிரபு எழுந்தான்.

“கிளம்பு, மறுபடி ஜுரம் வந்துதுன்னா டாக்டர் என்னைத் திட்டுவார்.”

மீண்டும் ஓர் ஆட்டோ ரிக்ஷாவைப் பிடித்து அவனை ஏற்றி ஆஸ்பத்திரிக்கு அழைத்துச் செல்லும்போது பிரபு தோழமையுடன் ஜயசீலனின் கையைப் பற்றினான்.

“சீலியாவை ஆர்மி ஏன் கொண்டுபோனாங்க ஜயசீலன்?”

ஜயசீலனின் உடம்பு லேசாக விறைத்துக்கொண்டது. பிறகு மெல்லத் தளர்ந்தது.

“என்னைப் பிடிக்க முடியல்லே ஆர்மிக்கு, அதனாலே என் சினேகிதியைக் கொண்டுபோச்சு.”

“இயக்கத்திலே நீயும் சேர்ந்திருந்தியா?” என்றான் பிரபு ஜாக்கிரதையாக. “உங்கப்பாவுக்கும், அம்மாவுக்கும் அதிலே இஷ்டமிருந்ததா?”

“இஷ்டமா? கடந்த பத்து வருஷமா இஷ்டப்பட்டு யாரும் எதையும் செய்யல்லே யாழ்ப்பாணத்திலே. ஒரு இடத்திலே விஷ ஜுரம் பரவினா அதிலிருந்து அங்கிருக்கிறவன் எப்படித் தப்பிக்க முடியாதோ, அப்படிப்பட்ட விஷக்காற்று. அப்ப வசதியுள்ள பொடியன்கள் தப்பிச்சான்கள். என்னைப் போல இரண்டும் கெட்டான்கள் மாட்டிக்கொண்டோம்.”

“அத்தனை சின்னத் தீவிலே பாஷை என்கிறது என்ன பாடுபடுத்தி வெச்சிட்டது பாத்தியா ஜயசீலன்!” என்றான் பிரபு உணர்ச்சிவசப்பட்டு, “சிங்களம் மட்டும் என்கிற சட்டம் முப்பது வருஷங்களுக்கு முன்னாலே ஏற்படுத்தின சாபக்கேட்டை இன்னும் அழிக்க முடியல்லே.”

“இனிமேல் அதைக் கதைச்சு ஒண்ணும் பிரயோஜனமில்லே ஐயா! நீர் சொன்ன மாதிரி ஒரு சமூகம் செத்துப்போன பிறகு எது இருந்தால் என்ன, போனால் என்னன்னு இருக்கு. எதுக்காக இந்தச் சண்டை, எதுக்காக இந்தத் துவேஷம், எதுக்காக இந்தச் சாவு?”

"ஏதோ ஒரு காரணம் இருக்கணும் ஜயசீலன்! அதுக்காகத்தானோ உசிரை வெல்லக் கட்டியாய்ப் பிடிச்சுக்கிட்டு, கேமரா உள்பட கரை வந்து சேர்ந்தோம்? மயங்கி விழற நிலையிலேகூட சீலியா சீலியான்னு நீ ஏன் அழறே?"

ஜயசீலன் அதரங்களில் மீண்டும் ஒரு புன்னகை அரும்பிற்று.

"நீர் ஒரு சரியான வேடிக்கை மனுஷர்!"

"நன்றி!"

தன் தமிழை நினைத்துத் தானே சிரித்தான். உண்மையிலேயே சாதாரணமாக உபயோகப்படுத்தும் ஆங்கில வார்த்தைகள்கூட வரவில்லை. யாழ்ப்பாணக் காற்றுக்கு ஏதோ மகத்துவம் இருக்கிறது என்று யோசித்தபடி ஆஸ்பத்திரியை அடைந்ததும்,

"நீ இன்னிக்கு நல்லா ஓய்வெடுத்துக்கோ ஜயசீலன்! நாளைக் காலை நான் வந்து உன்னைப் பார்க்கறேன். எனக்கு இப்பக் கொஞ்சம் வேலையிருக்கு!" என்றான்.

மீனவர் கரை ஜேஜே என்று இருந்தது. மீன் பிடியுடன் படகுகள் அப்பொழுதுதான் கரை சேர்ந்திருக்க வேண்டும். வியாபாரிகளும், படகு சொந்தக்காரர்களும் கரை சேர்ந்த சரக்கை ஆராய்ந்தபடி நின்றிருந்தார்கள்.

மீனவர் சங்கத் தலைவர் தென்படுகிறாரா என்று நோட்டம் விட்டபடி நடந்தான் பிரபு. தலைவர் நடராஜனைக் கண்டுபிடிப்பது அவ்வளவு கஷ்டமில்லை. கட்டபொம்மன் மீசை வைத்திருப்பார். அவரை எங்கும் காணவில்லை. கிளிஞ்சல் குவியலைப்போல் பளபளவென்று படகுகளில் ததும்பிய மீன்களை இயல்பான சுவாரஸ்யத்துடன் பார்த்து, இரண்டு புகைப்படங்களும் எடுத்துக்கொண்டு கிளம்பினான். நேற்றும், முந்தாநாளும் கூட அவன் இங்கு வந்து இவர்களுடன் பேசியிருக்கிறான்.

"ஐயா, தில்லியிலேந்து வாறீங்களா? அங்கே போய்ச் சொல்லுங்க எங்க பிரச்னைகளை. இலங்கைப் பிரச்னைக்குச்

சீக்கிரம் ஒரு முடிவு வந்தாத்தான் எங்க பிரச்னை தீரும்னு சொல்லுங்க!" என்றிருக்கிறார்கள்.

அவன் வெளியேறும் சமயத்தில் நடராஜன் வந்தார்.

"ஆ நடராஜன், உங்களைப் பார்க்கத்தான் வந்தேன்" என்றான் பிரபு அவசரமாக.

"என்ன விஷயம், சொல்லுங்க!" என்றார் நடராஜன் ஏதும் அறியாதவர்போல.

"ஒரு விஷயம் நீங்க சொல்லணும், தில்லியிலேந்து வந்திருக்கிற அந்த அதிகாரிங்ககூட உங்களைப் பாத்தேன். அவங்க எதுக்கு வந்திருக்காங்கன்னு எனக்குச் சொல்ல முடியுமா?"

"எதுக்கு? உடனே பேப்பர்லே போட்டுக் குளறுபடி பண்ணவா?"

"அதெல்லாம் போடமாட்டேன். மனசுலே ஒரு ஓரத்திலே வெச்சுக்குவேன்!"

நடராஜன் சிரித்தார்.

"உங்களுக்கு எதுக்கு சார் வம்பு? அவங்க போடற திட்டமே எனக்குச் சரிபட்டு வரும்னு தோணல்லே! அதை வேறே நீங்க விளம்பரப்படுத்திட்டீங்கன்னா?"

"அதெல்லாம் விளம்பரப்படுத்தமாட்டேன். சொல்லுங்க - திட்டம் என்ன?"

"செஞ்சிலுவைச் சங்கம் அனுப்புவதாக யாழ்ப்பாணத்துக்கு உணவுப் பொட்டலங்கள் அனுப்பப் போறாங்களாம். பொட்டலங்களை ஏத்த படகுகள் கிடைக்குமா, எந்த ரூட் வழியாகப் போகணும்னு விசாரிக்க வந்தாங்க."

"ஏன் இந்தத் திட்டம் சரி வராதுங்கறீங்க?"

"ஏன் சார், இலங்கை அரசு சும்மா இருக்குமா? தன் எல்லைக்குள்ளே படகுகளை வரவிடுமா வீணாத் தகராறு தான். நம்ம மீனவர்கள் போகவே பயப்படுவான்கள்! அரசாங்கம் கொடுக்கிற கூலியும் ரொம்பக் குறைவு."

“இலங்கை அரசு எதுக்கு மறுக்கணும்?” என்றான் பிரபு வேண்டுமென்று. “மனிதாபிமான நோக்கோடப் போற ரெட்கிராஸ் படகுகள் தானே!”

“அத்தனை அப்பாவிங்க இல்லே அவங்க. எனக்கே புரியுது. இங்கே இன்னிக்கு வந்தவங்க செஞ்சிலுவைக்காரங்க இல்லே. பாதுகாப்புத் துறையைச் சேர்ந்தவங்க. இதெல்லாம் வெறும் ஸ்டண்டாத்தான் முடியும். மூக்கறுபட்டுத் திரும்பி வருவோம். உருப்படியா இந்தப் பிரச்னையைத் தீர்க்கணும்னு யாருக்கும் அக்கறையில்லே போங்க!”

பிரபுவின் சுவாரஸ்யம் அதிகரித்தது.

“ஏன் நடராஜன், உங்களுக்குத் தோணற சந்தேகமெல்லாம் அரசாங்கத்துக்குத் தோணியிருக்காதுன்னு ஏன் நினைக்கிறீங்க? சரி, எப்ப ஏத்தப் போறாங்களாம்?”

“நாளைக்கு மத்தியானம்!”

பிரபு லேசாக விசிலடித்தான்.

நாளைக்குக் காலை ஜயசீலனை மண்டபத்தில் சேர்த்துவிட்டு உடனே இங்கு திரும்ப வேண்டும் என்று தீர்மானித்தான்.

***

அத்தியாயம் 11

காலையில் கண்ணைத் திறந்ததும், ஜன்னல் கதவுகளில் எதிரும் புதிருமாக அமர்ந்து காரசாரமாகச் சண்டை போட்டுக்கொண்டிருந்த அந்தப் பட்சிகள் தென்பட்டன.

இன்னும் வெயில் ஏறவில்லை. இரவு தூங்காத அலுப்புடன் ஆஸ்பத்திரி சிப்பந்திகள் விழித்துக்கொண்டிருந்தாலும், பாதி நோயாளிகள் இன்னும் தூங்கிக் கொண்டிருந்தார்கள்.

கழுத்துக்கடியில் கைகளைக் கோத்துப் படுத்தபடி ஜயசீலன் அந்தப் பறவைகளைப் பார்த்தான். வெவ்வேறு இனப்பறவைகள். இதுவரை அவன் பார்த்திராதவை. ஒரு பக்கம் குருவியைப்போலச் சின்னதாக, கறுப்பாக, மெல்லிய அலகுடன் இருந்தது. எதிர்ப்பக்கம் புறாவுக்கும் காகத்துக்கும் இடையிலான உருவமும், பழுப்பு நிறமுமாக ஒரு பறவை இரண்டும் ஆக்ரோஷத்துடன் சண்டை போட்டன. அதனுடைய சம்பாஷணை உத்தேசமாக என்னதென்று அவற்றுக்குப் புரிந்தது.

"என்னுடைய இடத்தை நீ எப்படி ஆக்கிரமிக்கலாம்" என்றது பழுப்பு.

"இந்த இடம் எனக்குச் சொந்தம்" என்றது கறுப்பு.

"இடத்தைக் கொடுத்தால் மடத்தைப் பிடுங்கும் ஜாதி நீ. நீ அகன்றால்தான் எனக்கும், என் குழந்தைகளுக்கும் நிம்மதி!"

"அத்தனைச் சுலபமாக என்னை அகற்றிவிடுவாயோ? என் அலகின் கூர்மை உனக்குத் தெரியாது!"

“சீச்சீ. இத்தனைச் சின்ன உருவம் உனக்கு; இதிலே திமிர் வேற?”

“திமிருன்னா சொன்னே, திமிரா?”

“குட்மார்னிங், ஜயசீலன்!”

தூக்கிவாரிப் போட்டு ஜயசீலன் திரும்பிப் பார்த்தான்.

பிரபு தனது வழக்கமான உற்சாகத்துடன் நின்றிருந்தான்.

“என்ன யோசனையில் இருக்கே?”

லேசாகச் சிரித்தபடி ஜயசீலன் பறவைகளைச் சுட்டிக்காட்டினான்.

“சிங்களனுக்கும், தமிழனுக்கும் சண்டை நடக்கிறது பாருங்கோ!”

“யோவ் ஜயசீலன், ராமேசுவரம் போனாலும் சனீஸ்வரன் விடல்லேம்பாங்க. உன் வரையிலே அது சத்தியமான வார்த்தை.”

பறவைகள் இப்பொழுது பேசாமல் அமர்ந்தன.

“என்ன இப்ப, ஸீஸ்ஃபையரா?”

ஜயசீலன் ஒன்றும் சொல்லாமல், அடுத்து அவை என்ன செய்யும் என்கிற சுவாரஸ்யத்துடன் பார்த்தான்.

திடீரென்று பழுப்பு கறுப்பருகில் சென்று அமர்ந்தது. அலகினால் அதன் உடம்பைச் சல்லாபமாக வருடிற்று. பிறகு இரண்டும் சேர்ந்து பறந்து சென்றன.

“சமாதானம் ஏற்பட்டுப்போச்சு. நல்ல சகுனம் ஜயசீலன்!” என்று பிரபு சிரித்தான்.

“இத்தனை எளிமையா மனுஷ இனமும் இருந்தா உம்மை நம்பலாம் தான்!”

“ஏனய்யா சமாதானம் வந்தா, அதை ஏற்க உனக்குள் கசக்குதா?”

“இந்த எதிர்பார்ப்பையே என்னாலே ஏற்க முடியல்லே. இரண்டு இனத்துக்கும் நடுவிலே ஏற்பட்டிருக்கிற பிளவோட ஆழத்தை எப்படி மூடறது?”

“ஏன் முடியாது? பழசை மறக்கறது கஷ்டந்தான்; அதுக்காகச் சமாதானப் பேச்சுக்கே இடமில்லேன்னு சொல்லிட முடியுமா? யுத்தம் நீடிச்சுக்கிட்டே இருக்கிறது யாருக்கு ஜயசீலன் பிடிக்கும்?”

“துவக்கைப் பிடிச்சவனுக்குப் பிடிக்கும். ஏனெண்டா, இனிமே துவக்கைப் பிடிக்காதேன்னு சொன்னா தடுமாறிப்போவான், ஊன்றுகோல் பிடுங்கப்பட்டாற்போல.”

“அவனுக்கும் களைப்புன்னு ஒண்ணா இருக்கும் ஜயசீலன்!”

“தலைமைப் பீடத்துக்குப் போட்டிப்போடறவனுக்கு ஏது களைப்பு? ஒருத்தனை ஒருத்தன் கழுத்தை நெரிக்கப் பார்ப்பான். அவங்களுக்காகப் போராட்டத்திலே நுழைஞ்ச அப்பாவிப் பொடியன்கள், ஊர் பெயர் தெரியாத தியாகியா பலியாவான்கள்!”

“இனப்போராட்டங்களிலே எல்லாம் இந்த அம்சம் இல்லாம இருக்காது ஜயசீலன்! அதுக்காகச் சமாதானம் என்கிறது ஏற்படவே முடியாதுன்னு சோர்ந்துபோறது சரியில்லே” என்று பிரபு சொல்லிக் கொண்டிருந்தபோதே,

“என்னய்யா அகதி, இன்னிக்கு டிஸ்சார்ஜ் ஆவுறியா?” என்றபடி ஆயா வந்தாள்.

அவன் தலையை ஆட்டியபடி எழுந்தான். இங்கு எல்லாரும் ‘வா போ’ என்று பேசுவது வேடிக்கையாக இருந்தது. யாழ்ப்பாணத் தமிழில் எந்த நிலையிலும் மரியாதைக் குறைவாக இருக்காது.

ஆ நமக்கென்ன மரியாதை வேண்டிக்கிடக்கு! ஆயா சொன்னதுபோல் நான் ஒரு அகதி இப்பொழுது.

“இந்த ஆள் இப்படித்தான் அடிக்கடி தனக்குத்தானோ பேசிக்குவான், நீ கண்டுக்காதே ஆயா!” என்றான் பிரபு.

“இன்னிக்கு டிஸ்சார்ஜ் ஆயிட வேண்டியதுதான். மண்டபத்துக்கு இன்னிக்குப் போறே ஜயசீலன் ஞாபகமிருக்கா?”

“அதைத் தவிர வேற நினைப்பில்லே.”

“நினைச்சேன்! நீ முகத்தைக் கழுவு, நா ரெண்டு காபி கொண்டு வர்றேன்!”

பதிலை எதிர்பாராமல் பிரபு விரைவதைக் கண்டு மனசு நெகிழ்ந்தது.

இந்தியத் தமிழர்களைப் பற்றிப் பொதுவாக யாழ்ப்பாணத்தில் எல்லாரும் அலட்சியமாகப் பேசுவதை அவன் கேட்டிருக்கிறான். அப்படிப் பரவலான ஓர் அபிப்பிராயத்தை வளர்த்துக்கொள்வது எத்தனைத் தவறு என்று வெட்கமேற்பட்டது. தோட்டத் தமிழர்களை குறிப்பிடும்போது அவன் தாத்தாவே சொல்லியிருக்கிறார். 'கள்ளத் தோணிப் பயல்கள்' என்று! அவர்களது பிரஜா உரிமை பறிக்கப்பட்டதைப் பற்றிப் பேச்சு வரும்போது, "கள்ளத் தோணியிலே வந்தவங்களுக்கு எதுக்கு இலங்கைப் பிரஜா உரிமை, நம்ம குழியைப் பறிக்கவா?" என்பார்.

யார் யாருடைய குழியைப் பறித்தார்கள் என்று தெரியவில்லை. பிரஜா உரிமை இருந்தும், அதற்கு அர்த்தமில்லாமல் போன காரணத்தால் நாற்பது வருஷங்களில் தன்னுடைய பேரனும் கள்ளத் தோணியில் ஏறி இந்தியாவுக்கு ஓடுவான் என்று தாத்தா நிச்சயம் நினைத்திருக்கமாட்டார்.

"ரயில்வே ஸ்டேஷன்லே வந்து சேர்ந்துக்கறேன்" என்று சொல்லியிருந்தான் பிரபு.

மண்டபம் செல்லும் ரயில் கிளம்பக் கொஞ்சநேரம் வரை அவனைக் காணோம். ரயில் பெட்டி, கொள்ளாத அகதிக் கும்பல் - தங்களிடையே பேச எதுவும் இல்லை என்று நினைத்தாற்போல் வாயை மூடிக்கொண்டு வெட்டவெளியைப் பார்த்தார்கள். அந்த மௌனமே பீதியைக் கிளப்பிற்று. பாம்பன் பாலத்தை மிக மிக மெதுவாக ரயில் கடந்தபோது, சில மீசை முளைக்காத இளவட்டங்கள் ஆர்வத்துடன் வெளியே எட்டிப் பார்த்தன. சீலியாவின் தம்பி ஜோஸப்பும் இப்படித்தான் வந்து சேர்ந்திருப்பான். இங்கே பள்ளிக்குச் செல்ல வசதியிருக்கிறதாம். செல்கிறானோ என்னவோ! சீலியாவும் இங்கேயே இருந்தால் அவனைக் கவனித்துக்கொள்வாள்.

இருப்பாளா?

அவனுக்கு நெஞ்சு நடுங்கிற்று. கடவுளே, அவள் இருப்பாள் என்கிற ஒரே ஆசையால்தான் பேடியைப்போல இங்கு வந்தேன். எல்லாருக்கும் ஆவது எனக்கும் ஆகட்டும் என்று இருந்தவன்தானே! இங்கே அவள் இல்லாவிட்டால் எங்கே என்று தேடுவது? அறுபத்து எட்டு அகதி முகாம்கள் இருக்கிறதாம், தென்னிந்தியாவில். ஆனால் சாதாரணமாக அகதியாக வந்திருந்தால் மண்டபத்திற்குத்தான் முதலில் வருவார்கள், பெயர் பட்டியல் வைத்திருப்பார்கள் என்றார்கள். எத்தனை சின்ன நம்பிக்கை இழை இது! ஆனால் சீலியா கிடைத்துவிடுவாளானால் வாழ்வே மாறிப்போகும். கடந்து வந்த துக்கங்களை எல்லாம் மறக்க தைரியம் வரும். இப்படிப்பட்ட காலகட்டத்தில் பிறக்க நேர்ந்தது எத்தனைப் பெரிய துரதிர்ஷ்டம். காதலிக்கவும், அந்த உணர்வு எழுப்பும் வண்ணக் கனவுகளைக் காணவும் சுதந்திரமில்லாத காலகட்டம். மெல்லிய உணர்வுகளைக் கொள்வதே குற்றமாகக் கருதப்பட்ட காலகட்டம்.

குற்றம் தான். அந்தக் குற்றத்திற்காகத்தான் அவள் கடத்திச் செல்லப்பட்டாள்.

அவன் தலைமறைவாய் இருந்த சமயம் அது. உண்மைப் போராளிகள் என்று நம்பி ஒரு கும்பலோடு சேர்ந்து, 'நான் தமிழன் தமிழ்மொழி என்றன் மூச்சு' என்று கோஷமெழுப்பி, துவக்கை ஏந்தி, அது கொடுத்த மயக்கப் போர்வையில் மதிகெட்டுப் பதவிக்குப் பறந்த தலைவர்களுக்கு அடிபணிந்த நாட்கள். 'காதல் என்கிற விஷயம் போராளிக்குக் கூடாது என்ற கட்டளையை மீறிக் காதலித்த நாட்கள். அது குற்றமில்லையா?'

இப்பொழுது அவளைக் கண்டுபிடித்துவிட்டால் அந்தக் குற்றங்களையெல்லாம் மறந்துவிடலாம். 'நீங்கள் இருவரும் ஒரு தனி உலகத்தில் இருங்கள்' என்று ஜஸ்டின் அன்று கோபித்ததுபோலத் தனி உலகத்தில் இருக்கலாம். தனி உலகமானாலும் வெளி உலகத்தைப்போலச் சின்ன உலகமாக இருக்காது, சுவர்கள் எழும்பாது, மூச்சுக்காற்று துவேஷக்

காற்றாகக் குரல்வளையைப் பிடிக்காது. சாவே இல்லாத உலகம் அது. அப்படிப்பட்ட உலகத்தில் அவர்களுக்குக் குழந்தைகள் பிறக்கும். இராமேசுவர அக்னி தீர்த்தத்தில் தீர்த்தமாடாமலே!

யாரோ அவன் தோளைத் தொட்டார்கள். அவன் திடுக்கிட்டுக் கண்ணைத் திறந்தான். எதிரில் பிரபு நின்றிருந்தான்.

தன் கன்னங்களில் நீர் வழிந்திருப்பதை ஜயசீலன் அப்பொழுதுதான் உணர்ந்தான்.

அவசரமாகக் கண்ணைத் துடைத்தபடி அவன் உட்கார இடம் செய்தான்.

"ஸ்டேஷனுக்கு வர லேட்டாயிட்டுது. கடைசிப்பெட்டியிலே தொத்திக்கிட்டேன்" என்றான் பிரபு. "என்ன சமாசாரம்? மறுபடி டவுனாயிட்டியா?"

"இல்லே, ஒன்றுமில்லே!"

அவன் பிறகு பேசவில்லை. பேசப் பிடிக்கவில்லை. நல்லவேளையாகப் பிரபு ஏதும் பேச்சுக்கு இழுக்கவில்லை.

மண்டபம் முகாமின் பெரிய கதவருகில் காவலாளிகள் நின்றார்கள். உள்ளே நுழைபவர்களின் நுழைவுச்சீட்டைப் பார்த்த பிறகே உள்ளே விட்டார்கள்.

கதவருகிலேயே பிரபுவை நிறுத்தி விட்டார்கள்.

"வெளியாளுங்க உள்ளே போக முடியாதுங்க."

"நான் பத்திரிகைக்காரன் சார்!"

"அப்ப நிச்சயமா உள்ளே விடமுடியாது!"

"ஏன் சார்?"

"அப்படி அரசாங்க உத்தரவு."

"சில பத்திரிகைக்காரங்க இங்கே வந்து பார்த்து எழுதியிருக்காங்க!"

"அதெல்லாம் அவங்களாத் திரிச்சது. உள்ளே விடல்லேங்கிற கோபத்திலே!"

பிரபு சற்றுநேரம் பேசிப் பார்த்தான். அதிகாரிகள் மசியாமல் போகவே, ஜயசீலனைப் பார்த்துப் புன்னகை புரிந்து கையைக் குலுக்கினான்.

"சரி ஜயசீலன், ஆல் தி பெஸ்ட்!" என்றான். "முடிஞ்சா நாளைக்குச் சந்திக்கிறேன். அப்ப விவரமெல்லாம் சொல்லு. சாயங்காலம் அஞ்சு மணிக்கு வர்றேன். கேட்டண்டை வந்தியானா சந்திப்போம்."

"சரி."

கையைப் பற்றிய அழுத்தத்தில் நெருக்கம் தெரிந்தது. கண்களில் பனி படர்கையில், 'இவனுக்கும் நமக்கும் என்ன உறவு?' என்று மனசு அதிசயித்தது.

ஜயசீலன் மற்றவர்களுடன் நடந்தான். முகாமின் விஸ்தீரணம் மிகப்பெரியதாக இருந்தது. மறுபடியும் பெயர் பதிவு செய்ய வேண்டும் என்றார்கள். ரேஷன் கார்டும், செலவுக்குப் பணமும் கொடுப்பார்களாம். இன்றைக்கு வந்தவர்களுக்கெல்லாம் சாப்பாடு உண்டு என்றார்கள்.

தங்கள் தங்கள் கவலைகளில் சிக்கிக்கொண்ட முடிச்சுகளாய் எல்லாரும் மற்றவருடன் ஒட்டாமல் நின்றார்கள். அவன் முறை வந்ததும் அவன் கையொப்பமிட்டு, லேசான பதற்றத்துடன்.

"இந்த முகாம்லே ஜோஸப் செல்வநாயகம், சீலியா செல்வநாயகம்னு இரண்டு பேர் இருக்கிறார்களா?" என்று கேட்டான்.

அதிகாரி முகத்தை நிமிர்த்தாமல்,

"எந்தத் தேதியிலே வந்தாங்க?" என்றார்.

"அது தெரியாது!"

"அப்ப எப்படிக் கண்டுபிடிக்கிறது? இந்த முகாம்கே ஒன்பதினாயிரம் பேர் இருக்காங்க."

"அப்பக் கண்டுபிடிக்க முடியாதா?"

"நிதானமா பழைய ஃபைலைப் பார்க்கணும். ஒரு வாரமாகும். மத்தியானமா வந்து விவரம் கொடுத்துட்டுப் போ!"

அவன் மெல்லிய ஏமாற்றத்துடன் வெளியே வந்தான். இங்கு இத்தனை பெரிய முகாம் இருக்கும் என்று அவன் நினைத்திருக்கவில்லை. சீலியா இருந்தாலும் அவளைக் கண்டுபிடிப்பது அவ்வளவு இலகுவாக இருக்காது. கஷ்டப்பட்டாலும் கடைசியில் கண்டுபிடிக்க முடிந்தால் சரி என்கிற சமாதானத்துடன் அவன் சாப்பிடப் போனான். பசி இருந்தாலும் சாப்பாடு உள்ளே இறங்கவில்லை. வரிசை வரிசையாகப் பிச்சைக்காரர்களைப்போல இலங்கைத் தமிழர்கள், பிச்சைக்காரர்களே அதிகமில்லாத இடத்திலிருந்து வந்தவர்கள்; சுமாரான வசதியிலிருந்தவர்கள்தான் எல்லோருமே! யார் செய்த பாவத்துக்காக இங்குச் சிலுவையைச் சுமக்கிறார்கள்?

சாப்பாடு முடிந்து வெளியே வந்து செலவுப் பணத்தையும், ரேஷன் கார்டையும் க்யூவில் நின்று வாங்கி வெளிவருவதற்குள் மனசு அதிகமாகச் சோர்ந்தது.

நிறையச் சிறுவர்களும், சிறுமிகளும் சீருடை அணிந்து மதிய உணவிற்காகப் பள்ளியிலிருந்து திரும்பிக் கொண்டிருந்தார்கள்.

'இது ஒரு நல்ல காரியம்!' என்று அவன் தனக்குள் திருப்திப்பட்டுக் கொண்டான். உயிரைக் காப்பாற்றிக்கொண்டு ஓடிவந்தவர்களுக்கு அடைக்கலம் கொடுத்து, தங்க வசதி செய்து, பொடியர்களுடைய கல்விக்கும் ஏற்பாடு செய்திருப்பதற்கு இந்திய அரசுக்கு நன்றி சொல்லத்தான் வேண்டும்.

அவன் சட்டென்று உறைந்து நின்றான். சீருடையில் அதோ செல்லும் பொடியன் ஜோஸப் - சீலியாவின் தம்பி ஜோஸப்.

***

அத்தியாயம்

12

ஜயசீலன் ஒரு வினாடி திக்குமுக்காடிப் போனான். வார்த்தைகளைக் கோத்து வெளிப்படுத்த முடியாமல் குரல் தொண்டைக்குள் சிக்கித் தவித்தது. கண்களில் நீர் நிறைந்து, ஒரு கேவலுடன் மார்பு விம்மிற்று. ஜுரம் வந்திருந்த பலவீனத்தில் விலா எலும்புகள் சுரீரென்று வலித்தன.

"தம்பி ஜோஸப்!"

சரேலென்று ஜோஸப் திரும்பினான். வியப்பும் சந்தோஷமுமாய், முகம் மலர, கண்கள் விரிய அருகில் வந்தான்.

"சீலன் அண்ணா! எப்ப வந்தீர்?"

சீலன் உடனடியாகப் பதில் சொல்ல முடியாமல் உணர்ச்சி மேலிட்டு அவனைத் தழுவிக்கொண்டு, 'இனிமேல் என்னால் தாங்க முடியாது' என்பதுபோலக் கண்ணீர் பெருக்கினான். அந்தக் கண்ணீரே ஒரு புனித ஸ்நானம்போல் தோன்றிற்று. இத்தனை நாட்கள் காத்த விரதத்திற்குக் கிடைத்த பலனுக்கான நன்றிப் பெருக்காக நல்லூரடி கந்தசாமி ஆண்டவருக்கான அஞ்சலியாக...

"சீலியாவைப் பார்த்தீங்களா அண்ணா?"

கைகளை விடுவித்துச் சுயபிரக்கை அடைந்து, முகம் பளபளக்க ஜயசீலன் கேட்டான்.

"இல்லையே! அவளைத் தேடிக்கொண்டுதான் இங்கே வந்திருக்கேன்! வீட்டிலே இருக்காளா?"

ஜோஸப்பின் முகம் சுண்டிப்போயிற்று.

“ஜயசீலன் கலவரத்துடன் அவனுடைய தோளைப் பற்றினான்.”

“சீலியா இங்கே இல்லே?”

தன் கண்ணில் நிறைந்த நீரை மறைக்க ஜோஸப் தரையைப் பார்த்தான்.

“இல்லே!”

சற்றுமுன் மந்திரக்கோலால் தட்டப்பட்டதுபோல் எழும்பிய மாளிகைகள் எல்லாம் சரசரவென்று கீழே விழுந்தன.

“இங்கே அவ வரவே இல்லையா? ஆபீஸிலே விசாரிச்சியா?”

“ஓம், அவர்கள் என்னென்னவோ கேள்வி கேட்கிறார்கள். எனக்கு ஒன்னும் விளங்க இல்லே.”

ஜயசீலன் சற்றுநேரம் மௌனமாக நின்றான். பிறகு, ஜோஸப்பின் தோளைப் பற்றி மெல்லிய குரலில் தன்னுடைய ஏமாற்றத்தை வெளியில் காண்பிக்காமல் சொன்னான்.

“சீலியா இந்தியாவுக்கு வந்திருக்கலாம் என்ற ஆசையிலேதான் நான் இங்கே வந்தேன். அந்த ஆசையைக் கிளப்பிவிட்டது உன் அப்பா. தோணிக்கும் அவர்தான் பணம் கொடுத்தார்.”

“அம்மாவும், அப்பாவும் சுகமா?” கேட்கும்போதே ஜோஸப்பின் குரல் கம்மிற்று.

“ஓம்” என்றபடி ஜயசீலன் அவனை ஆறுதலாக அணைத்தான்.

ஜோஸப் ஓசைப்படுத்தாமல் அழுதான்.

“எனக்கு மீளப் போணும்!”

“அது இப்ப இயலவே இயலாது தம்பி!” என்று ஜயசீலன் லேசான பெருமூச்சுடன் தலையசைத்தான். “ஆகாசத்திலே பாம்பர் பறக்காத நாளே இல்லே. வீட்டுக்குள்ளே இருக்கக்கூட இயலாம, பதுங்கு குழியிலே நாளெல்லாம் இருக்கணும். நீ இங்க வந்தது நல்லது. மறுபடியும் படிக்க முடிகிறதுதானே?”

ஜோஸப் தலையைக் குனிந்திருந்தான். சிறகாய் வளைந்த கரிய இரப்பைகளின் விளிம்பில் நீர் முத்துத் தெரிந்தது.

"வீட்டை விட்டு வந்து, எனக்கு ஒண்ணும் பிடிக்க இல்லே. உயிருக்கு ஆபத்து இல்லே எண்டு எத்தனை காலம் இங்கிருக்கிறது?"

"இங்கே யார்கூட இருக்கே?"

"புனிதா அத்தைக் குடும்பம் இங்கேதான் இருக்கு. அவங்ககூட இருக்கேன்."

"உங்கப்பாவுடைய ஒன்றுவிட்ட தங்கைதானே? பின்னே உனக்கென்ன கஷ்டம்?"

"கஷ்டம் எண்டா, சொந்த நாட்டை விட்டுப் பரதேசிபோலப் பதுங்கி வந்து இங்கே எட்டடிக்கு எட்டடி வீட்டிலே அஞ்சாறுபேர் இருக்கிறது கஷ்டம் தானே?"

"கொஞ்ச நாள் பொறுத்துக்கோ, இங்கே நேரத்தை வீணாக்காமல் படிக்கலாம். தொழில் கத்துக்கலாம். தொழில் பார்க்கலாம். இலங்கையிலே சமாதானம் வந்த பிறகு மீளப்போகலாம்."

"வருமா?"

தன் மனசே கேட்கும் கேள்வியோ என்று ஒரு நிமிஷம் ஜயசீலன் அதிர்ந்தான்.

"வரும் எண்டு தோண இல்லே!" என்றான் ஜோஸப் மறுபடியும். "அப்பாவையும், அம்மாவையும், அக்காவையும் பார்ப்பேன் எண்டு தோண இல்லே."

"இப்படிக் கதைக்காதே ஜோஸப்! நானும் கன பயத்தோடுதான் வந்திருக்கேன்."

"சீலியா அக்கா உயிரோடு இருப்பா எண்டு நீர் நினைக்கிறீரா?"

அவன் திடுக்கிட்டு ஜோஸப்பைப் பார்த்தான். முகம் இன்னும் இளசு மீசையின் நிழல்கூட சாயவில்லை. ஆனால் பழம் தின்று கொட்டை உமிழ்ந்த பேச்சாக இருந்தது.

“இருப்பா எண்ட நம்பிக்கையிலேதான் இருக்கேன்!”

ஜோஸப் பதில் ஏதும் சொல்லாமல் அவனைக் கூர்ந்து பார்த்தபடி நடையைத் தொடர்ந்தான்.

‘உம்முடைய சகவாசத்தினால்தான் என் அக்கா காணாமல் போனாள்’ என்று இவன் நினைக்கலாம். அதனால் என்மேல் வெறுப்புகூடக் கொள்ளலாம்.

அவன் சுற்றுப்புறத்தை ஏதும் பிரத்தியேக ஆர்வமில்லாமல் பார்த்தான்.

வரிசை வரிசையாகக் கட்டப்பட்ட காறை வீடுகள் தெரிந்தன. ஓர் அறையும், அதை ஒட்டிய வெளித் திண்ணையும் தெரிந்தன. அறைக்குள்ளேயே சமையல் செய்யத் தனி இடம். அநேகம் பேர் மதிய உணவை முடித்து வெளித் திண்ணையில் அமர்ந்திருந்தார்கள். இலங்கை நிலவரத்தைக் கிட்டத்தட்ட மறந்துவிட்ட சரளத்துடன் ஏதோ அக்கப்போரில் லயித்திருந்தார்கள்.

சற்று தூரம் நடந்ததும் ஒரு பெரிய கூடம் தெரிந்தது. தொழிற்பயிற்சிக்கூடம் என்று பெரிய பலகையில் எழுதப்பட்டிருந்தது.

“என்ன தப்பு இது?”

“இங்கே தொழில் செய்யப் பயிற்சி கொடுக்கிறாங்க. தச்சு வேலை, தையல், தட்டெழுத்து, சுருக்கெழுத்து, ரேடியோ, டி.வி. ரிப்பேர் செய்யறது எல்லாம்...”

“கட்டணம் உண்டா?”

“இல்லே.”

“ஆ, இது ரொம்ப நல்ல காரியம்.”

“ஆனா நிறையப் பொடியன்கள் இங்கே போகக் காணும். பெண்கள்தான் அதிகமாப் போறது!”

“ஏன்?”

“என்னவோ, நீரே பார்ப்பீர். பாதி நேரம் பொடியன்கள் திண்ணையிலே இருந்து சும்மா கதைச்சிட்டிருப்பான்கள். இங்கேயும் வம்புக்கு அலைகிறான்கள்.”

ஜயசீலன் வியப்புடன் ஜோஸப்பைப் பார்த்தான். இத்தனை கூர்மையான பார்வை இந்த வயதில் இருப்பதே சரித்திர காரணத்தால் என்று நினைத்துக்கொண்டான். அந்தப் பொடியன்கள் வம்புக்கு அலைவதும், சரித்திரக் காரணத்தால் என்பதும் இவனுக்குத் தெரியும். இந்த ஊமைக் கோபத்துக்கு அதுதான் விளக்கம்.

"இன்னும் எவ்வளவு தூரம்?"

"இந்தத் தெருதான், மூன்றாவது வீடு."

ஜோஸப்பை விடச் சிறியவர்களான புனிதாவின் குழந்தைகள் திண்ணை வெயிலில் விளையாடிக் கொண்டிருந்தார்கள்.

ஜயசீலன் வெளியிலேயே தயங்கி நிற்க, ஜோஸப் உள்ளே சென்றான்.

"என்ன இத்தனை நேரமாச்சு உனக்கு இண்டைக்கு?" என்றாள் புனிதா.

"சீலன் அண்ணனைத் தெரியுமா?" எங்க பக்கத்து வீட்டிலே இருந்தாங்களே, அந்த அண்ணன் இங்கே வந்திருக்கார்.

புனிதா சரேலென்று வெளியே வந்தாள்.

ஜயசீலனுக்குப் பக்கென்றிருந்தது. தளதளவென்றிருப்பாள். எப்படி வாடிவிட்டாள்?

அவனைக் கண்டதும் முகம் மலர்ந்து, "ஜயசீலனா, வாருங்கோ!" என்றாள். "நீரும் வந்து சேர்ந்திரா?" என்னும்போது கண்கள் கலங்கின. "அங்கே நிலைமை இன்னும் மோசம்தானே?"

"ஓம்!"

"இப்படி இருங்கோ!" என்று அவள் ஒரு கிழிந்த பாயை விரித்தாள். "ஜோஸப் நீ சாப்பிட வா, சீலனுக்கும் தட்டு வை."

"இல்லை, நான் சாப்பிட்டாச்சு" என்றான் ஜயசீலன்.

"ஓ, ஆமாம். வந்து சேர்ந்ததும் போடுவாங்க. இங்கே எல்லாம் நன்றாய்க் கவனிக்கிறார்கள் தான். நமக்குத்தான்

வீட்டையும், வாசலையும் விட்டுப்புட்டு உசிருக்குப் பயந்து இங்கே ஒண்ட வந்ததாலே, ஒட்டமாட்டேங்குது. திரும்பிப் போயிடமாட்டோமான்னு இருக்கு. ஆனா இங்கே பசங்களுக்குப் பள்ளிக்காவது போக முடியுது. பயமில்லாம இருக்கு. அதுதானே பெரிய விஷயம் இப்ப?"

ஜோஸப்புக்குப் பரபரப்பாகச் சாப்பாடு போட்டுக்கொண்டே அவள் சொன்னாள்.

"இங்கே வீடு கிடைக்கிறது ரொம்பக் கஷ்டம். இடம் இல்லே எண்டு வேற முகாமுக்கு அனுப்பிவிடுவார்கள். தம்பி கூச்சப்பட வேண்டாம். இங்கேயே இருந்துக்கலாம்."

அவன் தயக்கத்துடன் அந்த ஒரே அறையையும், வெளியில் இருந்த குழந்தைகளையும் பார்த்தபடி அமர்ந்தான். அவனுக்குத் தெரிந்த ஆட்கள் யாரும் இங்கு இல்லையென்றால் வேறு முகாமுக்கு அனுப்புவதாக அதிகாரிகள் சொல்லியிருந்தார்கள். இங்கு இருக்கும் ரெஜிஸ்தரையெல்லாம் பார்க்காமல் போக அவனுக்கு இஷ்டமிருக்கவில்லை.

"குழந்தைகளுடைய அப்பா மஹேசுவரன் எங்கே?"

"அவரா? போன வருஷம் ஜெர்மனிக்குப் போனார், பிறகு தகவலே இல்லே. இப்ப எங்கே இருக்கார் எண்டு தெரியல்லே. ஜோஸப்புடைய அப்பாதான், இங்கே ஸெல்லடியிலே நீயும், குழந்தைகளும் ஏன் சாகணும்னு சொல்ல, கட்டாயப்படுத்தித் தோணி பிடிச்சு ஏத்திவிட்டாங்க."

அவள் தலையைக் குனிந்தபடியே பேசினாள். கணவன் மீண்டு வருவான் என்கிற நம்பிக்கை இவளுக்கும் இல்லை என்று அவன் நினைத்துக் கொண்டான்.

ஜோஸப்பையும், மற்ற குழந்தைகளையும் மீண்டும் பள்ளிக்கு அனுப்பிவிட்டு அவள் சாப்பிட உட்கார்ந்தாள்.

மின்விசிறி இல்லாததால் ரொம்பவும் புழுக்கமா இருந்தது. பட்டாளம்போல் ஈக்கள் தரையில் அமர்ந்திருந்தன.

அவள் ஒரு கையால் ஈக்களை விரட்டியபடியே சாப்பிட்டாள். திடீரென்று நினைவு வந்தவள் போல்,

"சீலியாவைப்பத்தி ஏதானும் தகவல் தெரிஞ்சுதா சீலன்?" என்றாள்.

"இல்லே. அவ இங்கே இருப்பா என்ற நம்பிக்கையிலேதான் நான் இங்கே வந்தேன்."

"இல்லையே! இருந்திருந்தா என்கூடவே இருந்திருப்பாளே? எனக்கும் சௌகர்யமா இருந்திருக்கும்! ஆமி கொண்டுட்டுப்போன பொண்ணு இங்க எப்படி வந்திருப்பா ஜயசீலன்!"

தன்னுள் எழுந்த உணர்ச்சிகளைக் கட்டுப்படுத்திக்கொண்டு ஜயசீலன் தலையைக் குனிந்தபடி சொன்னான்.

"சில ஆட்களை ஆமி அனுப்பிவிட்டது. அந்த மாதிரி வழுக்கிட்டு வந்திருந்தா மறுபடி வீட்டுக்கு வரப் பிடிக்காம இங்கே இங்கேயாவது வந்திருப்பாளோண்டு சந்தேகம்!"

புனிதா தீவிரமாகத் தலையசைத்தாள்.

"சீலியா தைரியசாலி. அப்படியெல்லாம் செய்யக்கூடிய ஆளில்ல."

தைரியத்துக்கும், மான ரோஷ உணர்வுக்கும் நிறைய வித்தியாசமுண்டு என்று நினைத்து அவன் பேசாமலிருந்தான்.

"நான் மட்டும் இப்படிக் குத்துக்கல்லா உட்கார்ந்திருக்கிறது எனக்கே பாரமாயிருக்கு. குத்தம் செஞ்சமாதிரி இருக்கு?"

புனிதா அருகில் வந்து உட்கார்ந்து கொண்டாள். அவன் தோளை லேசாகத் தொட்டு, "நீர் அப்படியெல்லாம் நினைக்கக்கூடாது" என்றாள் அனுதாபத்துடன்.

அவன் கூச்சத்துடன் சற்று விலகி உட்கார்ந்தான்.

புனிதா பேசிக்கொண்டு போனாள். "உங்க வீட்டிலே நடந்ததையெல்லாம் கேள்விப்பட்டேன். அதுக்கப்புறம்தான் நானும் பயந்து, பிள்ளைகளைக் கூட்டிக்கிட்டு இங்கு வந்து

சேர்ந்தேன். தேவநேசன் போராளிக் கும்பல்லே சேர்ந்திருக்கான் என்கிற விஷயத்துக்காக உங்கம்மா பயந்து நடுங்குவாங்க. ஆயுதம் ஏந்திப் போராடறதே தப்பு என்பார் குகதாஸன் மாமா. அவருடைய மகன்தான் கடைசியிலே தீவிரவாதி ஆனான். அதுக்குத்தான் குடும்பம் மொத்தத்துக்கும் தண்டனை - இதிலே சேரவேகூடாதுன்னு மாமா நினைச்சார். கடைசியிலே உன்னையும் அந்தத் தொத்துநோய் பிடிச்சுக்கிட்டது."

"ஆனா இன்னும் நான்தான் உசிரோட இருக்கேன்."

"அது அதிசயம்தான். ஆயுசு கெட்டின்னுதான் சொல்லணும்."

"எனக்குப் பதிலாத்தான் சீலியாவைக் கொண்டுட்டுப் போனது."

புனிதா அவனை மெல்லிய வியப்புடன் பார்த்தாள்.

"அது மட்டும் காரணமில்லேண்டு நினைக்கிறேன். ஒரு பெண் இயக்கத்திலேயும் சீலியா இருந்தா. சில போராளிக் கும்பல்களிடம் இருக்கிற பிற்போக்கான எண்ணங்களைக் காரசாரமாத் தாக்குவா, இந்தப் பொண்ணு வம்பிலே மாட்டிக்கப்போகுதேன்னு எனக்கே கன பயமாயிருக்கும்."

தூக்கிவாரிப் போட்டது ஜயசீலனுக்கு.

அவன் நம்பமுடியாது திகைப்புடன் அவளைப் பார்த்தான். சீலியா எந்த இயக்கத்திலேயும் இருந்ததாக அவனுக்குத் தெரியாது. மாதத்துக்கு ஒருமுறை அவளைப் பார்க்கச் செல்லும்போதெல்லாம் அழுவாள். அவளைப் பார்க்கும் ஒவ்வொரு முறையும் ஒரே புலம்பல்தான்.

"வேண்டாம் ஜயசீலன்! இந்தக் கும்பல்லே சேராதே, இந்த வன்முறையிலே தர்மமோ நியாயமோ இல்லே."

முன் வைத்த காலைப் பின் வைக்க முடியாத நிலை அவனுக்கு.

"நா வழுக்கிட்டு வந்தேன்னா என்னைக் கும்பல் உயிரோடு வைக்காது சீலியா!"

அவள் மேலும் அழுவாள். "நமக்கு விடிவுகாலம் எப்போ சீலன்? வன்முறையோட தன்மையே இதுதான்னு மாணிக்கம் மாமா சொல்வார். தன்னைச் சார்ந்தவங்களையே அழிக்கும்! நாம எங்கேயாவது ஓடிப்போகலாம் சீலன்."

எண்ணம் செயலாவதற்குள் அவள்தான் போய்விட்டாள்.

"ஆமிக்காரன் அவளைக் கொண்டுட்டுப் போயிட்டதா நாம நினைக்கிறோம். கொண்டுட்டுப் போறதை யார் பார்த்தார்கள்? வேற யாராவது கொண்டுபோயிருக்கக் கூடாதா?" - புனிதா கேட்டபோது அவன் மீண்டும் அதிர்ந்தான்.

***

அத்தியாயம் 13

'டொக், டொக்' என்று லேசாகக் கதவு தட்டப்படும் ஓசை கேட்டுப் பிரபு திடுக்கிட்டு எழுந்தான். கனமான திரைச்சீலைகளால் ஜன்னல்களை மூடியிருந்ததில் அறை இருட்டாக இருந்தது.

திரைச்சீலையை விலக்கிக் கைக்கடிகாரத்தைப் பார்த்தபோது ஒன்பது மணி ஆகியிருந்தது.

அவன் அவசரமாகக் கதவைத் திறந்தான். வெளியில் அவன் தங்கியிருந்த குஜராத் பவனின் ஆள் சேது, கையில் எவர்சில்வர் தம்ளரில் காப்பியுடன் நின்றிருந்தான்.

"என்ன சார். ஊரே அமர்க்களப்படுது. நீங்க படுத்திருக்கீங்க?" என்றான் சேது.

விசையைத் தட்டினாற்போல் பிரபுவின் புலன்கள் சிலிர்த்தன. இப்பொழுது காப்பியைக் குடித்துக்கொண்டு நேரத்தை வீணாக்குவதா என்று வினாடி நேரத்தில் ஒரு மூலையில் எழுந்த கேள்வியுடன்,

"என்ன விஷயம் சொல்லு?"

"துறைமுகத்திலே உங்களைப்போல நிறையப் பத்திரிகைக்காரங்க வந்திருக்காங்க. தில்லியிலேர்ந்து வந்திருக்காங்கன்னு கேள்வி! யாழ்ப்பாணத்துக்கு உணவுப்பொருள் கொண்டு போறாகளாமில்லே?"

பிரபு இதற்குள் பல் துலக்கி, காப்பி குடித்து, பேண்ட் ஷர்ட் மாட்டிக் கொண்டிருந்தான். கேமராவில் ஃபிலிம் சுருளில் இன்னும் எத்தனை ஷாட் பாக்கி என்று ஆராய்ந்தான்.

"இத்தனை பத்திரிகைக்காரங்க எதுக்கு? அதிலே வெளிநாட்டுக்காரங்க வேறே இருக்காங்களாம்!"

"நான் வந்து சொல்றேன் சேது!" என்று பிரபு அவனை நகர்த்தியபடி, வெளியே வந்து அறையைப் பூட்டினான்.

"இந்தா காப்பிக்குச் சில்லறை" என்று சேதுவின் கையில் திணித்துப் படிகள் இரண்டெட்டில் கடந்து தெருவுக்கு வந்தான்.

அக்னி தீர்த்தத்தில் தீர்த்தமாடுபவர்களின் பார்வை இன்று கோவிலை நோக்கி இல்லை. துறைமுகத்தைப் பார்த்தபடி இருந்தது.

துறைமுகம் 'ஜே ஜே' என்றிருந்தது. எட்டுப் பத்துப் படகுகளில் செஞ்சிலுவைக்கொடிகள் பறந்தன. மூட்டை மூட்டையாக உணவுப் பொருள்கள் ஏற்றப்பட்டுக் கொண்டிருந்தன. மணற்பரப்பில் அவனுக்குப் பரிச்சயமான தில்லி பத்திரிகைக் கும்பல், சுமன்தேஷ் பாண்டே, மாதவன் நாயர், இந்தர்லால்.

"ஹாய் பிரபு, நீ எப்போ இங்கே வந்தே?" என்றார்கள் எல்லோரும்.

அவன் தன் விஷயத்தைச் சொன்னான்.

"எப்படியிருக்கு ஜாஃப்னா?" என்றான் இந்தர்லால்.

"ரொம்ப மோசம்! நாம் உணவுப்பொருள் கொண்டுபோறது நல்ல காரியம். அரசாங்கம் விதிச்சிருக்கிற தடைகள்னாலே ஜனங்களுக்கு அங்கே சாப்பாட்டுக்கே வழியில்லாம இருக்கு."

"நல்ல காரியம் தான். ஆனா வெற்றி பெறுவோமான்னு எனக்குத் தெரியல்லே!" என்றான் சுமன்.

"முக்கால்வாசி, தன் எல்லைக்குள்ளே வர இலங்கை அரசு அனுமதிக்காது."

"செஞ்சிலுவைச் சங்கத்துடைய மனிதாபிமான செயல்தானே இது. ஏன் அனுமதிக்காது?" என்றான் நாயர்.

சுமன் சிரித்தான்.

“அரே ‘யார்!’ நாம் மட்டும்தான் கெட்டிக்காரங்கன்னு நாம் நினைக்கக்கூடாது!”

பிரபு பதில் ஒன்றும் சொல்லாமல், பரபரப்புடன் சுற்றும்முற்றும் பார்த்தான்.

“இதிலே கெட்டிக்காரத்தன சவாலே இல்லே” என்றான் நாயர் விடாப்பிடியாக. “மனிதாபிமான அடிப்படையிலே நாம் அவங்களுக்குக் காண்பிக்கற மறைமுக எதிர்ப்புத்தான். ஆனாலும் அங்கே இதுக்குத் தடை சொல்லத் தர்க்கரீதியா ஒரு காரணமும் இல்லை.”

“தர்க்கரீதி எங்கே வந்தது அரசியல்லே? நான் சொல்றேன் பார். நாம் சும்மா ஒரு விளப்பரத்துக்குத்தான் இங்கே வந்திருக்கோம். கச்சத்தீவு வரை போய் மூக்கறு பட்டுத் திரும்பி வருவோம்...”

“எத்தனை மணிக்குக் கிளம்பறீங்க?” என்றான் பிரபு.

“தெரியல்லே. போற ரேட்டைப் பார்த்தா, மத்தியானச் சாப்பாட்டுக்கப்புறம் தான் முடியும்போல இருக்கு. இத்தனை நேரம் மீனவர்களோடு பேரம் ஆச்சு. இதுதான் சமயம்னு அவங்கதான் எக்கச்சக்கமாக கேக்கறாங்களோ, இல்லே அரசாங்கம்தான் பிசினாறித்தனம் பண்ணுதோ தெரியல்லே” என்றான் இந்தர்லால்.

“இலங்கைக்குப் போகணும்னாலே ரேட் அதிகம்தான்” என்றான் பிரபு! “அது எத்தனை ஆபத்தான விஷயம்னு அவங்களுக்குத்தான் தெரியும். தோணி வீணாப் போச்சுன்னா தொழிலே போச்சு. அரசாங்கம் நஷ்ட ஈடு கொடுக்குமா?”

“ஏய் பிரபு, நீ வரலியா எங்களோடு?”

“வரணும்தான், யாரைக் கேட்கணும்?”

“அதோ, மிஸ்டர் அகர்வால் நிற்கிறார் பார். பி.ஐ.பி ஆள்; போய்க் கேளு.”

அவன் விரைந்தான். அகர்வால் அவனுக்கு ஏற்கெனவே பரிச்சயமானதால் அனுமதி உடனே கிடைத்தது.

“கிளம்ப இரண்டு மணி ஆகிவிடும்” என்றார் அவர்.

அவன் மீண்டும் நண்பர்களிடம் சென்றான்.

“வாங்க ஹோட்டலுக்குப் போய் ஏதாவது சாப்பிடலாம். இங்கே ‘பிரமிட்’ ஷேப்பிலே முறுகல் தோசை கிடைக்கும்.”

“ரைட்டோ!” என்று எல்லோருமாகக் கிளம்பினார்கள்.

மணற்பரப்பாக இருந்த தெருக்களில் இரு பக்கமும் சின்னச் சின்னக் கடைகள் இருந்தன. கிளிஞ்சல் தோரணங்களும், சோழிகளும், கடல் நுரைகளுமாகத் தெரிந்தன.

ஹோட்டலில் ஒரு மேஜை காலியாக இருந்தது. எல்லோரும் அமர்ந்து முறுகல் தோசைக்கு ஆர்டர் கொடுத்தபோது, நேற்று கடற்கரையில் பிரபு சந்தித்த போலீஸ் சப்-இன்ஸ்பெக்டர் கருணாகரன் வந்தார்.

“என்ன சார், நீங்களும் போய் வர்றீங்களா ஜாஃப்னாவுக்கு?” என்றார்.

“என்ன, போகும்போதே வர்றீங்களாங்கிறீங்க?” என்று பிரபு சிரித்தான்.

“பின்னே வேறே என்ன நடக்கும்?”

“என்ன வேணும்னாலும் நடக்கட்டும்!” என்றான் பிரபு அயராமல். “நாம் எத்தனை நாளைக்குச் சும்மா இருக்க முடியும் சொல்லுங்க! இதனால் நம்ம எதிர்ப்பைக் காண்பிச்சோம்னு தெரியும்! யாழ்ப்பாணத் தமிழர்களுக்கு உதவ நாம் இருக்கோம்னு தெரியும்?”

கருணாகரன் சற்று குரலைத் தாழ்த்திச் சொன்னார்.

“என்னைக் கேட்டீங்கன்னா, இந்த இலங்கைத் தமிழர் பிரச்னையை நாம் தலையிலே போட்டுக்கிட்டு உட்கார்ந்திருக்கிறதே அனாவசியம்பேன்! முக்கியமா, தமிழ்நாட்டுக்குப் பெரிய தலைவலி! நம்ம அரசியல்வாதிகள் செஞ்ச கூத்துத்தான் எல்லாம். ஒவ்வொரு கட்சியும், ஒவ்வொரு கும்பலைத் தட்டிவிட்டு வேடிக்கை பார்க்குது. லாபம் தேடுது!”

“தமிழர்கள் தமிழர்களுக்காக இரக்கப்படறது இயற்கைதானே கருணாகரன்.”

“ஆ, அதெல்லாம் சும்மா! வெறும் பிரச்சாரப் பேச்சு. அரசியல் ஸ்டண்ட் அவங்க வாழ்க்கை முறைக்கும், நம்ம வாழ்க்கை முறைக்கும் சம்பந்தமே இல்லை. நம்ம பசங்க பாருங்க வன்முறைக்குப் பழக்கப்படாதவங்க. இப்ப இவங்களையெல்லாம் குடியேத்தின பிறகு, வெடிமருந்து செய்யக் கத்துக்கத் துவங்கியிருக்காங்க. மூணு வருஷத்திலே கொலையும், கொள்ளையும் கிடுகிடுன்னு அதிகரிச்சுப்போச்சு. யார் வேணும்னாலும் போராளின்னு கிளம்புவான். கொள்ளையடிக்கிறதை நியாயப்படுத்திக்குவான். இந்த நிலைமை இப்படியே நீடிச்சா தமிழ்நாட்டுக் கேரக்டரே மாறிப்போகும். இந்தப் போராளிகளை நாம ஊக்கப்படுத்தினது ரொம்பப் பெரிய தவறு!”

“இந்த மாதிரி சமயங்களிலே சந்தர்ப்பத்தைப் பயன்படுத்திக்கச் சமூக விரோதிகள் கிளம்பத்தான் கிளம்புவாங்க கருணாகரன்! ஆனா நான் போனவாரம் யாழ்ப்பாணத்திலே இருந்தேன். அவங்களுடைய கஷ்டம் உண்மையானது. ராணுவம் செய்கிற...”

“எனக்குத் தெரியும் சார்!” என்றார் கருணாகரன் அலுப்புடன். “ராணுவத்துக்கு அதிகாரம் கொடுத்தா அப்படித்தான் நடக்கும். போராளிங்க என்ன செஞ்சாங்க போன மாசம்? கொழும்பிலே அப்பாவி ஜனங்கள் நிறைஞ்சிருக்கிற பிஸி இடத்திலே ‘பாம்’ வெச்சான். இருநூறு பேர் செத்துப்போனாங்க. சிங்கள அரசு சும்மா இருக்குமா? பயங்கரவாதிகளை ஒழிச்சுக்கட்ட நினைக்காதா? ஏன் சார், பிரிவினை வேணும், தேசத்தைத் துண்டாக்கணும்னு ஆயுதம் ஏந்தறவனை அரசு தேசத்து துரோகின்னுதானே நினைக்கும்?”

“அதுக்காக ஒரு இனத்தையே அழிக்க முற்படறது நியாயமா கருணாகரன்?”

“நியாயம்னு நான் சொல்லலே! நிலைமை விபரீதமாய் போனதுக்குக் காரணம், போராளிகளுடைய வன்முறையும், அதைத் தூண்டிவிட்ட நம்ம அரசியல்வாதிகளும்!”

பிரபு சற்றுநேரம் பேசவில்லை. கோபுரம்போல் வந்து அமர்ந்த தோசையை விண்டுகொண்டே சொன்னான்.

“எது, எதுக்குக் காரணமானாலும் இப்ப இருக்கிற நிலைமையிலே நாம் சும்மா உட்கார்ந்திருக்க முடியாது கருணாகரன்!”

“ஆகா செய்யுங்க! இன்னிக்குத்தான் போகப்போறீங்களே! உங்களைக் கண்டவுடனேயே இலங்கை அரசு பயந்து நடுங்கி வாசலைத் திறந்து வைக்கப்போகுது!”

சர்வதேச எல்லையைக் கடந்து இலங்கை எல்லைக்குள் நுழையமுடியுமா என்கிற கேள்வி எல்லார் மனத்திலும் இருந்துகொண்டே இருந்தது. தோணிகள் கிளம்ப இரண்டு மணி ஆகிவிட்டது. சில வெளிநாட்டுப் பத்திரிகைக்காரர்கள், இப்படிப்பட்ட ஒரு நிச்சயமில்லாத பயணத்தை மேற்கொள்ள நேர்ந்ததற்காக வெளிப்படையாகவே கோபத்தைக் காண்பித்தார்கள்.

படகுகள் மெதுவாகத்தான் சென்றன. செஞ்சிலுவைச் கொடிகள் உயரத்தில் பறந்தன. சுமன்தேஷ் பாண்டே சொன்னதுபோல, கச்சத்தீவை அடைந்ததுமே படகுகள் நிறுத்தப்பட்டுவிட்டன. இலங்கை எல்லைக்குள் நுழைய அனுமதி மறுக்கப்பட்டது. அதற்கடுத்து மணிக்கணக்கில் இருதரப்பில் பேச்சுவார்த்தைகள் நடந்தன. இப்பொழுது இந்திய ரிப்போர்ட்டர்களும் முணுமுணுத்தார்கள். எல்லோருக்கும் நல்ல பசி.

எல்லார் பொறுமையும், உற்சாகமும் போய், படகிலேயே மூலைக்கு மூலை சாய்ந்து தூங்க ஆரம்பித்தார்கள். இலங்கை அரசின் உத்தரவை மீறி எல்லைக்குள் புகமுடியாத நிலையில் படகுகள் திரும்பின. மீண்டும் ராமேசுவரத்தை அடைந்தபோது பன்னிரண்டரை மணி.

எரிச்சல் பட்டுக்கொள்ளக்கூட முடியாத சோர்வுடன், பிரபு அறைக்குத் திரும்பி, படுத்தான். மற்றவர்களுக்குத் துறைமுகத்தருகிலேயே அவசரமாக ஒரு ஹோட்டலில் ஏற்பாடு செய்யப்பட்டது.

மறுநாள் பிரபு கண் விழித்தபோதே பத்து மணி. அவன் நிதானமாகக் குளித்துக் காலை உணவு அருந்தினான்.

"என்ன சார், முகத்திலே சுரத்தே இல்லே? கரியைப் பூசிக்கிட்டீங்களா?" என்று சேதுகூடப் பரிகாசம் செய்தான்.

பிரபு பதிலே சொல்லாமல் கேமராவை எடுத்துக்கொண்டு கோவிலுக்குச் சென்றான். கோவில் கர்ப்பக்கிரகம் வரை சொதசொதவென்று ஈரமாக இருந்தது. பக்தர்கள், வேண்டுதல்களுடன் வந்த தம்பதிகள் இருபத்திரண்டு கிணறுகளில் தீர்த்தமாடி நடந்து செல்லும் ஈரம். இறைவனுள்ளத்தில் ஈரம் கசியுமா என்ற ஏக்கத்தின் கானல் நீராக.

"கர்ப்பக்கிரகம் பத்தாம் நூற்றாண்டிலே கண்டி மகாராஜா பராக்கிரமபாகுவினால் கட்டப்பட்டது" என்று அவன் கேட்காமலே விளக்கினார் ஒரு கைடு. "அதாவது பிரச்னை முளைக்கிறதுக்கு முன்னாலே!" என்று ஜோக்கடித்தார்.

பிரபு வாயே திறக்காமல் சுவாமியைத் தரிசனம் செய்துவிட்டுத் துறைமுகத்துப் பக்கம் சென்றான். இப்பொழுது அங்கு யாருமே இல்லை. எல்லாரும் மதுரைக்குப் போய்விட்டார்கள் என்று தகவல் கிடைத்தது.

"சாமான்கள்?"

"அதுவும் போய்விட்டது."

யாருக்கும் விவரம் சரியாகத் தெரியவில்லை.

அவன் மீண்டும் அறைக்குத் திரும்பி சாப்பிட்டுவிட்டுப் படுத்தான். நேற்று ஏற்பட்ட தோல்வியை நினைக்க நினைக்கச் சோர்வாக இருந்தது. இப்படி நடக்கும் என்று இந்திய அரசு எதிர்பார்க்காமல் இருந்திராது. இது அடுத்த கட்டத்துக்கான முன்னோடியாக இருக்க வேண்டும். யாழ்ப்பாணத்தில் அவனது அனுபவங்களை நினைக்கும்போதெல்லாம் இப்பவும் மயிர்க்கால்கள் குத்திட்டு நின்றன. எந்த வகையிலாவது அப்பாவி ஜனங்களுக்கு நிம்மதி ஏற்பட வேண்டும்.

பாஷை என்கிற ஒரே ஒரு காரணத்தை வைத்து அங்கு எத்தனை பெரிய சுவர் எழும்பியிருக்கிறது, இரு இனங்களுக்குமிடையே! வாஸ்தவத்தில் இரண்டு இனங்களும் இந்தியாவிலிருந்து சென்றவை. கலாச்சார வேற்றுமை என்று தீர்க்கமாகச் சொல்லும்படியாக இல்லை. புத்தராலயங்களில் விஷ்ணு சிலைகள் இருக்கின்றன. சிங்கள மொழியில் சமஸ்கிருத வார்த்தைகளும், தமிழ் வார்த்தைகளும் இருக்கின்றன. இதில் உயர்ந்தவர் தாழ்ந்தவர் என்கிற பேதம் எப்படி முளைக்கிறது! எத்தனை பயங்கர பேத உணர்வு இது!

மீண்டும் ஜயசீலனின் நினைவு வந்தது. சீலியாவைச் கண்டுபிடித்தானோ என்று கவலையேற்பட்டது. இலங்கையின் இந்தக் காலகட்டத்துக்கு அவனது கதை ஒரு நல்ல உதாரணம் என்று தோன்றிற்று. மிகத் துல்லியமான மனம் அவனுக்கு. அதில் எத்தனை கசப்பு மண்டியிருக்கிறது? இன்றைக்கு அவனைப் பார்க்க வருவதாகச் சொன்னது நினைவுக்கு வந்தது.

அவன் எழுந்தான். தில்லிக்குக் கிளம்ப வேண்டியது தான். எத்தனை நாட்கள் இங்கு உட்கார்ந்திருப்பது? இன்றைக்கு நடந்த நாடகத்தை விவரமாக எழுதி நாளைக்கு அனுப்பிவிட வேண்டும் என்று நினைத்தபடி ரயில் பிடித்தான்.

"என்ன சார் நீங்க போகல்லியா யாழ்ப்பாணத்துக்கு?" என்றபடி வந்தார் மீனவர் சங்கத் தலைவர் நடராஜன்.

"ஓ போனேனே! பாதி வழியிலேயே திரும்பி வந்தோமே!"

"அதைச் சொல்லலே சார்! இப்ப மறுபடி நாம ஒரு ஸ்டண்ட் பண்ணியிருக்கோம். தெரியாது?"

"தெரியாதே!" என்றான் அவன் பரபரப்புடன்.

"என்னய்யா பத்திரிகைக்காரர் நீர்? பெங்களூர்லேர்ந்து கிளம்பி இலங்கை அரசுடைய உத்தரவு கேட்காமலே விமானம் மூலமா உணவுப் பொட்டலங்களைப் போட்டாச்சு. இருபது நிமிஷங்கள்லே காரியத்தை முடிச்சாச்சாம்!"

“எப்ப?”

“இப்பத்தான் அரை மணி முந்தி சப்-இன்ஸ்பெக்டர் ஆபீஸ்லே சேதி கேட்டேன்.”

பிரபுவுக்கு நாடி நரம்பெல்லாம் பரபரத்தன.

“நேத்துப் போன களைப்பிலே நான் ரூம்லே படுத்துத் தூங்கிட்டேன்.”

சட்டென்று புரிந்தது. இது முன்னேற்பாடான செயலாக இருக்க வேண்டும்! எல்லாமே ஒரு நாடகம்!

“என்ன பூரிச்சுப் போயிட்டீக? என்னைக் கேட்டா இது நியாயமான செயல் இல்லை. இது ஒரு அத்துமீறல் தான். உலகத்து வல்லரசுகளையெல்லாம் பகைச்சுக்கப் போறோம்.”

பிரபு சிரித்தான்.

“ஏனய்யா ஆக்ஷன் எடுத்தாலும் முணுமுணுக்கிறீங்க. எடுக்கல்லேன்னாலும் முணுமுணுக்கிறீங்க. நியாயமான வழிகளுக்கு உட்படாதவங்ககிட்ட இப்படித்தான் நடந்துக்கணும். மகாபாரதக் கதை தெரியுமா உங்களுக்கு?”

“என்னவோ போங்க. இதெல்லாம் எனக்குச் சரின்னு தோணல்லே. பெரிய இக்கட்டிலே மாட்டிக்கப்போறோம். இந்தப் பிரச்னையினாலே ஆரம்பத்திலிருந்தே நமக்குத் தலைவலி.”

பிரபு பதிலே சொல்லாமல் தன் யோசனைகளில் ஆழ்ந்தான். இது ஒரு சுவாரஸ்யமான திருப்பம். நடராஜன் சொல்வதுபோல் இப்பொழுது என்ன வேணுமானாலும் நடக்கலாம்.

மண்டபத்தில் இறங்கி முகாம் வாசலுக்குச் செல்லும் வரை மனம் ரொம்பப் பரபரப்பாக இருந்தது. வாசலில் ஜயசீலனுடன் சீலியா நின்றிருப்பாள் என்று கற்பனை விரிந்தது.

ஜயசீலன் பழைய சோர்வுடனேயே நின்றிருந்தான் தனியாக. லேசான ஏமாற்றத்துடன் பிரபு அவனை நோக்கி நடந்தான்.

***

அத்தியாயம் 14

பிரபுவின் உருவத்தைத் தொலைவில் பார்த்ததுமே ஜயசீலன் கேட்டுக்கு வெளியில் வந்து நின்றான்.

அவனை நோக்கி வேகமாக வந்த பிரபுவின் பார்வையில் கேள்வியும், குழப்பமும், ஏமாற்றமும் தெரிந்தன.

"என்ன ஜயசீலன், சீலியா இல்லையா, இங்கே?"

ஜயசீலன் உதட்டைப் பிதுக்கித் தலையை அசைத்தான்.

பிரபு அவனது தோளை அணைத்தான் ஆதரவாக.

"ரொம்ப வருத்தமாயிருக்கு சீலன்!" என்றான் மெல்லிய குரலில்.

"அவளைப்பத்தி எந்தத் தகவலும் தெரியலியா? உனக்குத் தெரிஞ்சவங்க யாரும் இல்லையா இந்த முகாம்லே?"

"இருக்கார்கள். அவளண்டே தம்பியும், அத்தை பெண்ணுமே இருக்கார்கள். அவர்களோடுதான் நான் தங்கியிருக்கேன், இப்ப. சீலியாவைப்பத்தி யாருக்கும் ஒண்டும் தெரியல்லே. வேற எதாவது அகதி முகாம்லே இருக்காளாண்டு கண்டுபிடிக்க இன்னும் ஒருவார காலம் ஆகும்."

இவனை எப்படிச் சமாதானப்படுத்துவது என்று சங்கடப்படுபவனைப்போல் பிரபு மௌனமாக நின்றான்.

"நான் சாதாரணமா கோவிலுக்குப் போகிற வழக்கமேயில்லே ஜயசீலன்! இன்னிக்குப் போனேன். உனக்காக வேண்டிக்கிட்டேன்."

ஜயசீலன் அவனைத் திரும்பிப் பார்த்துச் சிரித்தபோது கண்கள் பனித்துப் பளபளத்தன.

"நன்றி ஐயா. ஆனால் கடவுள் எண்டு ஒருத்தர் இருக்காரா? எனக்கு நம்பிக்கை போய் வெகுகாலமாச்சு!"

"எனக்கும் தெரியாது. நானும் பார்த்ததில்லே" என்று பிரபு புன்னகை செய்தான்.

"கடவுள் எண்டு யாரும் கிடையாது. அதெல்லாம் நம்ம கற்பனை."

"அவர் உண்மையாகவே இருந்தாலும் இப்ப நிச்சயம் பதுங்கியிருப்பார்!" என்றான் பிரபு. "அணுகுண்டைக் கண்டுபிடிச்சுட்டு இப்ப மனுஷன் விழிக்கிற மாதிரி, மனிதனை உண்டாக்கிட்டுக் கடவுள் விழிக்கிறாரோ என்னவோ! நம்ம கஷ்டங்களுக்கெல்லாம் நாமேதான் காரணம். ஒருத்தன் கழுத்தை இன்னொருத்தன் நெருக்கப் பார்த்தா அவர் என்ன பண்ணுவார்? படைச்சதோடு அவர் ட்யூட்டி முடிஞ்சது?"

"அப்ப விமோசனமேயில்லே!"

"அப்படிச் சோர்ந்து போகாதே. ஒரு மூணாவது மனுஷன் இல்லாம போகமாட்டான், சண்டை போடற ஆளுங்களைப் பிரிக்க! இன்னிக்கு இந்திய விமானப்படை என்ன செஞ்சுதாம் தெரியுமா?"

"ஓம், கேள்விப்பட்டேன். யாழ்ப்பாணத்திலே உணவுப் பொட்டலங்களைப் போட்டதைத்தானே சொல்கிறீர்?"

"ஆமாம்."

"இதை இந்தியா எப்பவோ செய்திருக்கணும்?"

"இப்பவாவது செய்ததில்லே."

"இதனாலே கொழும்பு அரசு பயந்திடும் எண்டு நினைக்கிறீரா?"

"பயப்படலாம். இதனாலே ஒரு நல்ல திருப்பம் ஏற்பட்டாலும் ஏற்படலாம்."

அப்படியும் ஒரு திருப்பம் வருமா? தீவிரச் சிந்தனையுடன் ஜயசீலன் தொலைவைப் பார்த்தான்.

“அப்படி ஏற்பட்டா, அதைவிட நல்ல விஷயம் வேறு இருக்க முடியாது பிரபு.”

“திருப்பம் ஏற்பட்டா மட்டும் பத்தாது. அதை உபயோகப்படுத்தவும் எல்லாரும் சித்தமாயிருக்கணும்” என்றான் பிரபு யோசனையுடன்.

இவன் எதை மனத்தில் வைத்துக்கொண்டு சொல்கிறான் என்று ஜயசீலனுக்குத் தெரியவில்லை.

“இந்தியாதான் தலையிடணும் பிரபு. நான் குற்றம் சொல்றதா நினைக்காதீர். இந்தியாதான் மத்திய அரசிலிருந்து, மாநில அரசு வரை போராளிக் கும்பல்களை ஆதரிச்சு போராட்டத்துக்கு மறைமுகமா ஊக்கம் கொடுத்திருக்கு. நிலைமை இப்ப பயங்கரமா போனபிறகு அதைச் சமாளிக்க அதுதான் முயற்சி எடுக்கணும்.”

“நிச்சயமா எடுக்கும். அதோட ஆரம்பம்தான் இன்னிக்கு நடந்த விஷயம். வர்றியா ராமேசுவரத்துக்கு? அக்னி தீர்த்தத்திலே உட்கார்ந்து பேசுவோம்?”

“இண்டைக்கு வேண்டாம் பிரபு. நாளைக்கு நானே உம்மைப் பார்க்க வரேன்!”

பிரபு கிளம்பிச் சென்றதும், ஜயசீலன் மீண்டும் முகாமுக்குள் நுழைந்தான். பள்ளியிலிருந்து ஜோஸப் வந்திருப்பான். அவனோடு சற்று காலாற நடந்துவிட்டு வரலாம். வீட்டுக்குள் புனிதாவுடன் தனியாக உட்கார்ந்திருக்கக் கூச்சமாக இருந்தது. அவளுக்குப் பேசி மாளவில்லை. அவனை இங்கே அங்கே நகரவிடாமல் பிடித்து வைத்துக்கொண்டு, ஊர்க் கதைகளையும், முகாம் கதைகளையும் பேசினாள். இடையிடையே தன்னை இப்படி விட்டு விட்டுக் கண்காணாத இடத்தில் ஒளிந்திருக்கும் கணவனை நினைத்து அழுதாள். இந்த இரண்டு நாட்களாக அவளது பேச்சிலும், உபசரிப்பிலும் அவன் சற்றுத் திணறிப்போயிருந்தான். தொடர்ந்து

இப்படியே காலம் கழியுமானால் தன்னுள் ஒரு நபும்ஸகத்தனம் வந்துவிடும் என்று அச்சமேற்பட்டது.

அவனது நடை தடைப்பட்டது. ஒரு வீட்டுத் திண்ணையில் தெரிந்த முகமாகத் தோன்றிற்று.

"திருச்செல்வம் மாமாதானே?"

"ஆமாம், யார் நீ?"

"யாழ்ப்பாணம் குகதாஸனண்ட மகன்."

திருச்செல்வம் புருவங்களை நெரித்து நினைவைத் துழாவினார். பிறகு மெல்ல மெல்லப் பிரசன்னப் பரவிற்று.

"ஆ, வாருங்கோ. உம்ம பெயர் நினைவில்லை."

"ஜயசீலன்."

திருச்செல்வம் மாமா முன்பு கொழும்பில் பக்கத்து வீட்டுக்காரராய் இருந்தார்.

"நீங்கள் எப்ப வந்தீர்கள் இங்கு?"

"நான் வந்து நாலு வருஷமாச்சு. கொழும்புவிலே நடந்த 83 கலவரத்தும்போது குடும்பத்தோட இங்க வந்துட்டேன். திரும்பிப் போக இயலாம உட்கார்ந்திருக்கேன். கொழுப்புலே வீடெல்லாம் இருக்கு. கடைக்குத் தீ வெச்சுட்டான்கள். இரண்டு பெண் பிள்ளைகளை அந்த நிலவரத்திலே காப்பாத்தறது கஷ்டம்னு இங்கே ஓடிவந்துட்டேன். குகதாஸன் எப்படியிருக்கார்? நீங்கள்லாம் யாழ்ப்பாணத்துக்குப் போனதும் தொடர்பு விட்டுப்போச்சு. நீங்கள் இப்பத்தான் வந்தீர்களா? அங்கே நிலைமை இன்னும் மோசம்தானே? இண்டைக்கு இந்திய விமானம் உணவுப் பொட்டலங்களைப் போட்டதாம்."

அவரது சரமாரியான கேள்விகளில் எதற்கு முதலில் பதில் சொல்வது என்று அவன் யோசிக்கையில், அவர் உள்பக்கம் திரும்பி "மகேச்வரி, இரண்டு கப் கோப்பி கொண்டு வா!" என்றார்.

உள்ளேயிருந்து ஓர் இளம் பெண் எட்டிப் பார்த்தாள். குட்டைப் பாவாடையும், ப்ளவுசும், அதற்குமேல் தவழ்ந்த

இரட்டைப் பின்னல்களும் தெரிந்தன. அவனுக்குச் சட்டென்று சீலியாவின் நினைவு வந்தது. ஆனால் சீலியா பொன்னிறம். இவள் மாநிறம்.

“பத்துப் பன்னிரண்டு வருஷங்கள் முந்தி கொழும்பிலே நம்ம வீட்டுப் பக்கத்து வீட்டிலே குகதாஸன், ஞானசுந்தரின்னு இருந்தார்கள். உனக்கு நினைவிருக்கா?” என்றார் திருச்செல்வம் அவளைப் பார்த்து.

‘இல்லை’ என்கிறாற்போல் அவள் தலையசைத்து அவனைப் பார்த்துச் சிரித்தாள்.

“அங்கெல்லாம் நிலைமை இப்ப எப்படியிருக்கு?”

அவள் கண்களில் தென்பட்ட ஏக்கத்தைப் பார்த்து, அவன் தலையைக் குனிந்தபடி சொன்னான்.

வடக்குப் பகுதியில் எல்லாம் ரொம்ப மோசம்தான். தினமும் பம்பர் ஓசைக்கு ஓடறதும், பதுங்கு குழியிலே ஒளியறதும் - இதே வாழ்வாப் போயிட்டது.

“உம், எப்ப நிலைமை சரியாகும், நாமும் சொந்த ஊருக்கு எப்பத் திரும்புவம்னு இருக்கு தம்பி” என்றார் அவர்.

“நம்ம பொடியன்கள்னாலேதான் வடக்குப் பகுதி ஜனங்களுக்கெல்லாம் பாதுகாப்புங்கறாங்க!”

மகேச்வரியின் குரலில் எக்காளமும், பெருமிதமும் தொனித்தன. கண்களில் நட்சத்திரங்கள் ஜொலித்தன.

“ஓ, ஓரளவுக்கு” என்றான் அவன் ஆயாசத்துடன்.

“விமானப்படைத் தாக்குதல் இல்லைண்டா என்னிக்கோ நம்ம புலிகள் சிங்களப்படையை முறியடிச்சிருப்பான்கள்.”

“நான் கிளம்பறேன்!” என்று அவன் எழுந்தான்.

“அட, இரு தம்பி மகேச்வரி என்ன கதைச்சுக்கிட்டிருக்கே? போ, கோப்பி கொண்டுவா!” என்று திருச்செல்வம் அதட்டலாகச் சொன்னதும் மகேச்வரி உள்ளே ஓடினாள்.

“அப்பா, அம்மா எல்லாரும் எங்கே இருக்கார்கள், எப்படி இருக்கார்கள் தம்பி?”

அவன் எங்கேயோ பார்த்தபடி சொன்னான்.

“யாருமில்லே இப்ப. நான் ஒருத்தன்தான்.”

“ஈசுவரா! யாருமேயில்லையா? உன்னையும் சேர்த்து நான்கு குழந்தைகள் உண்டே குகதாஸனுக்கு?”

“ஓமய்யா, இப்ப நான் ஒருத்தன்தான் மிச்சம்.”

“சர்வேசுவரா! என்ன அநியாயம் தம்பி! கொழும்பிலேயே நீங்களும் இருந்திருக்கலாம். மக்களுக்கு எதிர்காலம் இல்லேன்னு குகதாஸன் யாழ்ப்பாணத்துக்குக் கிளம்பிப்போனான். எப்படி அப்படி, கூண்டோடு போனாப்போல?”

அவன் பதிலே சொல்லாமல் தலையைக் குனிந்தபடி உட்கார்ந்திருந்தான். மனசு திடீரென்று இறுகிப்போயிற்று. திருச்செல்வம் மேற்கொண்டு ஏதோ சொல்லிக் கொண்டிருந்தார். அவனுக்கு எதுவும் காதிலேயே விழவில்லை.

அப்பா நடுக்கூடத்தில் நின்றிருந்தார். நான் கொழும்புக்கு ஒரு நடை போயிட்டு வரலாம் எண்டு நினைக்கிறேன், ஞானம். ஓய்வுச் சம்பளப் பணம் வரவேயில்லை. எத்தனை முறை கடிதம் எழுதியும் பதிலே இல்லே. நேராப் போய் விசாரிக்கணும். ஜயசீலனையும் கூட்டிக்கொண்டு போறேன்.

“கொழும்பிலே எங்கே தங்குவீர்கள்?”

“அங்கே எத்தனை சிங்கள சினேகிதன்கள் எனக்கு! என்ன கஷ்டம்? குலரத்னா வீட்டிலே தங்கலாம். அவன் இல்லேண்டா இன்னும் எவ்வளவோ பேர். ஒண்ணு சொல்றேன் ஞானம், கொழும்பிலே சிங்கள சினேகிதன்கள் அமைஞ்ச மாதிரி, எனக்கு யாழ்ப்பாணத்திலே எந்தத் தமிழ்ச் சினேகிதனும் அமையல்லே. நமக்கு அரசோடதான் விரோதம், சிங்களனோடு இல்லே.”

கொழும்பில் கூடப்பிறத்தவருக்கு மேலாகப் பிரியம் காட்டினார்கள் குலரத்னாவும், அவர் மனைவி துர்க்காவும்.

அவர்களுடைய மகன் ஜயரத்னாவுக்கு ஜயசீலன் வயது. இருவருமாக ஊர் சுற்றினார்கள். கெலனி பௌத்தராலயத்துக்குச் சென்றார்கள். குலரத்னாவின் வீடு பௌத்தலோக மாவத்தவில் இருந்தது. மிக அழகான வீதி. நாற்சந்தியின் ஓர் ஓரமாகப் புத்தரின் சிலை உட்கார்ந்த நிலையில் இருக்கும். இன்னொரு ஓரம் இந்தியச் சாப்பாடு ஓட்டல் சாந்தி விஹார் இருக்கும். பௌத்தலோக மாவத்தவில் நீள நடந்து இருவரும் சாந்தி விஹாரில் வயிறு புடைக்கச் சாப்பிட்டுப் புத்தரை ஒரு வலம் வந்து வீட்டுக்கு ஓடுவார்கள்.

அப்பாவின் வேலை இன்னும் முடியவில்லை. நிதானமாகவே ஆகட்டும் என்றிருந்தது அவனுக்கு. எத்தனை அழகான சுபிட்சமான நகரம் கொழும்பு! ஜனங்களும் எத்தனை சினேகிதமாக இருக்கிறார்கள்! யாழ்ப்பாணத்துப் புழுக்கமும், தலைக்குத் தலை அரசியல் பேச்சும், இறுக்கமும் இங்கு இல்லை. இதுவே வேறு உலகமாக இருந்தது. அவர்கள் போய்ச் சேர்ந்த நான்காம் நாள் குலரத்னா கவலையுடன் சொன்னார்.

"இன்றைக்கு சேதி வந்திருக்கு. விடுதலைப்புலிகள் பதின்மூன்று சிங்கள ராணுவ வீரர்களை வடக்கே கொன்றுவிட்டார்களாம். சடலங்களை நாளைக் கொழும்புக்குக் கொண்டுவரப் போகிறதாம் அரசு. ஏன் கொண்டு வருகிறார்கள் என்று எனக்குத் தெரியவில்லை. இந்தச் செய்கை ஜனங்களின் உணர்ச்சிகளைத் தூண்டிவிடலாம். கலகம் ஏற்படலாம். குகதாஸன், நீங்களும் ஜயசீலனும் வெளியே போகாமல் இருப்பது நல்லது."

"நாளைக்கு நான் கண்டிப்பாகப் போகணுமே!" என்றார் அப்பா. "நாளைக்குத் தொகையைக் கொடுத்துவிடறதா குமாஸ்தா சொல்லியிருக்கார். நாளைக்கு மறுநாள் அவர் வெளியூர் போய்விடுவாராம். சீக்கிரம் போய் சீக்கிரம் திரும்பிவிடறேன்."

"சரி, ஆனால் கவனமாயிருங்கள். ஜயசீலன்! தனியாக எங்கேயும் போகாதே! வீட்டுக்குள்ளேயே இருப்பதுதான் பாதுகாப்பு!"

மறுநாள் மதியம் மூணு மணிக்குத்தான் அலுவலகத்துக்குப் போக வேண்டியிருந்தது அப்பாவுக்கு. வீட்டில் எல்லோருமே வெளியே போயிருந்ததால் அவன் தனியாக வீட்டில் இருக்க வேண்டாம் என்று அப்பா அவனையும் தம்முடன் அலுவலகத்துக்கு அழைத்துச் சென்றார். நேற்றைய செய்தி கேட்டதிலிருந்து அவர் பெரிய கலக்கத்தில் இருந்ததாக அவனுக்குப் பட்டது.

அலுவலகத்துக்குப் பஸ்ஸைப் பிடித்துச் செல்லும்போது, வழக்கம் போல்தான் இருந்தது. ஆனால் அலுவலகத்துக்குள் ஓர் இறுக்கம் படர்ந்திருந்தது. அப்பாவின் வேலை முடியத் தாமதமாகிவிட்டது. முடிந்ததும் லேசான நிம்மதியுடன் அவர் அவனுடன் கிளம்பினார். தெருவுக்கு வந்ததும் திகைப்பேற்பட்டது.

சாரிசாரியாகச் சிங்களவர்கள் தெருவில், அந்தப் பதின்மூன்று வீரர்களின் சடலங்களையும் இடுகாட்டில் கொண்டு வைத்திருப்பதாகவும், அதைப் பார்க்க அவர்கள் விரைவதாகவும் தெரிந்தது.

அப்பாவின் முகத்தில் பரபரப்புத் தெரிந்தது. அவனுடைய கையை கெட்டியாகப் பிடித்துக்கொண்டார்.

"வா ஜயசீலன், குலரத்னா வீடுதான் நமக்குப் பாதுகாப்பு. கலவரம் ஏற்பட்டாலும் ஏற்படலாம், வேகமாக நட. வாகனம் எதுவும் இப்பக் கிடைக்காது!"

மார்பு படபடக்க, நெற்றி வியர்க்க, அவன் ஓட்டமும் நடையுமாக அவருடன் நடந்தான். இன்னும் பத்து நிமிஷம் நடந்தால் பௌத்தலோக மாவத்த வந்துவிடும்.

திடீரென்று திமுதிமுவென்று ஒரு கூட்டம் எதிர்த்த பக்கத்திலிருந்து தீவட்டிகளை ஏந்தியபடி வந்தது. அப்பா சட்டென்று வேஷ்டியை மடித்துக் கட்டிக்கொண்டார்.

"வா, ஜயசீலன்!" என்றபடி பக்கத்தில் தென்பட்ட தெருவில் நுழைத்து ஓடினார். அவனும் தலைத்தெறிக்கப் பின்தொடர்ந்தான். என்னென்னவோ தெருக்கள், சந்துகள். கண்மண் தெரியாமல் ஓடினார்கள். பின்னாலேயே தீவட்டித் தடிக் கும்பல்.

"பர தெமளோ! பர தெமளோ!" என்ற இரைச்சல்.

"முன்பின் உணர்ந்தறியாப் பீதியுடன் அவன் வேகமாக முன்னேறி அப்பா எங்கே என்று கண்காணிக்க மறைவிடத்தில் பதுங்கிப் பார்க்கையில், அப்பா நட்ட நடுத்தெருவில் வீழ்த்தப்பட்டிருந்தார்."

"பர தெமளோ! பர தெமளோ!" (அன்னியன் - அன்னியத் தமிழன்)

விடாமல் அடித்தார்கள். தீவட்டித் தீயில் வேஷ்டி பற்றிக்கொண்டது. சற்றுநேரம் அப்பா அலறினார். பிறது அடங்கிப்போயிற்று. குரல் விக்கித்து, ஸ்தம்பித்து, வெறும் கூடாய் அவன் சில நிமிஷங்கள் நின்றான். வியர்வையும், கண்ணீரும், சிறுநீரும் பீதியில் தன்னிச்சையாக வெளிப்பட்டு உடலை நனைத்தன.

"இந்தத் தெரு முடிந்தது. அடுத்த தெருவுக்குப் போகணும். நான்கு தமிழர்கள் வீடிருக்கு" என்றான் ஒரு தீவட்டிக்காரன். கும்பல் திமுதிமுவென்று நகர்ந்தது. தெரு காலியானதும் இன்னமும் எரிந்துகொண்டிருந்த அப்பாவின் உடலருகில் அவன் சென்றான். தெருவில் கிடந்த ஒரு தடியால் அப்பாவைப் புரட்டிப் பார்த்தான். வெறும் மூர்ச்சை இல்லை. மூச்சடங்கிப் போயிருந்தது. அவன் பிறகு குலரத்னாவின் வீட்டிற்கு அன்று இரவு எப்படிப் போய்ச் சேர்ந்தான் என்று இன்றுவரை நினைவில்லை. ஒன்றே ஒன்றுதான் நினைவிருக்கிறது.

அவனை அணைத்துக்கொண்டு குலரத்னா விசித்து விசித்து அழுதது.

பிறகு எதிர்பாராமல் அவனது கால்களைக் கட்டிக்கொண்டு சொன்னது.

"இன்றைக்கு நடந்த விஷயத்துக்காக நான் உன்னிடம் மன்னிப்புக் கேட்கிறேன் ஜயசீலன். என் இனத்தாரின் ஈனச் செயலுக்காக மன்னிப்புக் கேட்கிறேன்!"

குலரத்னா அப்பாவை விடப் பெரியவர்.

“தம்பி! தம்பி!”

யாரோ அவன் தோளைத் தொட்டார்கள்.

“இந்தா தம்பி கோப்பி...”

அவன் சுயநினைவுக்கு வந்தான்.

திருச்செல்வம் கோப்பியை நீட்டினார்.

மகேச்வரி அவனை ஆர்வத்துடன் பார்த்தபடி உட்கார்ந்திருந்தாள்.

***

அத்தியாயம் 15

மகேச்வரியிடமிருந்து தப்பிப்பது பெரிய பாடாகிவிட்டது. வீட்டை நோக்கி விடுவிடுவென்று நடக்கையில், ஜயசீலன் தயக்கத்துடன் இடையில் திரும்பிப் பார்த்தான். தன்னைத் தொடர்ந்து அவள் வருகிறாளோ என்கிற பிரமையில். நீளமான தெருவின் முனையிலிருந்து வீட்டு வாசலில் அவள் நின்று அவனையே பார்ப்பது அவனுக்குத் தெரிந்தது. அவன் சட்டென்று அடுத்த குறுக்குத் தெருவுக்குள் நுழைந்தான்.

பொழுது சாய்ந்துவிட்டது. தெருவிளக்குகள் எரியத் தொடங்கிவிட்டன. வீட்டுத் திண்ணைகளில் சுவரில் சாய்ந்தபடி அமர்ந்த நிலையில் கைலியும், பனியனும் அணிந்த பொடியன்கள் இருந்தார்கள். தமிழ்நாட்டுத் தமிழும், யாழ்ப்பாணத் தமிழும் கலந்த துவனியில் ஏதோ அக்கப்போரில் ஆழ்ந்திருத்தார்கள்.

இவர்களையெல்லாம் பார்த்துப் பார்த்து மகேச்வரிக்கு அலுத்துப் போயிருக்க வேண்டும்.

“இங்கே இருக்கிற சோம்பேறிப் பையன்களைப் பார்க்கும்போது எனக்கு எரிச்சல் வருது” என்றாள்.

இவர்களே இங்கே சுவரையும், திண்ணையையும் தேய்க்காமல் ஈழத்தில் தங்கியிருந்தால் என்ன செய்திருப்பார்கள் என்று அவன் யோசித்தான். இங்கே வசதி செய்துகொடுத்தும் படிப்பில் நாட்டம் போகாமல் இருப்பவர்கள், அங்கேயிருக்கும் அசாதாரண நிலையில் எங்கே படித்திருப்பார்கள்? பெற்றோருக்குத் தெரியாமல்

ஏதாவது ஓர் இயக்கத்தில் சேர்ந்திருப்பார்கள். இப்போதெல்லாம் இயக்கத்தில் சேருகிறேன் என்று சொல்ல வேண்டியதுதான், உடனே கையில் ஒரு துவக்குக் கிடைத்துவிடும். அதை யாருக்கு எதிராக உபயோகிப்பார்கள்? யார் அவர்களுக்கு எதிரி?

வடக்குத் தமிழரா? கிழக்குத் தமிழரா? முஸ்லிமா? மலையகத் தமிழரா? தெற்குத் தமிழரா? சிங்களவரா?

தங்களைத் தட்டிக் கேட்பவர்கள் எல்லோருமே அவர்களுக்கு எதிரிகள்!

"அண்ணா! ஜயசீலன் அண்ணா!" – அவன் சிந்தனையிலிருந்து விடுபட்டு நிமிர்ந்து பார்த்தான்.

எதிரில் ஜோஸப் ஒரு பையுடன் வந்து கொண்டிருந்தான்.

"என்ன, உங்களைக் காண இல்லே? போய்க் கன நேரமாச்சு எண்டு அத்தை சொன்னார்கள்."

"ஓம். ஒரு சினேகிதனைப் பார்க்கப் போனேன். திரும்பற வழியிலே கொழும்பிலே பழக்கமான ஒருத்தரைப் பார்த்தேன்."

"யார்?"

"திருச்சிற்றம்பலம் என்று ஒரு ஆள்."

"மகேச்வரி எண்டு மகள்!"

"ஓம். தெரியுமா?"

"அவளைத் தெரியாதவர்களே இருக்க முடியாது. சரியான வாயாடி!"

ஜயசீலனுக்குச் சிரிப்பு வந்தது.

"என்ன செய்யறா அப்படி?"

"எப்பவும் கதைச்சுக்கிட்டிருக்கணும் அவளுக்கு. இஷ்டம்போல முகாமுக்கு வெளியிலே போகிறதும், வருகிறதும் உண்டு. யார் யாரோ சினேகிதம் அவளுக்கு."

ஜயசீலன் வியப்புடன் அவனைப் பார்த்தான்.

“இதெல்லாம் எப்படித் தெரியும் உனக்கு?”

“பொடியன்கள் பேசிக்குவான்கள். சிலபேர் அவள் கட்சி; சிலபேர் எதிர்க்கட்சி.”

“கட்சிப் பிரிவெல்லாம் இங்கேயும் உண்டா?”

“இங்கேதான் அதிகம். வேலையும் இல்லையே யாருக்கும்!”

அடேயப்பா. இந்தப் பொடியன் லேசுப்பட்டவன் இல்லை என்று ஜயசீலனுக்குச் சிரிப்பு வந்தது.

“பையைத் தூக்கிக்கொண்டு நீ எங்கே கிளம்பினே?”

“வெங்காயமும், தக்காளியும் வேணுமாம் அத்தைக்கு?”

“நானும் உன்கூட வர்றேன் வா” என்று ஜயசீலன் அவனுடன் நடந்தான்.

கடற்காற்று சிலுசிலுவென்று அடித்தது. முகாமின் நிம்மதிச்சூழல் பழகிப்போன ஒரு மெத்தனத்துடன் கூடிய கலகலப்புத் தெரிந்தது. எல்லா வீடுகளிலும்.

“அவளோடு நீங்க தொடர்பு வைத்துக்கொள்ளாம இருக்கிறது நல்லது.”

“யாரோடு?” என்றான் ஜயசீலன் திடுக்கிட்டு.

“அதான், அந்த மகேச்வரியோடு!”

“ஐயோ!” என்று ஜயசீலன் புன்னகை செய்தான்.

“அவளுக்கும் எனக்கும் இடையே என்ன இருக்கு, அவள் ஒரு சிறிய பெண்!”

“ஆ, அப்படியெல்லாம் மயங்கிடக்கூடாது எண்டுதான் சொல்றேன்.”

ஜோஸப்பின் முகத்தில் இருந்த கடுமையைக் கண்டு அவனுக்கு மீண்டும் சிரிப்பு வந்தது. இந்த பதினாலு வயசுப் பையனுக்கு என்னவெல்லாம் தெரியும்?

“அவளைக் கண்டிக்க அவளுடைய அப்பா, அம்மா இருக்காங்க.”

“இரண்டு பேருக்கும் அவ செய்யற காரியம் தெரிய இல்லைண்டா எப்படிக் கண்டிப்பார்கள்?”

“என்ன காரியம்?”

சற்றுநேரம் ஜோஸப் மௌனமாக நடந்தான். பிறகு இறங்கிய குரலில் சொன்னான்.

“எனக்கு நிஜமா எண்டு தெரியாது. பொடியன்கள் கதைக்கிறான்கள். இங்கே கள்ளத் தோணியிலே ஒரு கும்பல் போதைப்பொருள் கொண்டு வருது. இந்த மகேச்வரி அதை வெளியிலே கொண்டுபோய் விக்கிறா என்கிறார்கள். அவளுக்கு அடியாட்களாக வேறு சில பொடியன்கள் இருக்கான்கள்.”

ஜயசீலன் திடுக்கிட்டான்.

இந்த மகேச்வரியா? பதினெட்டு வயதிருக்குமா அவளுக்கு? அந்தத் துடிதுடிப்பும், துறுதுறுப்பும் இதைச் செய்வதற்குத்தானா?

“இதெல்லாம் நிஜமா?”

“நிஜம் எண்டுதான் பொடியன்கள் ரகசியமாச் சொல்றான்கள். வெளியிலே சொல்ல பயம். சொன்னீங்கன்னா தலைவருக்குச் சொல்லிடுவேங்கறாளாம். உயிர் போயிடும் என்கிறாளாம்.”

தன் திகைப்பைக் காண்பித்துக்கொள்ளாமல் ஜயசீலன் மௌனமாக யோசனையுடன் நடந்தான். தலைக்குத் தலை அம்பலவாணன்கள் இருக்கும்போது யார் அவளுடைய தலைவர் என்று கேட்கத் தேவையில்லை. ஜோஸப் சொல்வது உண்மையென்றால் இது ஒரு பெரிய சோகம்.

என்னவோ சொன்னானே அந்தப் பிரபு? “அங்கே நான் வெறும் மனிதர்கள் சாவைப் பார்க்கல்லே! ஒரு சமூகத்தினுடைய சாவைப் பார்த்தேன்” எண்டு.

அவன் சொன்னது சரி.

ஒரு செத்துப்போன சமூகம் அது, நாற்றமெடுத்த பிணக்குவியலாய்ப்போன சமூகம். அந்தத் துர்க்கந்தத்தின் பரிணாமத்தில் ஒன்றுதான் இவன் சொல்லும் சேதி.

"வெளியே போய் விக்கிறாளாம்."

அதாவது இந்தியச் சிறுவர்களிடையே, தஞ்சம் அளித்தவர்களின் குழந்தைகளிடையே. இது ஒரு துரோகச் செயல் என்றால் அவளுக்கோ, அவளுக்கு உதவும் மற்றவருக்கோ புரியாது.

கடை நெருங்கிவிட்டது.

ஜோஸப் தக்காளியும், வெங்காயமும் வாங்கிக்கொண்ட பின்,

"நீ வீட்டுக்குப் போ ஜோஸப், நான் சித்தநேரம் கடலைப் பார்த்தபடி உட்கார்ந்து, பிறகு வாரேன்" என்றான் ஜயசீலன்.

ஜோஸப்பின் முகத்தில் ஏமாற்றம் தெரிந்தது.

"நானும் வரட்டுமா?" என்றான்.

"வேண்டாம். நாளைக்குப் பள்ளி இருக்குதானே? நீ போய் கவனமாப் படி. எனக்காகக் காத்திருக்க வேண்டாம். எல்லாரும் சாப்பிடுங்கோ."

"சரி."

தலையைக் குனிந்தபடி செல்லும் ஜோஸப்பைச் சற்றுநேரம் நின்று பார்த்துவிட்டு ஜயசீலன் கடல்பக்கம் நடந்தான்.

இவனைப் பார்க்கப் பார்க்க சீலியாவின் நினைவு அதிகமாக வந்தது. சீலியாவுக்கும் இப்படித்தான் துல்லிய மனசு, அநாகரிகமான பேச்சைக்கூடப் பொறுக்கமாட்டாள். தவறான பாதையை இனங்கண்டு ஜோஸப் தானாகவே ஒதுங்கியிருப்பது விசேஷம். அவனை இங்கே அனுப்பிவிட்டது நல்லதுதான். ஜஸ்டின் என்ன ஆனான் என்று தெரியவேயில்லை. பாவம் ஜஸ்டின். உண்மையில் அவன் எந்தப் போராளிக் கும்பலுடனும் சேர்ந்திருக்கவில்லை. வீராவேசமாகக் கதைப்பானே தவிர தேவநேசனுக்கு அரசியலில் இருந்த தீவிரம் அவனுக்கிருக்கவில்லை. அப்படியும் இளைஞர்களையெல்லாம் ஒட்டுமொத்தமாகப் போலீஸ் பிடித்துக்கொண்டு போனபோது, இவனையும் பிடித்துக்கொண்டு போனார்கள். சிலரைச் சீக்கிரமே

விடுவித்தார்கள். அப்படி இவனையும் விடுவித்து விடுவார்கள் என்று எதிர்பார்த்து எதிர்பார்த்து இன்றுவரை செல்வநாயகம் மாமா காத்திருக்கிறார்.

அதற்குப் பிறகு எத்தனை நாட்களுக்கு சீலியா பீதி பிடித்தவளைப்போல் இருப்பாள்!

"எனக்கு ரொம்பக் குழப்பமா இருக்கு சீலன்!" என்று எவ்வளவு முறை அவன் கைகளைப் பற்றியபடி கண்ணீர் மல்கச் சொல்லியிருக்கிறாள்...!

"தமிழனை ஒடுக்க அரசு ஒரு பக்கம் செய்யற பயங்கரவாதம் குழப்புதெண்டால், மறுபக்கம் நம்ம அரசியல்வாதிகளுடைய பேச்சு அதிகமாகக் குழப்புகிறது. நேற்று நம்ம தொகுதி பாராளுமன்ற உறுப்பினர் மனைவி பேசிய மேடைப் பேச்சைப் படிச்சியா சீலன்? புராண கால திரௌபதி எண்ட எண்ணம் போலிருக்கு. "சிங்களவன் நமக்கு எதிரி. அவனுடைய இரத்தத்தைக் குடிக்கிறவரை நமக்குச் சமாதானமில்லை" என்கிறாள். சிங்களவனை அடிச்சால்தான் உறைக்கும். இல்லேண்டா உறைக்காது என்கிறாள். இந்தப்போக்கு பயங்கரமில்லையா சீலன்? நமக்கு அரசண்டைதானே விரோதம் - சிங்களவனிடம் இல்லையே?"

எத்தனை தெளிவான சிந்தனை அவளுக்கு என்று நினைக்க நினைக்க இப்பவும் கண்கள் பனித்தன. நாபியிலிருந்து 'சீலியா சீலியா' என்று ஒரு குரல் கண்டத்துக்கு எழும்பிச் சிறைப்பட்டுப் போயிற்று.

அவன் சுற்றுப்புறத்தையே கவனிக்காமல் நீள நடந்தான். தொலைவில் கரும் திட்டாகக் கடல் தெரிந்தது. கடற்கரை வரை போக முடியாதபடி வரம்பிருந்தது. அவன் வரம்பு வரை சென்று அமர்ந்தான்.

அவனும் ஓர் இயக்கத்தில் சேர்ந்துவிட்டான் என்று அறிந்ததும், அவள் முகத்தில் தென்பட்ட அதிர்ச்சி இன்னும் பசுமையாக நினைவில் இருந்தது. அவள் வாயைத் திறந்து ஏதும் சொல்லவில்லை. கண்கள் மட்டும் அகல விரிந்து அவனைப்

பார்த்தன. காருண்யமும், சோகமும், துக்கமும் கலந்த பார்வையாக இருந்தது. அவனாகவே மன்னிப்புக் கேட்பவன்போல், "எனக்கு வேறு வழியில்லை சீலியா" என்றான் திரும்பத் திரும்ப.

அவளுக்கு விளக்கம் தேவையாக இருக்கவில்லை. அவள் இந்தத் திருப்பத்தை எதிர்பாராமல் இருந்திருக்க மாட்டாள். விதி அவன் கையைப் பிடித்துக்கொண்டு போய் நிறுத்திய திருப்பம்.

அப்பாவை நடுத்தெருவில் பறிகொடுத்துவிட்டு, கொழும்பில் விரித்தாடிய இனக்கலவரம் ஓய்ந்தபின், அவன் தனியாக யாழ்ப்பாணத்துக்குத் திரும்பியபோது அவன் மனசு கல்லாக இறுகி, பேசவே முடியாமல் ஊமையாயிற்று. அம்மாவும், தங்கைகளும் அருகில் வரவே பயந்தார்கள்.

"தேவநேசனுக்குத் தகவல் சொல்லி அனுப்பியிருக்கேன்" என்றாள் அம்மா அவனிடம் இரகசியமாக.

"அவன் இருக்கும் இடம் உமக்கெப்படித் தெரியும்?" என்று அவன் கேட்க விரும்பவில்லை.

அப்பாவி அப்பா, எப்பவுமே சிங்களவரை விரோதியாகக் கருதாத அப்பா கலவரத்தில் பலியானார். இந்தச் செய்தியைக் கேட்டால் அண்ணன் என்ன செய்வான் என்ற கவலையுடன் அவன் படுத்திருந்தான்.

அம்மா திடீரென்று அவனை உலுக்கி எழுப்பினாள்.

"சீலன்! தேவா வந்திருக்கான்!"

அவன் வாரிச் சுருட்டிக்கொண்டு எழுந்தான். நாடி நரம்பெல்லாம் ஒருசேரத் துடித்துச் சிலிர்த்தன. தேவனைப் பார்த்து எட்டு வருஷங்கள் ஆகியிருந்தன.

கொல்லையில் போர்வையைப் போர்த்தி நின்ற உருவத்தைப் பார்த்து நெஞ்சு ஒருமுறை குலுங்கிற்று. தாடியும், மீசையும், குழிவிழுந்த கண்களுமாய், பஞ்சப் பரதேசியைப் போல. அம்மா சத்தப்படாமல் அழுது கொண்டிருந்தாள்.

அவன் தன்னைக் கட்டுப்படுத்திக்கொள்ள இயலாமல் விரைந்து சென்று, தேவநேசனை அணைத்துக்கொண்டான். இறுகிப் போயிருந்த உணர்வுகள் எல்லாம் கட்டவிழ்ந்து குலுங்கிக் குலுங்கி நீராய் உருகின.

தேவநேசனின் கண்களில் நீரே இல்லை. அவன் முதுகை சமாதானமாகத் தட்டினான்.

“அம்மாவும், தங்கச்சிகளும் இன்னும் உன் பொறுப்பு சீலன்.”

“அதெல்லாம் சும்மாப் பேச்சு அண்ணா. என் கையிலே ஒண்ணும் பலம் இல்லே. அந்த நல்லூர் கந்தசாமி கடவுளுக்குக்கூட இல்லே.”

அவன் கொழும்பில் நடந்ததையெல்லாம் சொன்னான். தேவநேசனின் கண்கள்தான் பளபளத்தன. வாய் திறந்து எதுவுமே சொல்லவில்லை. பிறகு, ‘நேரமாகிவிட்டது, நா வழுக்கிடணும்’ என்று கிளம்பினான். அவனுக்குப் பின்னால் கதவை ஜயசீலன் தாளிடுகையில் குண்டோசை கேட்டது. திடுக்கிட்டு வெளியில் விரைந்தபோது தேவநேசன் உயிரற்றுத் தெருவில் குப்புறக்கிடந்தான். ஒரு ராணுவ ஜீப் விரைந்துகொண்டிருந்தது.

தொலைவில் கடல் கரிய சாகரமாய் வானுடன் சங்கமித்திருந்தது. மயான அமைதியும், ஊளைக் காற்றுமாக பயங்கரமான உணர்வை ஏற்படுத்திற்று. ஜயசீலனுக்கு நெற்றி வியர்த்து மார்பு படபடத்தது.

“அண்டைக்கு நா ரெண்டாம் தடவை செத்துப்போனேன்” என்று தனக்குள் சொல்லிக்கொண்டான். செத்த விநாடியில் தீராத வெறுப்பும் ஜனித்தது. மறுநாள் அதே வேகத்தில் ஓர் இயக்கத்தில் சேரவும் அவனைத் தள்ளிற்று.

“யார்ரா அவன், என்ன செய்யறே இங்கே?” என்ற அதட்டலான குரல் கேட்டு, அவன் திடுக்கிட்டு எழுந்தான். ஒரு போலீஸ்காரர்.

“ஒன்றுமில்லை... இப்படி உட்கார்ந்தேன். நேரம் போனது தெரியல்லே” என்று அவன் நடக்க ஆரம்பித்தான்.

காவலுக்கு ஆள் எல்லாம் இருக்கும்போது, அந்த மகேச்வரி அப்படியொரு காரியம் செய்வாளா என்று திடீரென்று தோன்றிற்று.

அவன் வீடுபோய்ச் சேர்ந்தபோது குழந்தைகள் எல்லாம் உறங்கியிருந்தார்கள். புனிதா அவனுக்காகத் திண்ணையிலேயே காத்திருந்தாள். அவன் குற்ற உணர்வுடன், "நேரம்போனதே தெரியல்லே. இனி இப்படிச் செய்யமாட்டேன்" என்றான்.

"பரவாயில்லே" என்றாள் அவள் மென்மையாக. "நான்தான் பயந்துபோனேன். சாப்பிடலாம் வாருங்கோ" என்றாள்.

இரண்டு தட்டுக்கள் சின்ன சிம்னி விளக்கில் தெரிந்தன.

"நீங்க சாப்பிடல்லே?" என்றான் அவன் திடுக்கிட்டு.

"சீ! என்று அவள் நகைத்தாள். நீங்க சாப்பிடாம நா எப்படிச் சாப்பிடுவேன்?"

தணிந்திருந்தாலும் சாப்பாடு ருசியாக இருந்தது. அவன் கூச்சத்துடன்,

"சாப்பாடு அருமையாயிருக்கு" என்றான்.

அவள் முகம் மலர்ந்துபோனது சின்ன வெளிச்சத்திலும் பிரகாசமாகத் தெரிந்தது.

சாப்பிட்டு முடித்ததும் கட்டாயமாக அவன் கையிலிருந்த தட்டை வாங்கிக் கழுவி வைத்தாள்.

"நா திண்ணையிலே படுக்கறேன்" என்றான் அவன்.

"இதோ, நா பாயைக் கொண்டு வரேன்" என்று அவள் கொண்டு வந்து விரித்தாள். எல்லா வீடுகளும் ஆழ்ந்த உறக்கத்தில் இருந்தன. தெரு விளக்குகளும் ஒளியில்லாமல் கும்மிருட்டாக இருந்தன.

"எனக்குத் தூக்கம் வர இல்லே. இங்கே உட்கார்ந்து உங்களோடு பேசலாமா?" என்று அவனருகில் அவள் அமர்ந்தாள். அவளிடமிருந்து மெலிதாகப் பவுடர் வாசனை வீசிற்று.

***

அத்தியாயம் 16

நல்ல இருட்டானதால் அவன் முகத்தில் தென்பட்ட திகைப்பை அவள் கவனித்திருக்க முடியாது.

“ஓ பேசலாமே!” என்று மெல்லிய குரலில் சொல்லி ஜயசீலன் கூச்சத்துடன் சற்று நகர்ந்து உட்கார்ந்துகொண்டான்.

எதிர்த்த வரிசையிலும், அடுத்தாற்போலிருந்த வீடுகளிலும் வெளித்திண்ணையில் சிலர் படுத்திருந்த நிழற்படிவம் தெரிந்தது.

“இந்த நேரத்தில் நாம் கதைச்சுக்கொண்டு இருந்தா மற்றவங்களுக்குத் தொந்தரவா இருக்காதா?”

“ஒண்டும் தொந்தரவு இல்லை. இடி இடிச்சாலும் காதிலே விழாத கட்டைகளாக் கிடப்பான்கள் எல்லாரும். முகாமிலே வாழத் தொடங்கிய பிறகு சுரணையெங்கே மீதமிருக்கு?”

அவள் குரலில் மிதமிஞ்சிய அலுப்பு தெரிந்தது.

“அவங்களைப் பற்றின கவலை உமக்கு வேண்டாம். உமக்குத் தொந்தரவு இல்லேதானே?” என்று அவள் கேட்டபோது குரல் மாறியிருந்தது. அதில் உல்லாச இழை புகுந்திருந்தது.

“இல்லே.”

“அப்ப சரி” என்று அவள் சுவர் பக்கமாய்ச் சாய்ந்து, முழங்கால்களைக் கட்டியபடி உட்கார்ந்தாள்.

“நான் தூங்கி இரண்டு வருஷங்கள் ஆச்சு சீலன்” என்றாள், இரகசியமாகப் பேசுவது போல்.

"இங்கே வந்து அவ்வளவு நாட்கள் ஆச்சா?"

"இல்லே, ஒரு வருஷம் ஆச்சு. அதுக்கு ஒரு வருஷம் முந்தி மஹேச்வரன் சொல்லாமல் கொள்ளாமல் கிளம்பிப்போனார்."

"ஜெர்மனிக்குப் போயிருக்கார் எண்டு கதைக்க இல்லே."

"ஓமய்யா. அப்படியெண்டு கேள்வி. ஒரு தகவலும் இல்லையே!"

"சொல்லாமல் கொள்ளாமல் ஏன் போகணும்?"

"யார் கண்டது?" என்றாள் அவள் துயரத்துடன். "அவருக்குப் பொதுவாகத் தைரியம் போதாது!"

"ஆ, அது பொய் வார்த்தை!" என்றான் அவன் சமாதானமாக. தன் குடும்பத்தை எதிர்த்து ஜாதி விட்டு ஜாதி போய் உங்களைத் திருமணம் செய்துகொண்டது தைரியமான காரியம் இல்லையா?

"அது சரி!" என்று அவள் சிரித்தாள். "அதோடு அவருடைய தைரியம் போச்சு. அதுக்கு நான் காரணம் எண்டு நினைக்காதீர். கலவரங்களைக் கண்டு ரொம்பக் கலங்கிப்போனார். எப்பவும் யார் மேலேயாவது கோபம் வரும். அரசாங்கத்தோட எதேச்சதிகாரப் போக்கைக் கண்டு கோபம். ஐக்கிய விடுதலை முன்னணித் தலைவர்கள் மேலக் கோபம்."

"போராளிகள் மேலே?"

"கோபமில்லே. உண்மையிலே அவங்களுக்காக வருத்தப்படுவார்."

"அவரும் ஒரு போராளியோ!"

"இல்லே இல்லே. எந்த இயக்கத்திலேயும் அவர் சேர இல்லை. எனக்குத் தெரியும் இந்தப் போராளிக் கும்பலை உருவாக்கினதும், பயங்கரவாதத்தைப் புகுத்தினதும் இந்த அரசியல் தலைவர்கள்தான் எண்டு அவர் கதைப்பார்."

"மஹேச்வரன் சொன்னதிலே நிறைய உண்மை இருக்கு புனிதா என்றான் அவன் சோர்வுடன். ஆயுதம் ஏந்த ஆரம்பிச்சதும் அடியாட்கள், படியா ஆட்களாக மாறிடும் காலம் வரும் எண்டு

அரசியல்வாதிகள் யோசிக்க இல்லே. அவர்கள் தலையே குறிவைக்கப்படும் எண்டு நினைக்க இல்லே."

"மஹேச்வரன் இதைத்தான் சொல்வார். அவர் உபாத்தியாயர் இல்லையா? இந்தப் போக்கு நல்லதுக்கில்லே என்பார்."

"இந்த எண்ணங்களை அவர் வெளிப்படையாக சொன்னதுண்டா?"

"உண்டுதான்."

"அவர் தலைமறைவாப் போனதுக்கும், அதற்கும் சம்பந்தமிருக்கலாம்."

"இருக்கலாம். ஆனா அவர் தலைமறைவாப் போறதுக்கு முந்தி ஒரு சம்பவம் நடந்தது. அதிலே ரொம்பக் கலங்கிப்போனார்."

"அவர் வேலை பார்த்த பள்ளிக் கட்டிடத்திலே ராணுவப்படை வந்து உட்கார்ந்தது - பள்ளிக்கு விடுமுறை என்ற சாக்கிலே. முழுப் பரீட்சை முடிஞ்ச சமயம் ஓர் உபாத்தியாயருக்கு ஒரு முக்கியமான ஃபைல் ஒண்டு தேவைப்பட்டது. யாரும் பள்ளிக்கு வரக்கூடாது எண்டு ராணுவ உத்தரவு. அவர் காரணத்தை விளக்கி, தமக்கு அந்த ஃபைல் மட்டும்தான் வேணும் எண்டு ஒரு விண்ணப்பம் எழுதி அனுப்பினார். "சரிதான், நாளை இந்த நேரத்துக்கு நிராயுதபாணியென்கிற அடையாளமாய்க் கையைத் தூக்கிக்கொண்டு வெள்ளைக்கொடி ஏந்தி வரணும். வேண்டிய ஃபைல் கிடைக்கும்" என்று சேதி வந்தது. இந்த ஆள் பாவம், வெள்ளைக்கொடி தூக்கியபடி பள்ளியை நோக்கிக் குறிப்பிட்ட சமயத்துக்குப் போனார். மஹேச்வரனும் கூடப்போய்த் தொலைவிலே நிண்டார். பள்ளி வாசலுக்கு நூறடியில் உபாத்தியாயர் போய் நிற்கையிலே உள்ளிருந்து ராணுவக்காரன் சுட்டு வீழ்த்திட்டான். அந்த அதிர்ச்சியிலே மஹேச்வரன் பிறகு பேசவேயில்லே. ஒரு கிழமை கழிச்சு ஆளைக் காணோம்."

அவள் ஏதோ கதை சொல்வதுபோல் பேசிக்கொண்டு போனாள். அவனுக்குத்தான் மேனி நடுங்கிற்று. கட்டிய முழங்கால்களுக்குள் முகத்தைப் புதைத்துக்கொண்டான். பிறகு மெள்ளத் தன்னைச் சுதாரித்துக்கொண்டு கேட்டான்:

"அவர் ஜெர்மனிக்குப் போனதா எப்படிச் சொல்றீங்க?"

"யாருக்கோ அப்படித் தகவல் வந்ததாச் சொன்னாங்க."

"அவருடைய அப்பா, அம்மா வீட்டுக்கு ஏதாவது தகவல் வந்திருக்காதா?"

"நான் விசாரிக்கல்லே. கலப்புத் திருமணமானதாலே அவங்களுக்கு இன்னமும் என்மேலக் கோபம், என்னை வீட்டிலே சேர்க்கிறதில்லே!"

"இப்படிப்பட்ட கலவர நிலவரத்திலேயுமா? இப்ப வித்தியாசமெல்லாம் குறைஞ்சிருக்கும்னு நினைச்சேன்."

"எங்கே சீலன் குறைஞ்சிருக்கு? நம்ம ஜனங்க என்னிக்காவது ஜாதி வித்தியாசத்தை மறப்பாங்களா?"

அவனுக்கு ஏதும் சொல்லத் தெரியவில்லை. சீலியாவுடன் அவன் நெருக்கமாகப் பழகுவது, இந்த ஜாதிப் பிரச்னையினால்தான் அம்மாவுக்குப் பிடிக்கவில்லை என்று அவனுக்குத் தெரியும். ஆனால் அம்மா இன்றைக்கு உயிருடன் இருந்தால் மனம் மாறியிருக்கமாட்டாளா? இந்த வேறுபாடெல்லாம் முக்கியமில்லை என்னும்படியாக எத்தனையோ விஷயங்கள் ஈழச் சரித்திரத்தில் நடந்துவிட்டன!

"உமக்கு விஷயம் தெரியுமா சீலன்? யாழ்ப்பாணத்துப் பக்க கிராமத்திலே விமானத் தாக்குதல் தீவிரமாக நடக்கும்போது சிவன் கோவில்லே எல்லாரும் தஞ்சம் எடுக்கணும்னு அறிக்கை விட்டாங்களாம். ஜனங்க அரக்கப் பரக்கக் கோவிலை நோக்கிப்போனா தர்மகர்த்தா கோவிலைப் பூட்டிவிட்டுத் தலைமறைவாயிட்டார். கோவில் திறந்திருந்தா கண்ட ஜனமும் உள்ளே நுழைஞ்சிடும்னு."

அவன் தலையைக் குனிந்துகொண்டான். அவனும் இதைப்பற்றிக் கேள்விப்பட்டிருந்தான்.

"மனிதாபிமானமே இல்லாத இந்தச் சமூகம் எண்டைக்காவது உருப்படுமா சீலன்?"

அவள் திடீரென்று அழ ஆரம்பித்தாள். இரண்டு வருஷங்களாகப் பூட்டி வைத்திருந்த துயரத்தையெல்லாம் யாருக்கும் தெரியாமல் இந்த இருளில் புதைக்கும் வேகத்துடன் கண்ணீர் விட்டாள்.

அவன் கலவரத்துடன் நிமிர்ந்து உட்கார்ந்தான். 'கடவுளே, இது என்ன அழுகை இது?' என்ற பதைப்புடன்,

"புனிதா, அழாதீங்க!" என்றான்.

"இந்தச் சமூகத்தோட பிரதிநிதிதான் மஹேச்வரன்? எனக்கு அந்தத் துக்கமும், கோபமும் ஆறவே ஆறாது!" என்றாள் அழுகையினூடே.

"எனக்கு விளங்க இல்லே!"

"அவர் ஏதாவது போராளிக் கும்பல்லே சேர்ந்து செத்திருந்தாலும் நான் சமாதானமாகியிருப்பேன். மனைவியும், குழந்தைகளும் எக்கேடு கெட்டுப் போகட்டும்னு இப்படிச் சொல்லாம கொள்ளாம ஓடறது எத்தனை இரக்கமில்லாத செயல்! என்னை விட்டுவிட்டு அவர் போனது அவர் வீட்டிலே எல்லாருக்கும் சந்தோஷம் எண்டுகூடக் கேள்விப்பட்டேன்."

அவள் மீண்டும் புதிய உத்வேகத்துடன் அழுதாள்.

அடிவயிற்றிலிருந்து அவனுக்குப் பச்சாத்தாபம் சுரந்தது. அவளுடைய துன்பத்தின் ஆழத்துக்குச் சென்றதுபோல் கனிவு ஏற்பட்டது.

"நீங்கள் இப்படியெல்லாம் நினைச்சுக் கலங்கக்கூடாது. மஹேச்வரன் போனதுக்கு வேறு காரணம் இருக்கலாம்" என்றபடி குலுங்கும் அவள் தோளைப் பற்றினான். அவனது ஸ்பரிசத்தில் உருகிப்போனவள் மாதிரி அவள், அவன் மார்பில் சாய்ந்து முகத்தைப் புதைத்து விசும்பினாள்.

"சீலன், எனக்கு இப்ப யாருமில்லே. யாருமில்லே!"

அவன் சங்கடத்துடன் அவளைச் சமாதானப்படுத்தியபடி, தோளைப் பற்றி விலக்கப் பார்த்தான்.

அவன் சற்றும் எதிர்பாராத விதத்தில் அவன் இரு கைகளாலும் அவனை இறுக அணைத்துக்கொண்டாள்.

அவனுக்கு மூச்சு முட்டிற்று. அவளுடைய மூச்சுக்காற்றும், தேகமும் உஷ்ணமாக இருந்தன. வெறிபிடித்தவள்போல் அவன் முகத்திலும், உடலிலும் தனது அதரங்களைப் பதித்துக்கொண்டு போனாள்.

அவளுடைய உஷ்ணமும், தாபமும் அவனையும் பற்றிக்கொண்டன.

“மஹேச்வரனும் வரப்போறதில்லே, சீலியாவும் திரும்பப் போறதில்லே சீலன்!”

ஜுரவேகத்தில் புடைத்தெழுந்திருந்த நாடி நரம்புகள் எல்லாம் கண் சொடுக்கும் நேரத்தில் குளிர்ந்துபோயின.

அவன் ஆயாசத்துடன் தன்னை விடுவித்துக்கொண்டு எழுந்தான்.

“சீலன், போகாதீர்! சீலன்!”

புனிதா அவன் காலைக் கெட்டியாகப் பிடித்துக்கொண்டாள்.

“காலை விடுங்கள்” என்றான் மெல்ல. “இல்லை எண்டா சத்தம் போடுவேன். இல்லே ஊரைவிட்டே நாளைக்குப் போயிடுவேன்.”

அவள் பிடியைத் தளர்த்தினாள். “இரண்டும் வேண்டாம், நான் ஒரு பைத்தியக்காரி” என்று முணுமுணுத்தாள்.

“நீங்கள் இங்கே படுங்கோ. நான் உள்ளே போறேன்” என்று எழுந்து உள்ளே சென்றாள்.

வெகு நேரத்துக்குத் தூக்கம் வரவில்லை. எல்லாவற்றிற்கும் காரணங்களைத் தேடுவது முட்டாள்தனமானாலும், இன்றைய சம்பவத்திற்குச் சரித்திரக் காரணங்கள் இருப்பதாகப் பட்டது - ஜோஸப் பிஞ்சிலே பழுத்ததற்கும், மகேச்வரி போதைப்பொருள் கடத்துவதற்கும் இருந்த காரணங்கள் போல.

மறுநாள் காலை கண் விழித்தபோது, வெட்ட வெளிச்சமாகியிருந்தது. பள்ளிக்குச் செல்லும் குழந்தைகள்

இருக்கும் வீடுகள் மட்டும் சுறுசுறுப்பாக இருப்பது தெரிந்தது. அவன் எழுந்து முகம் கழுவச் சென்றபோது,

எழுந்தாச்சா சீலன்? கோப்பி கலக்கலாம் தானே? என்றாள் புனிதா சகஜமாக.

“ஓம்” என்றபடி அவன் சென்றான்.

காப்பியை வாங்கிக்கொள்ளும் போது காலைப் பணியாரமும் அவள் செய்து முடித்திருந்ததை அவன் கவனித்தான்.

முகத்திலோ, செய்கைகளிலோ ஒரு மாற்றமும் இல்லை. நேற்று மனசு வெடித்து விட்டதுபோல் அழுததும், அவனை அணைத்ததும், இவள்தானா என்று ஆச்சரியம் ஏற்பட்டது.

சீலன் காப்பியைக் கையில் ஏந்திக்கொண்டு வெளித் திண்ணைக்கு வந்தான். இரண்டு வீடு தள்ளி ஒருவர் தமிழ் தினசரித் தாளைப் படித்துக்கொண்டிருந்தார். சீலன் ஒரே விழுங்கில் காப்பியைக் குடித்து, கிளாஸை உள்ளே வைத்துவிட்டு வெளியே வந்தான்.

அவனுக்காகக் காத்திருந்தவர்போல் பத்திரிகை படித்துக்கொண்டிருந்தவர், அவனைப் பார்த்துச் சினேகிதமாகச் சிரித்தார்.

“வாருங்கோ, முகாமுக்குப் புதுசா?” என்றார்.

“ஓம்” என்றபடி அவன் அவரருகில் அமர்ந்து, “பத்திரிகை படிச்சாச்சா?” என்றான்.

“உம் ஆச்சு. இந்தாங்கோ, என்ன இருக்கு தமிழ்ப் பத்திரிகையிலே! இவங்க அரசியல் அக்கப்போரும், சினிமாவும் தான். நம்ம பிரச்னை இவன்களுக்கு பந்தாட்டம்.”

ஜயசீலன் பதில் ஏதும் சொல்லாமல் பத்திரிகைத் தலையங்கத்தின் மேல் பார்வையோட்டினான். பார்க்க யாழ்ப்பாணத்துத் தமிழ்ப் பத்திரிகைகள் போலத்தான் இருந்தது. செய்தித் தணிக்கை இல்லை இங்கே. அந்தச் சுதந்திரத்தில் மத்திய அரசைத் தாறுமாறாகக் கிழித்திருந்தது பத்திரிகை.

ஐந்தே நிமிஷத்தில் அவன் பத்திரிகையைக் கீழே வைத்தான்.

“எழுத்துச் சுதந்திரம் என்கிறது எவ்வளவு பெரிய விஷயம்!” என்றான், தனக்குள் பேசிக்கொள்பவன் போல்.

“இவன்கள் சொல்றது சரிதானே! உணவுப் பொட்டலங்கள் போட்டதன் நோக்கமென்ன? யாழ் நகரத்துக்குக்கூடக் காணாது! தம்பிக்கு எந்த ஊர்?”

“யாழ்ப்பாணம்.”

“எனக்குப் பரிதித்துறை, பெயர் குணரத்தினம். உம்ம பெயர் என்னவோ?”

“ஜயசீலன்.”

“புனிதாவுக்கு உறவா?”

“இல்லை, தெரிஞ்சவன். ஒரே ஊர்க்காரன்.”

“சரிதான். நீங்கள் வந்தது புனிதாவுக்குத் துணையாயிருக்கும்.”

ஜயசீலன் எழுந்தான்.

“நான் வர்றேன், பிறகு சந்திக்கலாம்.”

குணரத்தினத்தின் முகத்தில் ஏமாற்றம் தெரிந்தது.

“ஏன், இருமேன்! வேலையிருக்கோ?”

“ஓமய்யா.”

பசியில்லை என்றாலும், புனிதா கொடுத்த பலகாரத்தை மறுக்காமல் சாப்பிட்டுவிட்டு வெளி கிளம்பினான்.

முகாமில் அங்கங்கே பெரிய பெரிய ஆலமரங்கள் இருந்ததால் தண்ணென்று இதமாக இருந்தது, ஆங்கிலேயர் காலத்து மிலிட்டரி பாரக்ஸாம்...

அவன் நேராகப் பெயர்ப்பதிவு அலுவலகத்துக்குச் சென்றான். இரண்டு நாட்களாகப் பழக்கம் செய்துகொண்டிருந்த குமாஸ்தாவிடம் சென்று, “இண்டைக்கு வரச் சொன்னீங்களே ஐயா!” என்றான்.

“ஆமாம். வா, சித்த உக்காரு. நேத்து சில புத்தகங்களைப் பார்த்தேன், அதிலே நீ சொன்ன பெயர் இல்லே. இப்ப கொஞ்சம் பார்க்கிறேன்.”

குமாஸ்தா அதில் ஆழ்ந்தார். கட்டடத்துக்கு வெளியில் புதிதாக ஓர் அகதிக்கும்பல் வந்திருந்தது. பெயர் பதிவு நடந்து கொண்டிருந்தது, அடுத்தாற்போல் இருந்த வரவேற்பறையில்.

“ஐடென்டிட்டி கார்ட் எங்கேய்யா?”

“இல்லே.”

“இயக்கத்தைச் சேர்ந்தவனா?”

“சீ”

“ஏன்யா, எங்கிட்டே கதை விடறே? இல்லேன்னா அடையாளச் சீட்டு இருக்காதா? சரி பெயர், ஊர், வயது எல்லாம் பொய் கலக்காம சொல்லு.”

“சுரேஷ் - வயது 23, ஊர் பாயின்ட் பெட்ரோ.”

“இதோ பார், இதுக்கு முந்தி நீ என்னவா இருந்தியோ எங்களுக்கு அக்கறையில்லை. இங்கே வாலைச் சுருட்டிக்கிட்டு எந்த வம்பும் செய்யாம இருக்கணும். ஆயுதம் வெச்சிருக்கியா?”

“ஐயோ இல்லைய்யா!”

உள்ளுணர்வின் உந்துதலில் ஜயசீலன் எட்டிப் பார்த்தான். பதிவு ஆபீஸர் முன்னிலையில் நிற்கும் மனிதனைப் பார்த்ததும் பாதாதிகேசம் நடுங்கிற்று.

***

அத்தியாயம் 17

ஜயசீலன் சரேலென்று சற்றுப் பின்னுக்கு நகர்ந்து தன்னை மறைத்துக் கொண்டான்.

குமாஸ்தா பழைய ஃபைல்களில் குனிந்திருந்தார்.

நான் பிறகு வருகிறேன் என்று சொன்னால் நிச்சயமாக அவருக்குக் கோபம் வரும். பதிவு அலுவலகத்திலிருந்து வெளியேறி அவனுடைய இருப்பிடம் தீர்மானிக்கப்படும் வரை அந்த ஆள், வெளியில் அந்த ஆலமரத்தடியில்தான் அடுத்த ஒரு மணி நேரத்துக்கு உட்கார்ந்திருப்பான். அவனுக்குக் கழுகுக் கண்கள். ஜயசீலன் வெளியே வரும்போது அவன் பார்வையிலிருந்து தப்ப முடியாது.

அவனுடைய மார்பு வெகு வேகமாக அடித்துக்கொண்டது. தன் இருக்கையிலிருந்து பார்த்தபோது, 'சுரேஷ்' என்று பொய்ப்பெயர் சொன்ன அந்த மனிதன் தனது நிதான நடையுடன் வெளியே செல்வது தெரிந்தது.

ஜயசீலனுக்கு உடல் முழுவதும் குளிர் படர்ந்தது.

இந்த நடைதான், பூனை போன்ற இந்தச் சப்தமில்லாத நடைதான் அவனது கவசம்.

கடவுளே இந்த முகாமுக்கு இவனும் எப்படி, ஏன் வந்து சேர்ந்தான்? செய்த அக்கிரமங்கள் எல்லாம் போதும் என்று அலுத்து வந்திருக்கிறானா? அப்படியெல்லாம் அலுப்பு ஏற்படும் பிரகருதி இவன் இல்லை. அலுப்பு ஏற்படவும் ஒரு மெல்லிய

உணர்வு வேண்டும். புதிய பலம் சேர்க்க வந்திருக்கலாம். அல்லது யாரையாவது தேடிக்கொண்டு வந்திருக்கலாம்.

ஜயசீலனுக்கு இப்பொழுது வியர்த்தது.

“செல்வா, செல்வநாயகி, செல்வராஜ், ஸில்வியா... இந்த இரண்டு ஃபைல்களிலேயும் இல்லையப்பா நீ கேட்ட ஆள்” என்றார் குமாஸ்தா.

“அடுத்த ஃபைல்களைப் பார்க்க இப்ப நேரமில்லே.”

“சரி ஐயா, நாளைக்கு மறுபடியும் வர்றேன். உங்களுக்குத்தான் பாவம், சிரமம்.”

“சிரமம்தான் என்ன செய்யறது? தலைக்கு மேலே வேலை இருக்கு தினமும், இன்னிக்கு மறுபடி இரண்டு பஸ்களில் வந்து இறங்கியிருக்காங்க.”

“எல்லாரையும் இந்த முகாம்லேயா வைக்கப்போறீங்க?”

“இங்கே எங்கேயாருக்கு இடம்? வேறே முகாமுக்குச் சாயங்காலத்துக்குள்ளே அனுப்பிடுவோம். ஆளு வந்ததும் விபரங்களைப் பதிவு செய்யணும். ஆயுதம் இருக்கான்னு சோதனை செய்யணும். சாப்பாடு போடணும். எல்லாத்துக்கும் தனித்தனி ஆள் இருந்தாலும் வேலைதானே?”

“ஓமய்யா.”

ஜயசீலன் ஜன்னல் வழியே பார்த்தான். ஆலமரத்தடியில் அமர்ந்திருந்தவர்கள் எழுந்து கும்பலாக இடப்பக்கம் சாப்பாட்டுக்கூடம் இருந்த பாதையில் நடக்க ஆரம்பித்தார்கள்.

அவர்கள் சாப்பாட்டுக் கூடத்திலிருந்து வெளியே வருவதற்குள் வீட்டிற்குப் போய்விட வேண்டும். இன்று முழுவதும் வெளியே தலைகாட்டக் கூடாது.

வீடு, அதாவது புனிதாவின் வீடு.

நேற்றைய சம்பவம் நினைவுக்கு வந்து சங்கடமேற்பட்டது. இப்போதைக்குப் புனிதாவின் வீடுதான் புகலிடம். இவள் இடம்

கொடுத்திருக்காவிட்டால் அவனும் வேறு முகாமுக்குப் போக நேர்த்திருக்கும். அதே முகாமுக்கு அவன் - 'சுரேஷ்' என்று சொல்லிக்கொள்ளும் சுகுமாரன் வந்திருப்பான். அவனைக் கண்டதும், அவனிடம் எப்படிப்பட்ட எதிர்விளைவுகள் ஏற்பட்டிருக்கும்?

'ஜயசீலனுடைய இரத்தத்தைக் குடிக்கிறவரை எனக்குச் சமாதானமில்லை' என்று சூளுரைத்தான்.

இதுவரை அவனிடமிருந்தும், மற்றவர்களிடமிருந்தும் தப்பித்தது பெரிய ஆச்சரியம். அவனிடமிருந்து தப்பிக்க எத்தனை காலம் வவுனியாவிலும், முல்லைத் தீவிலும், மட்டக்களப்பிலும் மாறு வேஷத்தில் திரிய வேண்டியிருந்தது! சுகுமாரன் திரிகோண மலைக்குச் சென்றுவிட்டதாகத் தகவல் கிடைத்த பிறகே, அவன் யாழ்ப்பாணத்துக்குத் திரும்பினான். இனி இவர்கள் சகவாசமே வேண்டாம் சீலியாவுடன் நாட்டை விட்டு எங்கேயாவது போய்ப் பிழைத்துக்கொள்ளலாம் என்று நினைத்தபோது சீலியா காணாமற்போனாள்.

வேக வேகமாகப் புனிதாவின் வீட்டை நோக்கி நடக்கையில், "இதுக்கெல்லாம் என்ன அர்த்தம்?" என்று தனக்குள் சொல்லிக்கொண்டான்.

'நான் ஏன் உயிர் பிழைச்சிருக்கேன்? இந்த எமகாதகர்களிடமிருந்து எந்த அதிர்ஷ்டத்தில் தப்பினேன்? சீலியாவோடு நாம் சேர்ந்து வாழறதுதான் கடவுளுடைய சித்தம் எண்டு நினைக்கக்கொள்ள, சீலியாவை ஏன் ஆமி கொண்டுட்டுப் போனது?' ஆனால் இப்பவும் சுகுமாரனைக் கண்டதும் நாடி நரம்பெல்லாம் நடுங்குகிறது. 'இந்த உசிரைக் காப்பாத்த ஒவ்வொரு அணுவும் பறக்கிறது. ஓ இவன் கையினால் நிச்சயம் சாகக்கூடாது. அவனுடைய சகாக்கள் யாராவது கூட வந்திருக்கலாம். அவர்கள் பார்வையில் படுவது கூட ஆபத்து!'

புனிதாவின் வீடு திறந்திருந்தது. அவன் நுழைந்த வேகத்தில் கதவைச் சாத்தினான். அடுப்பில் ஏதோ வேலையாயிருந்த புனிதா

திடுக்கிட்டு அவனைப் பார்த்தாள். மூச்சிரைத்தது அவனுக்கு. பானையிலிருந்த நீரை மொண்டு குடித்துக் கைக்குட்டையால் முகத்தை அழுத்தித் துடைத்தபடி தரையில் அமர்ந்தான். புனிதா அருகில் வந்து நின்றாள்.

கொல்லைக் கதவு திறந்திருந்தது.

"அந்த வாசலையும் மூடுங்கோ புனிதா" என்றான் அவன் இறங்கிய குரலில்.

அவள் மௌனமாக அதை மூடிவிட்டு அவனருகில் வந்தமர்ந்தாள்.

"என்ன விஷயம் சீலன்? சாவைக் கண்டு பயந்த மாதிரி ஓடி வந்திருக்கீர்? இங்கென்ன பயம்?"

இவளுக்குச் சூட்சுமம் அதிகம்தான் என்று அவன் நினைத்துக்கொண்டான்.

"ஒண்டுமில்லே" என்று அவன் தலையை முழங்கால்களுக்குள் கவிழ்த்துக்கொண்டான்.

என்னவென்று சொல்வது இவளிடம்? 'என் எதிரியைப் பார்த்தேன்' என்று சொன்னால் சீச்சீ அதற்காகப் பேடியைப்போல் ஓடி வந்தாயா என்று சிரிக்க மாட்டாளா?

யாரிடமும் சொல்லி நமக்கு ஒன்றும் ஆகப்போவதில்லை. முக்கியமாக இவளிடம்.

அவன் தலையே நிமிராமல் இருந்ததால் அவள் தன் சமையல் வேலையை மௌனமாக தொடர்ந்தாள்.

முழங்கால்களுக்குள் கவிழ்ந்த இருட்டின் தனிமையில் அவன் நின்றான்.

எதிரில் தலைவன் கருணாகரன் நாற்காலியில் அமர்ந்திருந்தான். பக்கத்தில் விறைப்பாக நின்றிருந்தான் சுகுமாரன்.

"எம்ம இயக்கத்திலே சேர வந்தீரா?" என்றான் சுகுமாரன்.

"ஓமய்யா" என்றான் அவன் கருணாகரனைப் பார்த்து.

“இதுக்கு முன் ஏதாவது இயக்கத்திலே இருந்ததுண்டா?”

“இல்லை.”

“இப்ப சேர என்ன காரணம்?”

அவன் தலையைக் குனிந்துகொண்டான். சுகுமாரன் குனிந்து கருணாகரனின் செவியில் ஏதோ சொன்னான்.

“இயக்கத்திலே சேரணும் எண்டா கனக்கட்டுப்பாடு தேவை. ரகசியம் எதுவும் வெளியிலே போகக்கூடாது. தலைவனுடைய கட்டளைக்கு மறுப்போ, எதிர்ப்போ தெரிவிக்கக் கூடாது. பெண்கள் சகவாசம் சினேகம் கூடாது. உயிர்த் தியாகம் செய்யத் தயாராயிருக்கணும். சிங்களவன் நமக்கு எதிரி. அவனைப் பழிக்குப் பழி வாங்கறதுதான் நம் உயிர்மூச்சு. இயக்கத்துக்குள் இருக்கிற துரோகிகளுக்குக் கடுமையான தண்டனை உண்டு. இதெல்லாம் சம்மதம் எண்டா வாருங்கோ.”

“தயாராயிருக்கேன்.”

முந்திய இரவு தேவநேசனின் இரத்த விளாரியான உடலைப் பார்த்து, ஸ்தம்பித்திருந்த புலன்கள் இன்னும் ஸ்தம்பித்திருந்தன. அந்த விநாடியில் ஏற்பட்டிருந்த தீர்மானம் இப்பொழுது இவர்கள் முன்னிலையில் உறுதிபட்டது.

பழிக்குப் பழி!

இதில் எந்த அரசியல் கலப்பும் இல்லை. என் தந்தையையும், அண்ணனையும் பலிவாங்கினவன் என் எதிரி. அதற்காக என்ன சாகசங்கள் செய்தாலும் தவறில்லை.

ஒரு மாதம் ஆயுதப் பயிற்சி முடிந்ததும், “இனி நீ ஃபீல்டுக்குப் போகணும்” என்றனர்.

“சரி.”

“இண்டைக்கு வங்கியைக் கொள்ளையடிக்கப் போறோம்.”

“சரி.”

கொள்ளையா அது? துப்பாக்கி முனையில் தானாகச் சரளமாக வந்து விழுந்த புதையல் அது. இப்படிக் கிடைத்த புதையல்கள் ஏராளம். மந்திரக்கோலால் தட்டியதுபோல் அவையெல்லாம் ஆயுதமாக மாறும்போது எல்லாருடைய மார்பின் சுற்றளவும் விரிந்துபோகும்.

“காங்கேசன் துறை வீதியில் இண்டைக்கு இரண்டு ஆமி லாரி படையோடு போகும். கண்ணிவெடி வெச்சு நிர்மூலமாக்கணும்!”

“சரி.”

வெடி வெடித்து முப்பது நாற்பது சிங்கள உடல்கள் சிதறி விழும்போது, சொர்க்கத்தில் தேவநேசனும், அப்பாவும் நன்றி சொல்வதுபோல் மனசு பூரிக்கும்.

காவல் நிலையம், தபால் நிலையம், ரயில் நிலையம் எல்லாம் நிர்மூலமானபோது உலகத்தின் உச்சத்துக்கு நெஞ்சு உயர்ந்தது.

இந்த மாயையிலிருந்து விலகி, அவன் யதார்த்தத்துக்கு அதிர்ந்து இறங்க நேர்ந்தது அவனுடைய துரதிர்ஷ்டம்.

படபடவென்று கதவு தட்டப்பட்டது. அவன் தூக்கி வாரிப்போட்டு நிமிர்ந்தான். பீதியுடன் புனிதாவைப் பார்த்து, அலங்கமலங்க விழித்தான். நான் சாக விரும்பலே. இன்னும் ஒரு வேலை மிச்சமிருக்கு என்பதுபோல்.

புனிதா அவனது தோளைச் சமாதானமாகப் பற்றினாள்.

“குழந்தைகள் சாப்பாட்டுக்கு வந்திருக்கார்கள்” என்றாள் மிருதுவாக.

அவள் கதவைத் திறந்ததும் ஜோஸப் பின்னால் வர, திமுதிமுவென்று குழந்தைகள் உள்ளே வந்தார்கள்.

“ஏன் கதவு மூடியிருக்கு?”

ஜோஸப்பின் குரலிலிருந்த சந்தேகத்தைக் கண்டு அவனுக்குக் கூச்சமேற்பட்டது.

“கதைக்கறேன். நீ மறுபடியும் கதவைச் சாத்து.”

புனிதா தானே கதவைச் சாத்திவிட்டுச் சாப்பாடு பரிமாற ஆரம்பித்தாள்.

“ஏன் சீலன் அண்ணா?”

“இண்டைக்கு வந்து இறங்கியிருக்கிற அகதிகளிலே ஒருத்தன் இருக்கான். அவன் என்னை விரோதியா நினைக்கிறவன். அவனுக்கு நான் இங்கே இருக்கிறது தெரியக்கூடாது. என்னைப் பற்றி உன்னை யாராவது விவரம் கேட்டால் ஒண்டும் தெரியாதுன்னு கதைக்கணும்.”

“சரி, ஆனா நீர் கவலைப்பட வேண்டாம். அவங்களையெல்லாம் வேற முகாமுக்கு அனுப்பறாங்களாம். பஸ் நிக்கிறது.”

“பஸ் கிளம்பற வரை கதவு மூடியிருக்கும். சரிதானே?” என்று புனிதா புன்னகை புரிந்தாள். தட்டை ஜயசீலனின் முன் நகர்த்தி, “சாப்பிடுங்கோ” என்றாள்.

அவன் மறுப்புச் சொல்லாமல் சாப்பிட ஆரம்பித்தான்.

மனத்துக்குள் சமாதானமேற்படவில்லை. சுகுமாரன் ஏதோ காரணத்துக்காகத்தான் வந்திருக்க வேண்டும். அத்தனை சுலபமாக அவனை அகற்றிவிட முடியாது. குழந்தைகள் எப்பொழுது பள்ளிக்குத் திரும்பச் சென்றார்கள் என்று அவனுக்குத் தெரியாது.

புனிதா கதவைச் சாத்தியிருந்தாள். பாயை விரித்து ஓர் ஓரமாய்ப் படுத்திருந்தாள். அவனை அவள் தூண்டித் துருவி ஒன்றுமே கேட்காதது ஆச்சரியமாக இருந்தது. நேற்று இரவுவரை அவனிடம் சளசளவென்று பேசிக் கொண்டிருந்தவள் மௌனமாக இருந்தது அவனுக்கு இதமாக இருந்தது. இரவு சரியான தூக்கமில்லாவிட்டாலும் அவனால் படுக்க முடியவில்லை. உடம்பு விறைத்து அமர்ந்தது. மனசு முன்னும் பின்னும் ஊஞ்சலாடிற்று.

“இண்டைக்கு நல்ல வேட்டை” என்றான் சுகுமாரன்.

“கும்பலுடைய பத்துப் பொடியன்களை மட்டக் கிளப்பிலேர்ந்து பிடிச்சு இங்கே கொண்டு வந்திருக்கோம்.”

அவனுக்குத் 'திக்'கென்றிருந்தது. இவர்கள் இயக்கத்துக்காரன் ஒருத்தனை மட்டக்களப்பில் அந்தக் கும்பல் சுட்டுக் கொன்றிருந்தது.

"நம்ம இயக்கத்திலே சேர்க்கவா?" என்றான் அவன் ஜாக்கிரதையாக. சுகுமாரன் அட்டகாசமாய்ச் சிரித்தான்.

"வந்து பாரேன்!"

பார்க்க முடியவில்லை. பொடியன்களுக்குப் பதினைந்து வயதுக்குள்ளேதான் இருக்கும். குளித்து இடுப்பில் துண்டுடன் வந்தவர்களை வரிசையாக உட்கார்த்தி பெட்ரோல் விட்டு, எரியும் டயர்களை மாலையாகக் கழுத்தில் போட்டு... அவர்களது ஓலங்கள் இப்பவும் சில நாட்களில் தூக்கத்தில் கேட்கின்றன.

இறந்தது மட்டக்களப்புக் கீழ் ஜாதிப் பையன் ஆனதால், யாழ்ப்பாணப் பெற்றோர்கள் வாயே திறக்கவில்லை.

"சிங்களவன்தான் நம்ம எதிரி. இந்தப் பொடியன்களையெல்லாம் ஏன் கொல்லணும்?"

"இதப் பார். இந்தக் கேள்வியை இண்டைக்கோடு நிறுத்து."

நிறுத்தாவிட்டால் என்ன நடக்கும் என்று தெரியும். நாளைக் களத்துக்குப் போ என்று அனுப்புவார்கள். சண்டை நடக்கும்போது இவன்கள் பின்னாலிருந்து சுட்டு விடுவார்கள். இரண்டு நாட்கள் கழித்து 'இனப்போராட்டத்தில் வீர மரணமடைந்த தியாகி' என்ற வார்த்தைகளோடு அவனின் புகைப்படம் சுவரொட்டிகளில் இருக்கும். இல்லாவிட்டால் தூங்கும்போது ஓசைப்படாமல் மரணம் வரும். கேள்வி கேட்கக்கூடாது. சுயமாகச் சிந்திக்கக்கூடாது. தலைவனை விடத் திறமை உள்ளவனாயிருக்கக் கூடாது.

அப்பாவின் இரத்தம் அவனுள் ஓடியதால் கலாச்சார அதிர்ச்சி ஏற்பட்டது. போலீஸ் வந்து சென்ற அன்று சுவரில் சாய்ந்து அப்பா விசித்து விசித்து அழுததற்காக காரணம் இப்பொழுது புரிந்தது. ஒவ்வொருமுறை அப்பாவிச் சிங்களவரைக் கொல்ல நேரும்போது, அவர்களது கால்களைப் பிடித்துக்கொண்டு அழுத குலரத்னாவின்

நினைவு வரும். தலைவனின் பெயரைச் சொல்லிக்கொண்டு சுகுமாரன் செய்த அநியாயங்களுக்கு அளவேயில்லை. ஒரு விஷயம் புரியவேயில்லை. சிங்களவன் நமக்கு எதிரியானால், எதற்கு இவன் தமிழரையே கொள்ளையடிக்கிறான், கொல்கிறான், கற்பழிக்கிறான்.

ஒருநாள் சுகுமாரன் அவனைக் கூப்பிட்டனுப்பினான்.

"எமக்குச் சேதி வந்திருக்கு. உமக்கு ஒரு கள்ளக்காதலி இருக்காளாம். அவளைப் பார்க்க மாதத்துக்கு ஒருமுறை போறதுண்டா?"

அவன் பதில் சொல்லாமல் தலைகுனிந்தான்.

"இயக்கக் கட்டுப்பாடு நினைவிருக்கட்டும் காதல், கல்யாணம் என்கிற நினைப்புக் கூடாது."

உன் செயல் எல்லாம் எந்தக் கட்டுப்பாட்டில் சேர்ந்தது? என்று கேட்க வேண்டும்போல் இருந்தது. அவன் பேசாமல் இருந்தான்.

"பெண் வேணுமெண்டா எங்கிட்ட கேளு. இல்லே உன் காதலியை ரகசியமா நீ மட்டும் அனுபவிக்காதே!"

அவனுக்குச் சுர்ரென்று ஆத்திரம் தலைக்கு ஏறிற்று. தன்னைக் கட்டுப்படுத்திக்கொள்ள முடியாமல் அவன்மேல் பாய்ந்து நடந்த கைகலப்பில் குண்டுபட்டு இருவருக்கும் காயமேற்பட்டது. சுகுமாரனுக்கு அதிகமாகக் காயம் ஏற்பட்டது.

"அடேய், உன் இரத்தத்தை..." என்று அவன் கத்த ஆரம்பிக்கும் போது ஜயசீலன் உயிரைக் கையில் பிடித்துக்கொண்டு ஓடினான்.

யாரோ தோளைத் தொட்டார்கள். அவன் நிமிர்ந்தான்.

"யார் அந்த ஆள், ஜயசீலன்?" என்றாள் புனிதா.

"எண்ட விரோதின்னு கதைச்சேன் இல்லே?" என்றான் அவன் மெல்ல.

"அவண்ட பெயர் என்ன?"

“உமக்குத் தெரிஞ்சு என்ன லாபம்?”

“சும்மாத்தான் நான் யாரண்டைக் கதைக்கப்போறேன்?”

“சுகுமாரன்.”

அவள் அவனைக் கூர்ந்து பார்த்தாள். “சுகுமாரனா? இப்ப எனக்கு ஒரு விஷயம் நினைவுக்கு வருது. சுகுமாரன் என்கிற ஆள் சீலியாவைக் கடத்திட்டுப் போயிருக்கலாம் எண்டு யாரோ சொன்னதாக நினைவு.”

அவன் அதிர்ந்து அவளைப் பார்த்தான். பிறகு சரேலென்று எழுந்து கதவைத் திறந்துகொண்டு தலைதெறிக்க ஓடினான். அவன் மூச்சிரைக்க மார்பு படபடக்கப் போய்ச் சேருவதற்குள் புதிய அகதிகளை ஏற்றிக்கொண்ட பஸ் கிளம்பிவிட்டிருந்தது.

***

அத்தியாயம் 18

‘சரக் சரக்’கென்று ஜன்னல் படுதாக்கள் நகர்த்தப்பட்டதும் சுரீரென்று வெயில் உள்ளே பாய்ந்தது.

பிரபு எரிச்சலுடன் கண்ணைத் திறந்து பார்த்தான்.

“எப்பத்தான் எழுந்திருப்பே? எழுந்திரு!” என்று லேசாக அதட்டினாள் அம்மா.

அலுவலகத்துக்குப் போகத் தயாராகியிருந்தாள்.

“எனக்கு நாழியாச்சு. டைனிங் டேபிள்மேல் எல்லாம் மூடிவைச்சிருக்கேன் சாப்பிட்டு எல்லாத்தையும் மறுபடி மூடிவெக்கணும். நினைவாக் குளிச்சு, கதவையெல்லாம் பூட்டி...”

“ஓகே, ஓகே!”

“வாசக்கதவைச் சாத்திக்கோ!”

அவன் முணுமுணுத்துக்கொண்டே எழுந்தான்.

கதவைச் சாத்தும்போது, “பெரிய ‘போர்’மா நீ” என்றான்.

“நீ அதுக்கு மேல்!” என்றாள் அம்மா தெருவில் இறங்கியபடி.

தனக்குக் கிடைத்த புகழ்ச்சிபோல் அவன் லேசாகப் புன்னகை செய்தபடி பல் துலக்கச் சென்றான்.

நேற்று இரவு அவன் வீட்டுக்கு வந்தபோது இரண்டு மணி. தினசரி பத்திரிகையில் வேலை செய்பவனின் தலையெழுத்து அது என்று அம்மாவும், அப்பாவும், தங்கையும் புரிந்துகொண்டு

எத்தனையோ நாட்களாகிவிட்டன. இருந்தாலும் காலையில், தான் ஆபீஸுக்குக் கிளம்பும் முன் அவன் எழுந்திருக்காவிட்டால் அம்மாவுக்குக் கோபம் வரும்.

அவன் சாதாரணமாக மறுபடி ஒரு தூக்கம் போடுவான். பிறகு நிதானமாகப் பதினோரு மணிக்கு ஆபீஸுக்குப் போவான். இன்று முடியாது. தில்லி அரசியல் உலகம் ரகசியப் பரபரப்பில் இருந்தது. நேற்றிலிருந்து உடனடியாகப் கிளம்பினால் ஏதாவது சுவாரஸ்யமான விஷயங்களைச் சேகரிக்கலாம்.

அசோகா ஓட்டல் ரிஸப்ஷனை அடைந்தபோது, அவனுக்கு முன்னால் இரண்டு பத்திரிகையாளர்கள் கேமராவுடன் நின்றிருந்தார்கள். அவனைக் கண்டதும், "நோ சான்ஸ், 'யார்!'" என்று உதட்டைப் பிதுக்கினார்கள். "எக்ஸ்டர்னல் அஃபேர்ஸ் மினிஸ்ட்ரியின் அனுமதியில்லாமல் யாரும் யாரையும் பார்க்க முடியாது!"

"போனில் அவரோடு பேசலாமா" என்றான் பிரபு ரிஸப்ஷனிஸ்டிடம்.

"நோ, ஸாரி..."

"நான் அவருக்குத் தெரிந்தவன்."

"கூடப்பிறந்தவராக இருந்தாலும் அனுமதியில்லை."

அங்கு ஜீன்ஸில் ஒரு பெண் ரிப்போர்ட்டர் நின்றிருந்தாள். இந்தப் பாணியை அவளும் முயன்றிருக்க வேண்டும். அவனைப் பார்த்துச் சிரித்தாள்.

"பிரயோஜனமில்லை" என்றாள்.

"ஏய் பிரபு, நீ ஜாஃப்னா போயிருந்தியே, அப்பப் பார்த்திருப்பியே, இவங்களை!"

"பார்க்க முடியல்லே. தலைவர்களைப் பார்க்கறது கஷ்டம். மறைவிடத்திலே இருப்பான்கள். இடத்தை யாரும் சொல்லமாட்டான்கள்."

"டூ லேட் 'யார்!' இவங்களைக் கடைசி நிமிஷத்திலே கூப்பிடறது."

"அவங்க கோபத்திலே ஏதாவது தாறுமாறாச் சொல்லிடப் போறாங்களேன்னுதான் இத்தனை கட்டுப்பாடு!"

"இவன்கள் ஒப்புத்துப்பான்கள் என்று தோணல்லே!"

"மத்த க்ரூப்பெல்லாம் ஒப்புத்துக்கும் என்கிறார்களே!"

"ஒப்புத்துக்கல்லேன்னா ஹூ கேர்ஸ் யார்?"

"ஏய், இவங்களுடைய பங்கைக் குறைச்சு மதிப்பிட முடியாது."

"அது சரிதான். ஆனால் எந்தப் பேச்சு வார்த்தையாவது நடத்த இவர்கள் ஒத்துழைச்சிருக்காங்களா? 'திம்பு டாக்ஸ்' என்ன ஆச்சு?"

"ப்ரெஸ் கிளப்பிலே பார்க்கலாம்!" என்றபடி பிரபு கிளம்பினான்.

மோட்டார் சைக்கிளைக் கிளப்பும்போது, ஏமாற்றமாக இருந்தது. ஹோட்டல் காம்பவுண்டை நிறைத்தபடி ஸெக்யூரிட்டி கார்ட்ஸ் நின்றிருந்தார்கள். இதுமாதிரி ஒரு காவலை என்றும் கண்டதில்லை. மற்ற ரிப்போர்ட்டர்களின் பேச்சில் எல்லாம் உண்மையிருந்ததாகத் தோன்றிற்று.

அடுத்து என்ன செய்யலாம் என்று மூளை துரிதமாக யோசிக்கையில், பொன்னம்பலத்தின் நினைவு வந்தது. மறுசிந்தனை இல்லாமல் அவன் அவர் வீட்டை நோக்கிச் சென்றான்.

பொன்னம்பலம் யாழ்ப்பாணத்தைச் சேர்ந்தவா. கொழும்பில் உயர் அரசாங்கப் பதவியிலிருந்தவர். ராஜினாமாச் செய்துவிட்டு இங்கு வந்துவிட்டார் குடும்பத்துடன். இங்கு அவர் பார்க்கும் வேலை என்ன என்று அவர் திட்டவட்டமாகச் சொல்லாவிட்டாலும், அவன் ஒருவாறாக ஊகித்திருந்தான்.

அவர் வீட்டை அடைத்து அழைப்பு மணியை அமுக்கியதும் அவருடைய மனைவி கதவைத் திறந்தாள்.

"ஆ, நீங்களும் வந்துட்டீங்களா? அப்ப ஏதோ முக்கியமான விஷயம்தான்" என்றாள்.

“வேறு யார் வந்திருக்கிறது?” என்றான் அவன் திகைப்புடன்.

“யாருமில்லே, விடிய விடிய வேலை பார்த்துக்கொண்டிருந்தார் இவர். முக்கிய விஷயம் இல்லைன்னா இப்படி வேலை இருக்காது.”

“எங்கே அவர்?”

“கூப்பிடறேன். இப்பத்தான் எழுந்தார்.”

“வாருங்கோ!” என்றபடி பொன்னம்பலம் லேசானா சிரிப்புடன் வந்தார்.

“மூக்கிலே வியர்த்ததா?”

“ரொம்ப. நான் சுற்றி வளைக்கப் போறதில்லே. நேரா சமாசாரத்துக்கு வருவோம். என்ன நடக்கிறது?”

“என்ன நடக்கிறது?” என்றார் பொன்னம்பலம் அப்பாவியாக.

“இதப் பாருங்க பொன்னம்பலம். உங்களை எனக்கு மூணு வருஷமாத் தெரியும். என்னிக்காவது நீங்க வெளியிலே விடக்கூடாதுன்னு சொன்ன விஷயங்களை வெளியிலே விட்டிருக்கேனா? மனசிலே ஓர் ஓரமா வெச்சுக்குவேன்! சமயம் வரும்போது வெளியிலே விடுவேன்!”

பொன்னம்பலம் சிரித்தார்.

“நீர் ஒரு அவசரக் குடுக்கை, உம்மை நம்பக் கூடாது!”

“அவசரப்பட்டு என்ன செஞ்சேன்?”

“யாழ்ப்பாணத்துக்கு அப்பப் போகாதீங்கன்னு சொன்னேன். கேட்டீங்களா? நீங்க உயிர் தப்பிச்சு வந்ததே உங்கப்பா, அம்மா செஞ்ச புண்ணியம்!”

“என் பேப்பர் செஞ்ச புண்ணியம்!” என்று அவர் சிரித்தார். “என் கட்டுரைகளைப் படிச்சீங்களா?”

“படிச்சேன். நிலைமையைச் சரியாப் படம் பிடிச்சிருக்கீர்?”

“தாங்க்யூ. இப்ப என்ன நடக்கிறது?”

அவர் மீண்டும் சிரித்தார். 'இப்ப எங்கிருந்து வர்றீங்க?'

"அசோகா ஹோட்டல்!"

அவர் புன்னகை செய்தார்.

"நினைச்சேன். யாரையாவது பார்த்தீங்களா?"

"சாம்ராட் ஹோட்டல்லே இருக்கிற மற்றவங்களைப் பார்த்தேன். நேத்து அசோகா ஹோட்டல்லே இருக்கிறவங்களைத்தான் பார்க்க முடியல்லே!"

"இயலாது!"

"ஏன் இத்தனை டைட்?"

"உங்களைப்போல அவசரக்குடுக்கைகள்னாலே விபரீதம் வரும் எண்டுதான்!"

"அத்தனை செக்யூரிட்டி ஏன்?"

"அவங்க உயிருக்கு ஏதேனும் ஆபத்து ஏற்பட்டால் எடுக்கற முயற்சி வீணாப்போகும்."

"அவங்களைச் சிறைப்படுத்தி வெச்சிருக்கிறதா சொல்றாங்க."

"ஆ, பத்திரிகைக்காரங்க என்னவேணா சொல்லட்டும்! முன்னெச்சரிக்கை எடுக்க வேண்டியது இந்தக் கட்டத்திலே ரொம்ப அவசியம்."

அவன் சற்றுநேரம் பேசாமல் இருந்தான். எந்த நிலையிலும் பொன்னம்பலம் நிதானமிழக்காதவர் என்று இந்த மூன்று வருஷப் பழக்கத்தில் அவன் உணர்ந்திருக்கிறான். அவரிடம் இன்று லேசான பதற்றம் தெரிந்தது.

"எத்தனை முறை பேச்சுவார்த்தை தோல்வியிலே முடிஞ்சிருக்கு. இலங்கை அரசினாலேயும், போராளிகளினாலேயும்" என்றார் அவர் தொடர்ந்து.

"அதனாலேதான் அவங்களைக் கம்ப்ளீட்டா ஒதுக்கி வெச்சுட்டாங்க போலிருக்கு!"

“உம், இருக்கலாம்” என்றார் அவர் பட்டுக்கொள்ளாமல். “அவங்களுக்கு அளவுக்கு அதிகமாகவே முக்கியத்துவம் கொடுத்தாச்சு.”

“அவங்க செஞ்ச தியாகங்களையும் மறக்கமுடியுமா, பொன்னம்பலம்?”

“முடியாதுதான்! ஆனால் தியாகம் செஞ்சது இப்ப அசோகா ஹோட்டல்லேயும், சாம்ராட் ஹோட்டல்லேயும் உட்கார்ந்திருக்கிறவங்க இல்லே! இவங்களுக்காக உத்வேகத்தோட உசிரைத் திருணமா நினைச்சுக் களத்திலே நுழைஞ்ச பொடியன்கள்தான் தியாகிகள்.”

பொன்னம்பலத்தின் மனைவி தேநீர் கொண்டுவந்து வைத்தாள்.

“இலங்கை அரசுக்கு இந்தியாவைக் கண்டு நிறையக் கவலையும், பயமும் உண்டு. சரித்திர காலப் பயம் அது. யாழ்ப்பாணத்தைத் தங்கள் வீரத்தினாலேதான் காப்பாத்தினதா போராளிகள் மார் தட்டிக்கிறாங்க. உண்மையிலே யாழ்ப்பாணத்தை நிர்மூலமாக்க இலங்கை விமானப் படைக்கு எத்தனை நேரம் செல்லும்? இந்தியா எப்படி அதை எடுத்துக்கொள்ளும் என்கிற பயம்தான் அப்படிச் செய்யாம விட்டதுக்குக் காரணம்!”

“அதெல்லாம் சரி. இப்ப என்ன நடக்கிறது?” என்றான் அவன் மறுபடி.

“உடன்படிக்கை ஏற்படப்போகிறது எண்டு உமக்குத் தெரியாதா?”

“இப்ப திடீர்னு இது என்ன திருப்பம்?”

“ரொம்பக் காலமாப் பேச்சுவார்த்தை இருந்தது தானே?”

“இருந்தாலும், இப்ப ஆச்சரியமாயிருக்கு. முன்னறிவிப்பு இல்லாத மாதிரி!”

“ஆச்சரியம்னு சொல்றதைவிட ஏமாற்றம்னு சொல்லலாம். They feel betrayed.”

“யாரோடயாவது பேசினீங்களா?”

“இப்ப அதிகம் வலுவில்லாத க்ரூப்களோடு பேசினேன்.”

“இலங்கை அரசுக்கு எதிர்பார்த்த இடத்திலேர்ந்து ஆதரவு கிடைக்கல்லே” என்றார் மெல்லிய குரலில். “உள் நாட்டிலே வேற ஆபத்து. இந்தியாவுக்கு இணங்கள் கூடிய நிலையிலே இருக்கு. இந்தத் தருணத்தை நழுவவிட கூடாது.”

அவர் திடீரென்று சிரித்தார். “உம்ம மனசு ஓரத்திலே எத்தகை இடம் இருக்கு?”

“நிறையவே இருக்கு!”

புன்னகை மாறாமல் அவர் சொன்னார். “போராளிக் கும்பல்களிடம் ஒரு முக்கிய அரசியல் மிலிட்டரி ஒப்பந்ததைப் பற்றி முன்கூட்டியே எந்த நம்பிக்கையில் ஆலோசனை கேட்க முடியும்? சம்மதம் ஒன்றுதான் வாங்க முயற்சி செய்யணும்.”

விறைத்து உட்கார்ந்திருந்த பிரபு சட்டென்று அடங்கினான். மெல்ல நிதானமாய் ஒரு சிரிப்பு, அவன் உதடுகள் விரிந்தது.

“ரைட்டோ!” என்று எழுந்தான். “ஆனால் அது கஷ்டமான காரியமா இருக்கப்போறது. நிறைய டிரபிள் எற்படலாம்.”

“ஆ, அதை அடக்கிடலாம்” என்றார், அவர் லேசாக. “மக்கள் மறந்துடுவாங்க. அவங்களுக்கு வேண்டியது அமைதி.”

அவருடைய வீட்டிலிருந்து கிளம்பி தில்லி ஜனத்திரளில் கலக்கும்போது, அத்தனை லேசாக முடியக்கூடிய காரியமா அது என்று கேள்வி எழுந்தது. அவர் சொன்ன விஷயத்தால் பல விஷயங்கள் தெளிவாவதுபோல் தோன்றிற்று.

திடீரென்று அவனுக்கு ஜயசீலனின் நினைவு வந்தது. பாவம் அவனைப்போல் எத்தனை பேர் இருப்பார்கள்! அவர்களுக்காக அங்கு நிச்சயம் அமைதி ஏற்பட வேண்டும். தில்லிக்குத் திரும்பும்படி அவசரமாக அழைப்பு வந்துவிட்டதால் அவனை மீண்டும் பார்க்க முடியாமல் உடனடியாகக் கிளம்ப

வேண்டி வந்துவிட்டது. சீலியாவைப் பற்றி ஏதானும் தகவல் தெரிந்திருக்குமா? அவள் உயிரோடு இருப்பாளா? அவளைப் பற்றி அவனுக்கு நாம் நம்பிக்கையூட்டிப் பேசியது அவ்வளவும் பொய்யாகிப்போனால்? - ஜயசீலன் உணர்ச்சிகளைக் கட்டுப்படுத்தத் தெரிந்தவன் - சீலியாவின்மேல் இருக்கும் காதல் உணர்வைத் தவிர, அத்தனை ஆழமான அன்பு சாத்தியமா?

காப்பி ஹவுஸ் ஒன்று கண்ணில்பட்டது. அவன் வண்டியை நிறுத்தி உள்ளே நுழைந்து காப்பிக்குச் சொன்னான். பாண்ட் பாக்கெட்டிலிருந்து சின்ன நோட்புக்கில் பொன்னம்பலத்துடன் பேசியதைக் குறிப்பெடுக்கையில், "நீங்கள்தானே பிரபு என்கிறது?" என்கிற தமிழ் வார்த்தைகளைக் கேட்டுத் தூக்கிவாரிப் போட்டு நிமிர்ந்தான்.

எதிரில் வாட்டசாட்டமான ஓர் ஆள் நின்றிருந்தான். முகத்தில், உருவத்துக்குச் சம்பந்தமில்லாத குழந்தைச் சிரிப்பு.

"ஆமாம், நீங்க?"

"என் பெயர் யோகீச்வரன். உங்க போட்டோ பத்திரிகையிலே வந்ததாலே கண்டுபிடிச்சேன், சரியா எழுதியிருக்கீங்க."

"யாழ்ப்பாணமா?" என்றான் பிரபு குளிர்ந்து.

"இல்லே வவுனியா. யாழ்ப்பாணம் ஒண்ணுதான் பத்திரிகைக்காரங்களுக்கு முக்கியம் - மறுபடி குழந்தைச் சிரிப்பு."

"நீங்க போராளியா?"

"ஆமாம்."

அவன் ஒரு கூட்டத்தின் பெயரைச் சொன்னான்.

"சமாதான உடன்படிக்கை வரப்போகுதாமே?" அப்ப நீங்கள்லாம் என்ன செய்யப்போறீங்க?

"வந்தால் சந்தோஷம், ஒரு வகையிலே; சந்தேகம் இன்னொரு வகையிலே..."

"சந்தோஷம்?"

"ஒரு கும்பலுடைய ஏகாதிபத்தியம் குறையலாம்."

"சந்தேகம்?"

"எந்த அளவுக்கு அரசு செயல்படுத்தப்போறதுன்னு சந்தேகம் – ஜயவர்த்தனாவுக்குப் பிறகு என்ன நடக்கும் சந்தேகம்."

பிரபு பதில் ஏதும் சொல்லாமல் இன்னொரு காப்பிக்கு ஆர்டர் கொடுத்தான். இவன் ஒரு பயங்கரவாதக் கும்பலைச் சேர்ந்தவன் என்று நம்புவது கஷ்டமாக இருந்தது.

"உங்க கட்டுரையிலே ஜயசீலன்னு ஒரு யாழ்ப்பாணப் பொடியனைக் குறிக்கிறீங்க. அவனுக்குத் தேவநேசன்னு ஓர் அண்ணன் இருந்தானா?"

அவனுக்குத் தூக்கிவாரிப் போட்டது.

"ஆமாம். உனக்கு அவனைத் தெரியுமா?"

"ஆமாம்" என்று அவன் தலையாட்டினான். "எங்க கூட்டத்திலே இருந்தான். ஆர்மி சுட்டுப்போட்டது."

"ஜயசீலனும் உங்களோடு இருந்தானா?"

"இல்லே. இருந்திருந்தால் அவனுக்கு அந்தக் கஷ்டங்கள் ஏற்பட்டிருக்காது. அவன் இன்னும் உயிரோடு இருக்கான் என்கிறதே எனக்கு ஆச்சரியமாயிருக்கு."

"என்ன கஷ்டங்கள், எதனாலே?"

"அவனுக்கும், தலைமைப்பீடத்திலே இருந்தவங்களுக்கும் கருத்து வேற்றுமை ஏற்பட்டது. இவன் தட்டிக்கேட்க ஆரம்பிச்சான். அவர்களுக்குப் பிடிக்கல்லே. ஓட ஓட விரட்டினார்கள். எப்படித் தப்பிச்சான் என்று புரியல்லே. பாவம், அவனுக்கு ஒரு சினேகிதி. அவளையும் சும்மா விடல்லே."

பிரபு அதிர்ந்தான்.

"என்ன பண்ணாங்க அவளை?"

"கடத்திக்கிட்டுப் போயிட்டாங்க!"

“அவங்களா? ஆர்மி கடத்திக்கிட்டுப்போனதா இல்லே கேள்வி?”

“ஆ, அது வழக்கம்தான். போராளிங்க பண்ற தப்பெல்லாம் ஆர்மி பண்றதாத்தான் நாங்க பிரசாரத்துக்குச் சொல்லுவோம்.”

“அட ஜயசீலன் அதை நம்பறான் என்கிறேன்!”

“நம்பலாம். ஆனால் அது தவறு.”

“என்ன பண்ணாங்க அவளை?”

“தெரியாது. என்ன வேணா நடந்திருக்கலாம்!”

***

அத்தியாயம்

19

"சீலன் அண்ணா! சீலன் அண்ணா!" கையிலிருந்த பத்திரிகையை மடித்து வைத்து ஜயசீலன் நிமிர்ந்தான்.

பள்ளிக்கூடப் பையைத் தோளில் மாட்டிக்கொண்டு ஜோஸப் நின்றிருந்தான். வெயிலில் நடந்து வந்திருந்த களைப்பு மேலுதட்டிலும், நெற்றியிலும் முத்து முத்தாய் நின்றது.

"என்ன?"

"என்ன விஷயம் எண்டு எனக்குத் தெரியாது. அந்த மகேசுவரிக்கு உங்களைப் பார்க்கணுமாம்!"

அவன் முகத்தில் தெரிந்த எரிச்சலைக் கண்டு ஜயசீலனுக்குச் சிரிப்பு வந்தது.

"பார்க்கணுமெண்டா இங்கே வரட்டுமே!"

"வரமாட்டா. அத்தைக்கு அவளைக் கண்டா பிடிக்காது."

"அது ஏன்?"

"அத்தையைத்தான் கேக்கணும்" என்று அவன் சிரித்தான். வீட்டுக்கு வரணுமாம். "அவ அப்பாவும், அம்மாவும் ராமேசுவரம் போயிருக்கார்களோ என்னவோ?"

ஜயசீலன் எழுந்து அவன் காதைத் திருகினான்.

"நீ உளவு வேலைக்குச் சரியான ஆள்."

அவன் செருப்பை மாட்டிக்கொள்ளும்போது ஜோஸப் தயங்கிக்கொண்டு நின்றான்.

“அக்காவைப் பற்றித் தகவல் இங்கே ஒண்ணும் கிடைக்க இல்லே தானே?”

ஜயசீலன் அவனுடைய தோளை அழுத்திப்பிடித்து, “இல்லே” என்றான் மெல்லிய குரலில்.

‘எனக்கு நம்பிக்கை போய்விட்டது’ என்று சொல்ல நினைத்து, சொல்லாமல் அவன் தெருவில் இறங்கி நடந்தான்.

புனிதா சொன்ன செய்தியிலிருந்து, சீலியாவின் பெயர் இங்கு ரெஜிஸ்தர்களில் நிச்சயம் இருக்காது என்று புரிந்துபோயிற்று.

அன்று இரவு முழுவதும் சுகுமாரனைப் பற்றிய ஆத்திரம் நெஞ்சில் கனன்று கொண்டிருந்தது. புனிதா சொன்னதில் உண்மை இருக்குமானால் சீலியாவுக்கு என்ன ஆகியிருக்கும் என்று கற்பனை செய்து பார்க்கக்கூட அவனுக்குத் திராணி இல்லாமல் போயிற்று. தப்பியிருக்க முடியாது என்ற நிராசை திருப்பத் திரும்பத் தோன்றினாலும், அவள் உயிர் பிழைத்திருக்கலாம் என்கிற மயிரிழை நம்பிக்கை நெஞ்சின் ஓர் ஓரத்தில் அமுக்க அமுக்கத் துளிர்விட்டுக் கொண்டிருந்தது. அவள் உயிர் பிழைத்திருந்தால் போதும் அவனுக்கு. அவளது உடலுக்கு எத்தகைய அவமானம் ஏற்பட்டிருந்தாலும், அதற்கு அவளோ அவனோ பொறுப்பில்லை.

காதல் என்றும், திருமணம் என்றும் மனம் திசை திரும்பிவிடக் கூடாது என்று உபதேசித்த சுகுமாரன் உபயோகித்துக்கொண்ட பெண்கள் எத்தனை பேர்! அவனே பெருமையடித்துக்கொள்வான். ‘சிங்கள ராணுவம் நம்ம பெண்களைக் கற்பழிச்சதைவிட நம்ம கூட்டங்கள் அழிச்சது அதிகம்’ என்று!

புனிதா சொன்ன விஷயம் சீலியாவின் பெற்றோர்களுக்குத் தெரியாமல் இருந்திருக்குமா என்று அவனுக்கு ஆச்சரியமாக இருந்தது. அவனிடம் சொன்னால் ஆபத்து என்று நினைத்திருப்பார்களோ? அதனால்தான் அவனைக் கட்டாயப்படுத்தி இந்தியாவுக்கு அனுப்பினார்களா? யோசிக்க யோசிக்க அவனுக்குக் குழப்பம் அதிகரித்தது. புனிதா சொன்ன செய்தியும் உண்மையானதா

என்று தெரியவில்லை. 'யாரோ சொன்னார்கள்' என்றாளே தவிர, மேற்கொண்டு எதுவும் திட்டமாக அவளுக்குச் சொல்ல முடியவில்லை. அன்றெல்லாம் அவன் பட்ட துயரத்தைக் கண்டு, அவனருகில் அமர்ந்து, "அந்தச் செய்தி தவறாயிருக்கலாம் சீலன்!" என்றாள். இப்ப அந்த சுகுமாரனைத் துரத்திக்கிட்டுப் போறதனாலே உமக்கு ஒரு லாபமுமில்லே. சீலியாவுக்கு என்ன ஆச்சுன்னு அவன் வாயைத் திறந்து சொல்லமாட்டான். உம்ம உசிருக்கும் ஆபத்து."

"நான் எதுக்கு உயிர் பிழைச்சிருக்கணும் புனிதா? என்னவோ குருட்டு அதிர்ஷ்டத்திலே தப்பினேன். விதி மறந்துபோனதை நானே செய்துக்க வேண்டியதுதான். நான் மட்டும் இப்படித் தனியா நிக்கிறது கேலிக்கூத்து போல இருக்கு."

"சீச்சீ, இப்படியெல்லாம் நீ பேசக்கூடாது. சீலியா உயிரோடு இல்லேன்னு நிச்சயமாகத் தெரியாத நிலையிலே நீ இப்படி கதைக்கிறது அசட்டுத்தனம். புனிதா, சீலனைக் கண்டியான்னு ஒருநாள் அவ வந்து நின்னா, நான் என்ன சொல்லட்டும்?"

அவன் இதை நினைத்து நினைத்து ஆயாசப் பெருமூச்சு விட்டான். அவன் மனசு அவனை ஏமாற்றுவது போதாது என்று சுற்றிலுமுள்ளவர்கள் காட்டும் ஆசை வேறு! இந்த மயிரிழை ஆசையை வைத்துக்கொண்டே இங்கு உயிருக்குப் பாதுகாப்பும், நிம்மதியும் இருந்தாலும் முள்ளின்மேல் நிற்பதுபோல் இருந்தது. எப்படிப்பட்ட அவலநிலை இது, சொந்த மண்ணில் நிற்க நிழலில்லாமல்!

"வாருங்கோ ஜயசீலன்!" அவன் திடுக்கிட்டுச் சுய நினைவுக்கு வந்து நிமிர்ந்தான். அவனையுமறியாமல் மகேச்வரியின் வீட்டு வாசலுக்கு வந்திருந்தான்.

மகேச்வரியின் முகத்தில் உற்சாகமா, உல்லாசமா என்று புரியாத ஒரு கலவை இருந்தது.

"எங்கே கண்ணை மூடிக்கொண்டு போறீர்?" என்று அவள் சிரித்தாள். ஜோஸப் சொன்னதுபோல் வீட்டில் யாரும் இல்லை என்று தோன்றிற்று.

அவன் திண்ணையில் உட்காருகையில், "உள்ளே வாருங்கோ. உங்ககிட்டே ஒரு விஷயம் சொல்லணும்" என்றாள்.

"மாமாவும், மாமியும் இல்லே?"

"இல்லே, கோவிலுக்குப் போயிருக்கார்கள். அதனாலேதான் கூப்பிட்டனுப்பினேன்." அவன் உஷாரானான்.

"அப்படியென்ன ரகசியம்?"

"ரகசியம் தான். வாருங்கோ!"

அவன் இன்னும் தயங்குவதைக் கண்டு, அவள் அவன் கரத்தைப் பற்றி இழுத்தாள்.

"உங்களுக்குச் சீலியா எண்டு ஒரு சினேகிதி இருந்தது உண்மையா?"

அவனுக்குத் தூக்கிவாரிப் போட்டது.

"யார் சொன்னது உனக்கு?"

"நீங்க உள்ளே வரல்லேண்டா நான் எப்படிக் கதைக்கிறது?"

அவன் சட்டென்று உள்ளே சென்றான். "யார் சொன்னது உனக்கு?" என்று மீண்டும் படபடத்தான்.

"நீங்க எங்கப்பாகிட்டே சொல்ல மாட்டீர்தானே?"

"சரி, சொல்லமாட்டேன்."

"கையை நீட்டுங்கோ!"

என்று அடித்துச் சத்தியம் வாங்கிக்கொண்டாள்.

"எனக்கு ஒரு சினேகிதன். அவன் யாருண்டெல்லாம் கேட்கக்கூடாது. அவன் சொன்னான்."

"என்ன சொன்னான்?"

"உங்களோட சீலியாவைப் பத்தி!"

"என்னைப்பத்திப் பேச்சு எப்படி வந்தது?"

"ஒரு நாள் இந்த வழியா நீங்க போகும்போது பார்த்தான்."

“யார் அவன்?”

“இதெல்லாம் கேட்கக்கூடாதுன்னு நான் சொன்னேனே!”

“இந்த முகாம்லே இருக்கிறவனா?”

“நான் எதுவும் சொல்லப் போறதில்லே.”

“சரி, நா கேட்க இல்லே. என்ன சொன்னான்?”

“உங்களைப் பார்த்ததும், ‘அட ஜயசீலனா இங்கே எங்கே வந்தான்?’னான். ‘அவரை உமக்குத் தெரியுமா?’ன்னேன். தெரியும், இவனோடு ‘சீலியான்னு ஒரு பொண்ணும் இருக்காளா?’ன்னான். இல்லையே, ‘அவளைத் தேடிக்கிட்டுத்தான் அந்த ஆள் இங்கே வந்திருக்காரு’ன்னேன்.”

“உனக்கெப்படி இது தெரியும்?” என்றான் ஜயசீலன் திடுக்கிட்டு. “புனிதா சொன்னாளா?”

“சீ, இல்லைண்டா எனக்கு விஷயம் தெரிய வராதா என் சாமர்த்தியத்தைப்பத்தி உமக்குத் தெரியாது!”

“சரி, விஷயத்துக்கு வா!”

“வேடிக்கைதான்னான். சீலியாவைத் தேடிக்கிட்டு இங்கே வந்திருக்கானான்னான். ‘அவ எங்கே தெரியுமா’ன்னேன். இலங்கையிலேதான் இருக்கணும். இவனுடைய விரோதி அவளைக் கடத்திக்கிட்டுப் போனான். அவ கன சாமர்த்தியமா ‘தப்பி ஓடிட்டா’ன்னான்.”

ஜயசீலன் அவள் தோள்களை வெறிகொண்டவன் போல் பிடித்துக் குலுக்கினான்.

“என்ன சொன்னான்? திருப்பிச் சொல்லு!”

“அவ தப்பி ஓடிட்டாளாம்!”

“அப்ப சீலியா உயிரோட இருக்கா...!”

அவனுடைய கண்களின் திடீர் பளபளப்பையும், புன்னகையில் விரிந்த அதரங்களையும் அவள் அதிசயத்துடன் பார்த்தாள்.

“இருக்கணும்!”

“இலங்கையிலேயே?”

“அப்படித்தான் அவன் சொன்னான்!”

அவள் சற்றும் எதிர்பாராமல், அவன் அவளது தோளைப் பற்றித் தூக்கி ஒரு தட்டாமாலை சுற்றினான்.

அவள் முகத்தில் ஒரு நூதன பாவம் தோன்றிற்று.

“இலங்கைன்னா எங்கேன்னு நீங்க தேட முடியும்? மறுபடியும் எப்படிப் போறது?”

அவன் மெல்ல யதார்த்தத்துக்குத் திரும்பினான்.

“அவ உயிர் தப்பி ஓடிட்டா என்கிற விஷயம் எனக்குப் போதும்” என்றான் நிதானமாக. “எண்டைக்காவது ஒருநாள் இலங்கைக்குத் திரும்பாம இருக்கப் போறதில்லே. அப்ப மூலை முடுக்கு விடாம தேடுவேன்.”

“தப்பிச்ச பிறகு ராணுவத்துக்கிட்டே அகப்பட்டிருந்தான்னா?”

அவன் தலையைக் குனிந்துகொண்டான். அதுவும் சாத்தியம்தான்.

“கடத்தினவனுக்கு அவள் பலியாக இல்லே என்கிறது பெரிய விஷயம். உன்னுடைய சினேகிதன் யார் எண்டு கதைக்க மாட்டியா?”

“ஊஹூம் அது இயலாது.”

அவன் சற்றுநேரம் யோசனையில் நின்றான். திடீரென்று இவள்மேல் ஒரு பரிவு ஏற்பட்டது. செயலின் விபரீதத்தை உணராமல் இவள் எவ்வளவு பெரிய ஆபத்தான விளையாட்டில் ஈடுபட்டிருக்கிறாள் என்று துயரமேற்பட்டது.

அவன், அவள் தோளில் கையை வைத்தான். “இதப் பார் மகேச்வரி. நான் என்னவோ உன்னைப் பற்றி கேள்விப்படறேன். மனசுக்கு ரொம்பக் கஷ்டமாயிருக்குக் கேட்க” என்றான் மெல்லிய குரலில்.

அவள் கண் சொடுக்காமல் மிடுக்குடன் சொன்னாள்,

“செனங்க என்ன வேணும்னாலும் கதைப்பாங்க. அவங்களுக்கு என்ன வேலை?”

“ஆதாரமில்லாம கதைக்க மாட்டாங்க. இந்த வேலை உனக்கு வேண்டாம். ஆபத்து மட்டுமில்லே. தவறான காரியம். இங்கே எவ்வளவோ தொழிலுக்குப் பயிற்சி கொடுக்கிறாங்க. போய்க் கத்துக்கோ. எங்கேயிருந்தாலும் கௌரவமாப் பிழைச்சுக்கலாம்.”

“அதெல்லாம் என்னை மட்டும்தான் பிழைக்க வைக்கும். என் நாட்டுக்கு விடுதலை கிடைக்காது!”

“எனக்கு விளங்க இல்லே!”

அவள் ஆவேசம் வந்தவளைப்போல அவனைப் பார்த்துத் தீர்க்கமாகச் சொன்னாள்.

“நம்ம நாட்டு விடுதலைக்காக ஆயுதமேந்திப் போராடற வீரர்களுக்குப் பணம் தேவை. நம்ம நோக்கம்தான் முக்கியமே தவிர, பணம் எப்படி வருது எண்டு முக்கியமில்லே. என் உடம்பை வித்துக்கூட நா அவங்களுக்குப் பணம் அனுப்பத் தயங்கமாட்டேன். ஜயசீலன் நீங்க ஒரு பேடி! உங்களைப்போல இருக்கறவங்களைப் பார்க்க எனக்கு வெறுப்புத்தான் வருது!”

முகம் பளபளக்கப் பேசும் அவளை அவன் சோகத்துடன் பார்த்தான். போதை வஸ்துவைவிட இவளை ஆட்கொண்டிருக்கும் போதை வீர்யம் கொண்டது என்று தோன்றிற்று.

“போரிலே புறமுதுகு காட்டி ஒரு பெண்ணுக்காக ஓடி வந்த பேடி!”

அவன் தன்னைக் கட்டுப்படுத்திக்கொண்டு கிளம்ப ஆயத்தமானான்.

“மகேச்வரி, உன்னைவிட நான் பெரியவன் என்கிறதை மறந்திடாதே!”

“இந்தப் போராட்டத்திலே நோக்கமும், செயலும்தான் முக்கியம்; வயசில்லே!” என்றாள் அவள் ஆணவத்துடன்.

அவன் சோர்வுடன் வெளியே வந்தான். அவள் அவனைக் கூப்பிட்டுச் சொன்ன செய்தி தந்த சந்தோஷம்கூடக் கடைசியில் வடிந்து போய்விட்டது போல் இருந்தது.

கால் போன போக்கில் அவன் நடந்தான். சீலியாவின் அப்பா பேச்சைக் கேட்டுக்கொண்டு இங்கு வந்தது பைத்தியக்காரத்தனம் என்று தோன்றிற்று. இப்பொழுது மீண்டும் இலங்கைக்கு எப்படிப் போவது? இந்தத் தகவலைச் சொன்ன மகேச்வரியின் நண்பன் நிச்சயம் அவன் இருந்த இயக்கத்தைச் சேர்ந்தவனாக இருக்க வேண்டும். இவன் இங்கு இருப்பதைச் சுகுமாரனுக்குத் தெரிவிக்காமல் இருக்கமாட்டான். சீலியா தப்பித்துக்கொண்டு போனாள் என்கிற அவமானத்தையும், ஜயசீலன் மேல் இருக்கும் வைர்யத்தையும் சுகுமாரன் மறப்பானா?

நோக்கம்தான் முக்கியம் என்கிறாள் மகேச்வரி, நோக்கமே திசை திரும்பிவிட்டது என்றாள் அவள் புரிந்துகொள்வாளா?

“என்னய்யா ஜயசீலன், எங்கே ஆகாசத்தைப் பார்த்துக்கிட்டு நடக்கறே?” என்ற குரல் கேட்டு அவன் திரும்பினான். ரெஜிஸ்தர் ஆபீஸ் குமாஸ்தா வீட்டுக்கு கிளம்பிக் கொண்டிருந்தார்.

“என்னய்யா செய்ய? நிலத்திலே ஒண்டும் காண இல்லையே!”

“சோர்ந்து போயிடாதே. இன்னி நியூஸ் தெரியுமா? இந்தியாவுக்கும், இலங்கைக்கும் உங்க பிரச்னைக்கு தீர்வு காண ஒரு உடன்படிக்கை வரப்போறது. இனிமே உங்களுக்கு விமோசனம்தான் நீங்கள்லாம் இங்கேயிருந்து திரும்ப இலங்கைக்குப் போயிடுவீங்க!”

அவனுடைய கண்களும், மார்பும் விரிந்தன. நம்புவது கஷ்டமாக இருந்தது. இதுவரை சந்தித்திருக்கும் ஏமாற்றங்கள்போல் மறுபடியும் ஏமாற்றம் வருமோ என்று கூடவே ஐயம் எழுந்தது.

பிரபு, மல்ஹோத்திரா சொன்ன செய்தியைக் கேட்டு வியப்படையாமல் கம்பீரமாக நின்றான்.

“நாளைக்கு பிரைம்மினிஸ்டர் பார்ட்டியோட நீ கொலம்போ கிளம்பத் தயாராகணும் பிரபு.”

“நோ பிராப்ளம்!” என்று அவன் சிரித்தான்.

“அவரோடயே நீ திரும்பி வந்துடக்கூடாது” என்றார் மல்ஹோத்திரா. “அத்தனை இலகுவாக நிறைவேறப்போகிற விஷயமில்லே இது. இலங்கையிலே கொஞ்ச காலம் நீ தங்க வேண்டி வரும். கொலம்போவிலே உனக்கு இரண்டு மூணு மாசத்துக்காவது போஸ்டிங் இருக்கும்.”

“நோ பிராப்ளம்!” என்றான் அவன் மீண்டும் உற்சாகத்துடன்.

***

அத்தியாயம் 20

“தமாஷ் எல்லாம் முடிஞ்சுது. நாங்க கிளம்பறோம்” என்றான் மாதவன் நாயர்.

“கார்ட் ஆஃப் ஹானர் பார்க்க வரலையா?” என்றான் பிரபு.

“அது எதுக்கு, போர்! ஒப்பந்தம் கையெழுத்திடறதைப் பத்தி எழுதத்தான் நாம கொழும்புக்கு அழைச்சு வரப்பட்டோம். அது முடிஞ்சுபோச்சு. இனிமே நமக்கென்ன வேலை?”

“பலத்த செக்யூரிட்டி வேறே. கூட்டம் போடக்கூடாதுன்னு உத்தரவு. பிளேன் காத்துக் கொண்டிருக்கு, ஜர்னலிஸ்ட்களுக்காக” என்றான் திலீப் பட்நாகர்.

“நீ வரல்லியா பிரபு?”

“இல்லே, எனக்கு இங்கே ரெண்டு மாசம் போஸ்டிங்!”

“குட்! நீயாவது ஏதாவது உருப்படியா எழுது. இனிமேல்தான் இங்கே கதை ஆரம்பம்.”

எல்லாப் பத்திரிகைக்காரர்களும் கூட்டமாக நகர்ந்ததும் பிரபு, இந்தியப் பிரதமரின் கடைசி நிகழ்ச்சியைப் பார்க்க விரைந்தான். இலங்கை ஜனாதிபதியின் அலுவலக இல்லத்தின் எதிர்த்தாற்போல் இருந்த ஜனாதிபதி மாவத்தவில் ‘கார்ட் ஆஃப் ஹானர்’ நிகழ்ச்சிக்கு ஏற்பாடாகியிருந்தது.

இத்தனை குறுகிய வீதியில் எப்படி இதற்கு ஏற்பாடு செய்திருக்கிறார்கள் என்று பிரபு வியந்தான்.

பிரதமரின் இளம் உருவம் மிடுக்குடன் இலங்கைக் கடற்படை அணியின் முன் நகர்ந்தது.

திடீரென்று ஒரு வீரனின் துப்பாக்கியின் தலைகீழ்ப் பாகம் பிரதமரின் தலைப்பக்கமாய் நகர்ந்தது. அதிசய வேகத்துடன் பிரதமர் தலையைக் குனிந்து நகர்ந்தார். அடி தோள்பட்டையில் விழுந்தது. எல்லாம் கண்ணிமைக்கும் நேரத்தில். கூட்டத்துடன் பிரபு அதிர்ந்து நின்றான். உடனடியாகப் போலீஸ் அந்த ஆளைப் பிடித்துக்கொண்டு நகர்ந்தது. சுற்றிலும் ஒரு விக்கித்த உணர்வு வெகுநேரம் வரை வியாபித்தது. 'நல்லவேளை, உயிருக்கு ஒன்றும் ஆகவில்லை என்கிற நிம்மதி இரண்டு பக்கமும் தெளிவாகத் தெரிந்தது. இத்தனை அமளிக்குப் பிறகும் இந்திய குழு அதிகத் தாமதமில்லாமல் கிளம்பிச் சென்ற அதிசயத்தை நினைத்தபடி பிரபு நடந்தான்.'

'இன்றைக்குப் பெரிய கண்டம்' என்று தனக்குள் முணுமுணுத்துக் கொண்டான். இந்த உடன்படிக்கைக்குச் சிங்களவரின் தரப்பிலிருந்து கிளம்பிய முதல் எதிர்ப்புக் குரல். இதற்குப் பின்னால் யார் வேண்டுமானாலும் இருக்கலாம். இந்தச் சமாதானத்துக்கு முறிவு ஏற்படுவதில் ஆர்வம்கொண்டுள்ள உள்நாட்டு, வெளிநாட்டு எதிர்ப்பு சக்திகள் அநேகம்.

அவன் பஸ் பிடிக்கக் கடற்கரைச் சாலையான 'கால்' வீதிக்கு வந்தான்.

பஸ் நிலையத்தில் நின்றிருந்தவர்கள் அநேகமாய்ச் சிங்களவர்கள்போல் இருந்தார்கள். நாலைந்து இளைஞர்கள் காரசாரமாய்ச் சிங்களத்தில் விவாதித்துக் கொண்டிருந்தார்கள். சற்றுமுன் நடந்த விஷயத்தைப் பற்றி இருக்க வேண்டும் என்று அவன் கடலை வேடிக்கை பார்த்தபடி நின்றான்.

அந்த இளைஞர்கள் ஆங்கிலத்தில் படபடக்க ஆரம்பித்தார்கள்.

"இலங்கையை இந்தியாவுக்கு விற்றுவிட்டார் கிழவர்! இதை எந்தச் சிங்களவன் பொறுப்பான்?"

நல்லவேளையாக அவன் ஏறவேண்டிய பஸ் வந்துவிட்டது. அவன் அவசரமாக ஏறி அமர்ந்தான். இன்று இங்கு கலகம் ஏற்பட்டாலும் ஏற்படலாம் என்று தோன்றிற்று.

அவன் புல்லர்ஸ் ரோட்டில் இறங்கி நீள நடந்தான். மரங்களடர்ந்த இந்தப் பசுமையான அழகிய தெருக்களில் இனத்துவேஷம் தலையெடுக்கும் என்று கற்பனை செய்துகூடப் பார்க்க முடியவில்லை. நாற்சந்தியைப் பார்த்த ஒரு மூலையில் புத்தரின் சிலை அமைதியாக வீற்றிருந்தது. இலங்கையின் வடக்குப்புறத்தில் நடக்கும் விஷயங்கள் இவருக்குத் தெரியுமா என்ற யோசனையுடன், அவன் சாந்தி விஹாருக்குள் நுழைந்தான். இங்குதான் இந்தியச் சாப்பாடு கிடைக்கும். வயிற்றை நிரப்பிக்கொண்டு போவது நல்லது என்று உள்ளே சென்று இட்லிக்கும், வடைக்கும் சொல்லிவிட்டு அமர்ந்தான்.

“ஐயா தமிழ் பேசறவங்களா?” என்றான் ஓர் இளம் சர்வர், இட்டிலித் தட்டை நகர்த்தியபடி. “இந்தியரா?”

“ஆமாம்” என்று பிரபு புன்னகை செய்தான். “உனக்கு எந்தப் பக்கம்?”

“நான் மலையகத் தமிழன் ஐயா. கண்டிக்குப் பக்கத்திலே. தாத்தா, தோட்டத்து வேலை செய்ய இந்தியாவிலேர்ந்து வந்தவர். இன்னிக்கு நடந்த அநியாயத்தைப் பார்த்தீங்களா ஐயா! இந்தியப் பிரதமரைக் கொல்ல முயன்றதைச் சொல்றேன். எப்படிப்பட்ட வெட்கப்பட வேண்டிய செயல்!”

பிரபு அவனைச் சுவாரஸ்யத்துடன் பார்த்தான். இருபத்தி ஐந்து வயதுக்குள் இருக்கும். தனக்கே ஏற்பட்ட அவமானம்போல் குரலிலும், பார்வையிலும் வருத்தம் தொனித்தது. சுபாவமான, கரிசனமா அல்லது இவனுக்கே தெரியாத வேர்களின் ஈர்ப்பா என்று புரியவில்லை.

“ஒவ்வொருத்தருக்கும் ஒவ்வொரு மாதிரியான கோபம் இருக்கலாம்.”

"அதுக்காக இப்படியா? எத்தனை பெரிய நாடு இந்தியா! விருந்தாளியா வந்தவங்களை இப்படிச் செய்யலாமா?"

பிரபு பதில் ஏதும் சொல்லாமல் சாப்பிடுவதைத் தொடர்ந்தான்.

"உன் பேரென்ன?"

"கண்ணன்."

"இந்தியா போயிருக்கியா?"

"இல்லீங்க போகணும் எண்டு ஆசையும் இல்லீங்க."

"ஏம்ப்பா?"

"எங்க சொந்தக்காரங்க பிரஜா உரிமை இல்லாததாலே இந்தியாவுக்கு அனுப்பப்பட்டாங்க. அங்கே ரொம்பக் கஷ்டப்படறதாக் கடிதம் வருதுங்க. இந்தியாவிலே வாழ்க்கை வசதி பத்தாதுங்க."

"இங்கே நல்லா இருக்கா?"

"இங்கே சாப்பாட்டுக்குக் கஷ்டமில்லீங்க. இருக்க இடம் இருக்கு. படிப்பு வசதி இருக்கு. தொண்டைமான் தெரியுமா ஐயா, எங்க மந்திரி, அவர் இருக்கிறவரை ஒண்ணும் குறையில்லீங்க."

"வேடிக்கையா இருக்கு கண்ணன். இனக்கலவரத்தில் போதெல்லாம் நீங்களும் தாக்கப்பட்டிருக்கீங்க. பாதிப் பேருக்கு மேல் பிரஜா உரிமை போயிட்டது."

"அதெல்லாம் உண்மைதாங்க. அதெல்லாம் யாழ்ப்பாணத் தமிழர்களுடைய திமிர்னாலே வந்த வினைங்க. பிரஜா உரிமை பறிக்கப்பட்டப்ப எங்களுக்காக அவங்க யாரும் பேசல்லே. அவங்களுக்கு எங்களைக் கண்டா எப்பவும் இளப்பம், கீழ்ச்சாதி எண்டு. அவங்க தனி நாடு கேட்டா அதிலே எங்க பங்கோ, லாபமோ ஒண்ணுமில்லே. தங்களுக்குப் பலம் சேர்க்கணும்னு எங்களுக்காகக் கவலைப்படறவங்க போலக் கதைக்கறாங்க. அவங்களோடு சேர்ந்தா இப்ப அரசாங்கத்திலே கிடைக்கிற சலுகைகள் கூடக் கிடைக்காது."

“நீ படிச்சிருக்கியா?”

“அஞ்சாங்கிளாஸ் வரை படிச்சேன்ங்க. அப்புறம் படிப்பு ஏறல்லே, தோட்ட வேலை செய்யவும் பிடிக்கல்லே, இங்கே வந்துட்டேன்.”

பிரபு அவனை யோசனையுடன் பார்த்தான். “உங்களுக்கெல்லாம் அப்ப குறைன்னு சொல்லும்படியா ஒண்ணும் இல்லேங்கறே?”

“குறையிண்டா, இருக்கும் தான். அதைக் கவனிக்க எங்க தலைவர் இருக்கார். எங்களைக் கேவலமா நினைக்கிறவங்களோடு சேர எங்களுக்கு விருப்பமில்லீங்க.”

“இனக்கலவரத்தின் போது, யாழ்ப்பாணத் தமிழன், மலையகத் தமிழன்னு எங்கே வித்தியாசம் பார்க்கிறாங்க? நீங்களும்தானே அடிபட்டீங்க?”

“அதுக்கும் அவங்கதாங்க காரணம். அவங்கமேல் இருக்கிற கோபத்தை எங்கமேல கலகக்காரங்க காண்பிச்சாங்க. சமாதானம் வந்தால் எங்களுக்கு நல்லது. நிம்மதியா இருப்போம்.”

பிரபுவின் கவனம் கலைந்தது. புடைவை அணிந்த ஒரு பெண் பரபரவென்று உள்ளே நுழைந்தாள். கரிய விழிகள் காலி இடத்தைத் தேடிப் பிடித்ததும், கண்ணனுக்குச் சைகை காட்டி அழைத்தாள். அவள் கொடுத்த ஆர்டரை வாங்கிக்கொண்டு கண்ணன் உள்ளே விரைந்தான்.

அந்தப் பெண் சுற்றும் முற்றும் பார்க்காமல் உடனடியாக ஒரு புத்தகத்தைப் பிரித்துப் படிக்க ஆரம்பித்தாள்.

அவளிடம் ஓர் அபூர்வமான கவர்ச்சி இருந்தது. பிரபுவை மீண்டும் மீண்டும் பார்க்கத் தூண்டிற்று. இலங்கை ரூபவாஹினியில் அவள் வேலையாயிருக்கலாம் என்று அவன் நினைத்துக்கொண்டான்.

“இங்கே உட்காரலாமா?” என்று ஆங்கிலத்தில் குரல் கேட்டு, அவன் திரும்பினான். தாடியும் மீசையுமாக உயரமான ஓர் ஆள் அருகில் நின்றிருந்தான்.

பிரபு தலையாட்டியதும் அருகில் அமர்ந்தான். கண்ணனிடம் அவன் பேசும்போது யாழ்ப்பாணத் தமிழர் என்று தோன்றிற்று.

“யாழ்ப்பாணமா?” என்றான் பிரபு தமிழில்.

“இல்லே, மட்டக்களப்பு. யாழ்ப்பாணத்திலே படிச்சேன்.”

“இங்கே வேலை பார்க்கறீங்களா?”

“இல்லே, சும்மா வந்திருக்கேன். நீங்கள்?”

“இந்தியன் ஜர்னலிஸ்ட் பிரபு.”

“ஓ, இண்டைக் கூத்தைப் பார்க்க வந்திருப்பீர்!”

“ஏன் கூத்துங்கறீங்க? எல்லாரும் நிம்மதிங்கறாங்க!”

“அஹ்!” என்றான் அவன் அலட்சியமாக. “இது வெற்றி பெறும் என்கிற எதிர்பார்ப்பினாலே சொல்லப்பட்ட வார்த்தை அது!”

“ஏன், வெற்றி பெறாதா?”

அவன் உதட்டைப் பிதுக்கினான். “இண்டைக்கே முதல் எச்சரிக்கை கிடைச்சதே!”

“சிங்களக்காரங்க கிட்டேர்ந்து எதிர்ப்பு எதிர்பார்த்தது தான்.”

“இதைவிடத் தொந்தரவு தமிழர்கள் கொடுக்கப்போறான்கள்.”

பிரபு சற்றுநேரம் பேசாமல் இருந்தான். பிறகு மெள்ளச் சொன்னான்.

“இரண்டு மாசம் முந்தி நான் யாழ்ப்பாணத்திலே இருந்தேன். ராணுவத் தாக்குதலாலே ஜனங்க பட்ட கஷ்டம் சகிக்க முடியல்லே. எப்படியாவது நிம்மதி வராதான்னு அவங்க காத்துக்கிட்டிருக்காங்க மிஸ்டர்... என்ன பெயர்?”

“ஈசுவரன், அதெல்லாம் சரிதான். ஆனா நிம்மதி வராது.”

“ஏன், ஷரத்துக்கள் திருப்தியில்லாததனாலா? இல்லே அரசு அதை செயல்படுத்தாதுங்கற பயத்தினாலேயா?”

ஈசுவரனின் சிரிப்பில் ஏகத்தாளமா, பரிகாசமா என்று புரியாத ஒன்றிருந்தது.

“இது வெளியிலே சொல்லப்படற காரணங்கள், உண்மைக் காரணம் வேறே...!”

அவனே பேசட்டும் என்று பிரபு பேசாமல் இருந்தான். அவனுடைய கண்ணையும், பேச்சையும் பார்க்கும்போது ஜயசீலனின் நினைவு வந்தது. இவனும் அவனைப்போல் ஏமாற்றத்துடன் ஏதாவது போராளிக் கும்பலிலிருந்து வெளியில் வந்தவனோ என்று தோன்றிற்று.

பிரபு அவனுடைய விளக்கத்திற்குக் காத்திருக்கிறான் என்கிற உணர்வே இல்லாதவன்போல் கண்ணன் கொண்டுவந்து வைத்த வடையை அவன் மெல்ல ஆரம்பித்தான்.

பிரபு குழப்பத்துடன் அவனைப் பார்த்தான்.

“அதனாலே?”

மீண்டும் ஏதோ ஒரு ரகசிய ஹாஸ்யத்துக்காக ஈசுவரன் சிரித்தான்.

இந்த உடன்படிக்கை வெற்றியடையாம பார்த்துக்குவாங்க போராளிங்க!

“எத்தனை காலத்துக்கு ஈசுவரன்?” என்றான் பிரபு ஆயாசத்துடன், “போராளிகளே களைச்சுப் போயிட்டாங்கன்னு நான் நினைச்சேன்.”

“களைச்சுப் போயிட்டாங்கதான். அதிலே சந்தேகமில்லே. வாளெடுத்தவனுக்கு வாளாலேதான் சாவு எண்டும் அவங்களுக்குத் தெரியும். ஜனநாயகம் வந்தா ஆயுதம் ஏந்த முடியாது. ஒருத்தன் மத்தவனைத் தீர்க்கக் காத்திருக்கான். மிதவாத அரசியல்வாதிகூட ஜனநாயகத்தைக் கண்டு பயப்படுவான்.”

“பின்னே இதுக்கு என்னதான் முடிவு?”

ஈசுவரன் கைகளை வேகமாகத் தேய்த்துச் சிரித்தான்.

“ஆ, அது இப்ப ஒரு பெரிய கேள்விக்குறி!”

பிரபு அவனை ஆர்வத்துடன் பார்த்தபடி அமர்ந்திருந்தான்.

"இங்கே நோக்கம் திசை திரும்பிக் கனகாலம் ஆயிட்டது. நாம வளர்த்த பொடியன்கள் நம்ம சொல்படி கேட்பாங்க எண்டு இந்திய அரசு நினைக்கிறது. இது ஃப்ராங்கிஸ்டீனை வளர்த்த கதை எண்டு விளங்காம!"

பிரபு பலமாகத் தலையாட்டினான். "இல்லே ஈசுவரன் நீங்க அதிகமாக் கவலைப்படறீங்க. எனக்கு நம்பிக்கை இருக்கு ஆரம்பத்திலே போராளிகளுக்குக் கஷ்டமாயிருக்கும். பிறகு சரியாயிடும்."

ஈசுவரன் மீண்டும் பரிகாசமாகச் சிரித்தான்.

"உங்களுக்கு என் வாழ்த்துக்கள்."

புதிதாகப் புகுந்த சஞ்சலத்துடன் பிரபு எழுந்தான். ஈசுவரனின் கையைக் குலுக்கி,

"மறுபடியும் இங்கே சந்திக்கலாம்" என்று கூறிவிட்டு வெளியே வந்தான். கை நோட்புக்கைப் பிரித்துத் தான் செல்ல வேண்டிய விஜயபால சூர்யாவின் விலாசத்தை நினைவுபடுத்திக்கொண்டு ஹாவ்லாக் வீதியில் நடந்தான்.

மரங்களும், பூச்செடிகளும் நிறைந்த ஒரு பெரிய வீட்டின் அழைப்பு மணியை அழுத்தினதும் கல்லூரிப் பேராசிரியர் போல் தோற்றம் கொண்ட ஒருவர் வந்தார். தான்தான் விஜயபாலசூர்ய என்றார்.

அவன் தன் பெயரைச் சொன்னான். மல்ஹோத்ராவின் கடிதத்தைக் காண்பித்தான். அவர் கருணையுடன் புன்னகை செய்து, அவன் தோளைப் பற்றி உட்காரச் சொன்னார்.

'சீலியா!' என்று அவர் உள்நோக்கிக் குரல் கொடுத்தார்.

அவன் வியப்புடன் நிமிர்ந்தான்; அந்தப் பெண் வந்து நின்றாள். ஹோட்டலில் பார்த்த அதே பெண்!

***

அத்தியாயம்

21

கட்டுப்படுத்திக்கொள்ள முடியாத திகைப்பும், சுவாரஸ்யமுமாகப் பிரபு அவளைப் பார்த்தான். அவளை மீண்டும் இத்தனை சுருக்கில் சந்திப்போம் என்று அவன் நினைத்திருக்கவில்லை. அதைவிடத் திகைப்பு அந்தப் பெயரைக் கேட்டதும் ஏற்பட்டது.

அவள் எதுவுமே பேசாமல் அவனை இதற்குமுன் பார்த்திருந்ததற்கான அடையாளம் எதுவும் இல்லாமல் விஜயபாலசூர்யாவின் கட்டளையை எதிர்நோக்கி நிற்பவள்போல் நின்றாள்.

"சீலியா, இது மிஸ்டர் பிரபு. ஒரு இந்திய ஜர்னலிஸ்ட்" என்றார் பாலசூர்யா ஆங்கிலத்தில்.

சீலியா மிகச் சிக்கனமான புன்னகையுடன், "ஹல்லோ" என்றாள்.

"இவர் என்னுடைய கெஸ்ட் ரூமில் தங்குவார். இவருக்கு அறையைக் காண்பி" என்ற பாலசூர்யா, "உங்கள் சாமானை வைத்துவிட்டு என்னுடன் தேநீர் அருந்த வாருங்கள்" என்றார் பிரபுவிடம்.

"தாங்க்யூ" என்று புதிய உற்சாகத்துடன் பிரபு எழுந்தான்.

"அந்தப் பெண் கிட்டத்தட்ட அவனை லட்சியமே செய்யாதவள் போல், நீள முன்னால் நடந்தாள். அலுவலகம் போல இருந்த ஒரு பகுதியைக் கடந்து அவர்கள் சென்றார்கள்."

"இது என்ன அலுவலகம்?" என்று அவன் பேச்சுக் கொடுத்தான்.

"இனப் பிரிவுகளைப் பற்றின ஆராய்ச்சிக் கழகம்" என்றாள் அவள் திரும்பாமலே.

ஒரு முனை திரும்பியதும், பளீரென்று சூர்ய வெளிச்சம் தெரிந்தது. கண்ணாடிக் கூரை வழியே வந்த ஒளியில், நடையில் ஒரு பாகம் பச்சைப்பசேல் என்ற உயரமான செடிகளும், கொடிகளும் நிறைந்து பார்வைக்கு ரம்யமாக இருந்தது.

"வீட்டுக்குள்ளேயே தோட்டமா?" என்று அவன் வியந்தபோதும், அவள் புன்னகை புரியாமல் யதார்த்தமான குரலில், "எல்லா சிங்கள வீடுகளிலும் இது ஒரு முக்கிய அம்சம்" என்றாள்.

"நீங்கள் சிங்களவரா?"

அவனுடைய கேள்வி காதில் விழுந்ததாக அவள் காண்பித்துக் கொள்ளவில்லை.

அவளுடைய நளினம்தான் அவளுடைய கவர்ச்சி என்று அவனுக்குப் பட்டது. இவள் சிரித்தால் எப்படியிருப்பாள் என்கிற யோசனையுடன் அவள் காட்டிய ஓர் அறைக்குள் அவன் நுழைந்தான்.

அறை காற்றோட்டமாகத் துப்புரவாக இருந்தது.

"இந்த அறைக்கு வெளிக் கதவும் உண்டு" என்று அவள் காண்பித்தாள். "நீங்கள் விருப்பம்போல் வெளியில் சென்று வரலாம். வீட்டிலுள்ளவர்களுக்குத் தொந்தரவு இல்லாமல்."

"வொண்டர்ஃபுல்" என்றான் அவன் திருப்தியுடன்.

"சாப்பாடு நீங்கள் வெளியில் பார்த்துக்கொள்ள வேண்டியிருக்கும். அருகில் சாந்தி விஹார் என்று..."

"தெரியும். நோ ப்ராப்ளம்!" என்று அவன் சிரித்தான்.

"நீங்கள் விஜயபாலசூர்யாவின் மகளா?"

அவள் அந்தக் கேள்வியை எதிர்பாராதவள்போல் கண்கள் அகல அவனைப் பார்த்தாள்.

"உங்கள் வேலைக்கு எது அவசியமோ, அதை மட்டும் நீங்கள் தெரிந்துகொண்டால் போதும்" என்றாள் இயல்பான குரலில். "லைப்ரரியில் உங்களுக்காக மிஸ்டர் விஜயபாலசூர்யா காத்திருக்கிறார்."

அவன் தனது அதிகப்பிரசங்கித்தனத்துக்கு மன்னிப்புக் கோர யத்தனிக்கையில், அவள் விருட்டென்று திரும்பிச் சென்று எங்கோ மறைந்துபோனாள்.

அவன் ஏமாற்றத்துடன் அறைக்குள் நுழைந்து தனது சொற்பச்சாமானை ஒழுங்குப்படுத்திக் குளியலறைக்குள் சென்று முகம் கழுவிக்கொண்டான்.

'மகா கர்வம் பிடிச்ச பெண்' என்று முணுமுணுத்துக் கொண்டான்.

சீலியா என்ற பெயரைக் கேட்டதும், தனது கற்பனை விரிந்துபோனதை நினைத்து வெட்கமேற்பட்டது. ஜயசீலனின் காதலி இவள் என்று முடிச்சுப்போட்டது சினிமாத்தனம் என்று தனக்குள் சிரித்தபடி கதவைச் சாத்திவிட்டு, பாலசூர்யாவைச் சந்திக்கக் கிளம்பினான். அலுவலகப் பகுதியில் சீலியாவைக் காணவில்லை.

லைப்ரரியின் வாசல் திறந்திருந்தது. பாலசூர்யா ஏதோ பத்திரிகையில் ஆழ்ந்திருந்தார். அறையின் நாற்புறமும், கூரையைத் தொட்டபடி புத்தக அலமாரிகள் இருந்தன.

'ஆ வாருங்கள் பிரபு!' என்றார் பாலசூர்யா அவனைப் பார்த்து. கையிலிருந்த சஞ்சிகையை மடித்து வைத்து, எதிரில் இருந்த டீ பாட்டிலிருந்து கோப்பையில் தேநீர் கஷாயத்தை ஊற்றியபடி.

"அறை சௌகர்யமாக இருக்கிறதா!" என்றார்.

"ரொம்பச் சௌகர்யமாக இருக்கிறது" என்றான்.

தேநீர் கோப்பையை அவனிடம் நீட்டியபடி இளநகையுடன் அவர் சொன்னார்.

“விஷயம் சேகரிப்பது மட்டும் போதாது. உண்மையை உள்ளபடியும் எழுதுவது முக்கியம். உங்கள் நாட்டில் எழுத்துச் சுதந்திரம் இருக்கிறது. இங்கு எங்களுக்கு இல்லை. நாங்கள் சொல்ல விரும்புவதையெல்லாம் சொல்ல முடிவதில்லை. அரசாங்கத்துக்குத் தான் செய்த தவறெல்லாம் தெரியாமல் போனதற்கு அதன் தணிக்கை முறைகளே காரணம்.”

சீலியாவைப் பற்றின விவரங்களை இவரிடம் கேட்கலாமா, வேண்டாமா என்று அவன் யோசித்துக்கொண்டே,

“இங்கு நீங்கள் என்ன செய்கிறீர்கள்?” என்று கேட்டான்.

“உலகத்தில் இருக்கும் முக்கியமான இனப் பிரிவுகளைப் பற்றியும், அவற்றுள் எழும் பிரச்னைகளைப் பற்றியும் ஆராய்ச்சி செய்கிறோம். படித்தவர்களிடையேயாவது அவர்களைச் சூழ்ந்திருக்கும் போலித்தனத்தைப் பற்றிய பிரக்ஞையை ஏற்படுத்த வேண்டும் என்கிற எண்ணம்.”

“வெற்றியடைந்திருக்கிறீர்களா?”

“எங்கே?” என்று அவர் கைகளைத் தூக்கிச் சிரித்தார். “சராசரி மனிதன் சுயநலவாதி. தற்காப்புதான் அவனுடைய முதல் எண்ணம். போலித்தனம் என்று தெரிந்தாலும் அதுதான் பாதுகாப்பு என்று நினைப்பவன்.”

அவர் பேச்சு புதிராக இருந்தது. யாரைச் சொல்கிறார் என்று புரியவில்லை.

“இங்கிருக்கும் பிரச்னைக்கெல்லாம் என்ன மூலகாரணம் என்று சொல்வீர்கள்?”

“சிங்களவரின் தவறான ஆதிக்க வெறிதான். அதில் சந்தேகம் வேறா?”

“ஆதிக்க வெறியில் தவறானது, சரியானது என்று வேறு உண்டா?”

அவர் பகபகவென்று சிரித்தார்.

"நீங்கள் சொல்வது சரிதான். எல்லா ஆதிக்கமும் தவறானது. இங்கு என்ன ஆயிற்றென்றால், நாடு பிரிட்டிஷ் ஆதிக்கத்தில் இருந்தபோது உங்கள் நாட்டில் நடந்ததுபோல் தேச விடுதலைக்காகப் போராட்டம் நடக்கவில்லை. நடந்திருந்தால் எல்லா இனப்பிரிவுகளும் ஒன்று சேர்ந்து ஒரு தேசிய எழுச்சியாக இருந்திருக்கும். இங்கு ஒரு கலாசார எழுச்சிதான் ஏற்பட்டது."

"எனக்கு நீங்கள் விளக்கமாகக் கூற வேண்டும்" என்றான் பிரபு தன் நோட்டுப் புத்தகத்தைத் திறந்து.

"சொல்கிறேன். இங்கு ஒரு வேடிக்கையான சரித்திர உண்மை உலகின் மற்ற இனங்களோடு ஒப்பிடும்போது, பௌத்த சிங்களவர்கள் மிகச்சிறுபான்மையினரே. அதனாலேயே இலங்கைத் தீவில் மட்டுமே இருக்கும் தங்கள் மதத்தையும், மொழியையும் காக்க வேண்டியது தங்களுடைய தலையாய கடமை என்கிற தீவிரம் அவர்களுள் கிளம்பிற்று. அடிப்படைக் காரணம் பொருளாதாரம் தான். சிறுபான்மை ஜனங்களான இலங்கைத் தமிழர்களும், இந்தியத் தமிழர்களும், முஸ்லிம்களும் எல்லா முக்கிய துறையிலும் முன்னேறி நாட்டின் பொருளாதாரத்தைக் கைப்பற்றிவிட்டார்கள் என்கிற பயம்தான் இவர்களுக்கு எதிரான கலாச்சார எதிர்ப்பாக வெளிக் கிளம்பிற்று. அதிலிருந்து நியாயமற்ற, ஒடுக்குமுறைகள் கிளம்பின. 'சிங்களம் மட்டும்' என்கிற சட்டத்திலிருந்து தொடங்கி..."

பிரபு வியப்புடன் அவரைப் பார்த்தான். ஒரு சிங்களவரான இவர் இத்தனை நடுநிலைமையோடு பேசுவது ஆச்சரியமாக இருந்தது.

"பௌத்த பிக்குகளின் ஆதிக்கமும் அதிகம் போலிருக்கிறதே, இங்கு?"

"ஆ, அதெல்லாம் சும்மா. அவர்களை ஒவ்வொரு அரசும் தனது செய்கைக்கு நியாயம் சேர்க்க உபயோகித்துக்கொள்கிறது. வேண்டுமென்றால் அவர்களை ஒடுக்க எத்தனை நேரம் செல்லும்?

புத்த குருமார்கள் மட்டும் வெறியைக் கிளப்பவில்லை, படித்த சிங்களவர்கள், எழுத்தாளர்கள்கூட தங்களது இதிகாச கலாச்சாரப் பெருமை பேசியும், மற்ற இனங்களைப் பழித்தும் நடந்துகொண்டது வெட்கக் கேடானது. இவர்கள் எல்லாரையும் பகைத்துக்கொள்ள விரும்பாமல் சிங்கள மக்களின் வோட்டை இழக்க விரும்பாமல், அரசாங்கம் மேலும் மேலும் தவறுகள் செய்துகொண்டு போயிற்று. தமிழர்களின் குறைகள் எல்லாம் உண்மையானவை. பிரசாரத்துக்காகப் புத்தகங்களில் மிகைப்படுத்தப்பட்டாலும்."

"ஆயுதப் போராட்டத்துக்கு விரட்டப்படும் அளவுக்கு!" என்றான் பிரபு.

"நிச்சயமாக" என்றார் பாலசூர்யா புன்னகை மாறாமல். 48-லிருந்து இருக்கும் பல்வேறு அரசாங்கங்கள்தான் குற்றவாளி. எந்தப் பேச்சுவார்த்தையையும், ஒப்பந்தத்தையும் மதிக்காமல் இருந்தால் சிறுபான்மை இனம் வேறு என்னதான் செய்யும்?

பிரபு பேசவில்லை. மல்ஹோத்ரா தன்னைச் சரியான ஆளிடம்தான் அனுப்பியிருக்கிறார் என்று நினைத்துக்கொண்டான். ஒருவேளை இவர் பயங்கரவாதப் போராளிகளை ஆதரிக்கிறவரோ என்று அவனுக்குத் திடீரென்று சந்தேகம் வந்தது.

"ஆயுதப் போராட்டம் எந்த நிலைக்குப் போய்விட்டது பாருங்கள்!" என்றான் அவன் பொதுவாக.

"ஆ, அது வேறு கதை என்று அவர் சிரித்தார். வெளிநாட்டுத் தலையீடும், ஆதரவும்தானே அதற்குக் காரணம்! போராட்டமே திசை திரும்பிப் போய்விட்டது பயங்கரவாதத்தால். அவர்களது தனித்தமிழ் ஈழக் கோரிக்கையை நான் என்றுமே ஆதரித்ததில்லை. அவர்களது பயங்கரவாதமும், மனிதநேயத்துக்கும் நாகரீகத்துக்குப் புறம்பானது."

"இந்த உடன்படிக்கை ஏதாவது மாறுதலைக் கொண்டு வராதா?"

"கொண்டு வரவேண்டும். அதுதான் என்னுடைய எதிர்பார்ப்பும், ஆசையும். இதைவிட நல்ல சந்தர்ப்பம் தமிழர்களுக்குக்

கிடைக்காது. அதை உபயோகித்துக்கொள்ள அவர்களுக்குத் தெரிய வேண்டும்."

ஹோட்டலில் சற்றுமுன் ஈசுவரன் சொன்ன விஷயம் நினைவுக்கு வந்தது. அதைப்பற்றிச் சொல்ல அவர் வாயைத் திறக்க யத்தனிக்கையில் விஜயபாலசூர்யா சட்டென்று எழுந்தார்.

"மன்னியுங்கள். எனக்கு ஒரு மீட்டிங்குக்குப் போக வேண்டும். நேரமாகி விட்டது. உங்கள் உபயோகத்துக்கு இங்கே இருக்கும் சின்ன டைப்ரைட்டரை நீங்கள் உங்கள் அறைக்கே எடுத்துச் செல்லலாம்."

அவன் 'நன்றி' என்று சொல்வதற்குள் அவர் சென்று விட்டார். ஆரம்பத்திலேயே சீலியாவைப்பற்றி விசாரிக்காமல் போனோமே என்று அவன் அலுத்துக்கொண்டான். டைப்ரைட்டரைத் தூக்கிக்கொண்டு தன் அறைக்குச் சென்றான்.

அவன் வேலை முடிந்து திருப்தியுடன் கைகளை உயரத் தூக்கி நெடிய சோம்பல் முறிக்கும்போதுதான் மேஜைமேல் ஒரு வெள்ளைத் தாளில் அந்த ஆங்கில வாக்கியத்தைப் பார்த்தான்.

'ஊரில் ஊரடங்கு சட்டம் இருப்பதால் நீங்கள் மாலை ஏழு மணிக்குள் சாப்பாட்டை முடித்துக்கொண்டு வருவது நல்லது. பிறகு சாப்பாடு கிடைக்காது.'

கையெழுத்தில்லாவிட்டாலும் அதைச் சீலியாதான் எழுதியிருக்க வேண்டும் என்று நினைத்துச் சிரிப்பு வந்தது. 'வந்துடுவா வழிக்கு' என்று பலமாக மண்டையை ஆட்ட சட்டையை மாட்டிக்கொண்டு வெளிப்பக்கமாக ஞாபகமாகப் பூட்டிவிட்டுக் கிளம்பினான்.

யோசித்தபடி நடந்தான். விஜயபாலசூர்யாவின் கணக்குப்படி, இவையெல்லாம் தவிர்க்கப்பட்டிருக்கக்கூடிய சிக்கல்கள். ஈசுவரனின் கணக்குப்படி சிக்கல் தீருவதில் எதேச்சாதிகார வெறிகொண்ட போராட்டக்காரர்களுக்கு ஆர்வமில்லை. பத்திரிகைக்காரனின் கணிப்புப்படி இந்த உடன்படிக்கை வெற்றிபெறுவதில் சில வெளிநாட்டுச் சக்திகளுக்கு ஆர்வமில்லை.

கடவுளே - இதனால் திண்டாடப்போவது ஜயசீலன்களும், சீலியாக்களும்... அவர்களுக்காக அமைதி திரும்ப வேண்டும்.

சாந்தி விஹாரில் ஈ காக்கை இல்லை. அங்கிருந்த மௌனமே வயிற்றைக் கலக்கிற்று. ஹோட்டலைச் சீக்கிரம் மூட முதலாளி காத்திருந்தது தெரிந்தது. அவன் அவசரமாகச் சாப்பாட்டை முடித்துக்கொண்டு வெளியில் வந்தான்.

தெருவில் யாருமே இல்லை. அவன் ஹாவ்லாக் வீதியால் வேகமாக நடக்க ஆரம்பித்தான்.

திடீரென்று பின்னால் யாரோ ஓடி வரும் சப்தம் கேட்டது. அவன் திடுக்கிட்டுத் திரும்பினான். தெரு விளக்கின் ஒளியால் ஒரு பெண் என்று தெரிந்தது.

அவளுக்குப் பின்னால் இரண்டு ஆண்கள் துரத்துவதுபோல ஓடி வந்து கொண்டிருந்தார்கள். மின்னல் வேகத்தில் அவள் அவனைத் தாண்டிக்கொண்டு ஓடினாள். தாண்டும் அந்த விநாடியில் அவள் சீலியா என்று அவன் அதிர்ச்சியுடன் கண்டுகொண்டான்.

துரத்துபவர்கள் நூறு கஜ தூரத்தில் இருந்தார்கள். பிரபு யோசனையே செய்யாமல் அவளுடன் கூட ஓடினான். பின்னால் அவர்கள் வருகிறார்களா என்று அடிக்கடி திரும்பிப் பார்த்தபடி ஓடுகையில், சீலியாவைக் காணவில்லை. ஏதோ ஒரு அந்தகாரச் சந்தில் நுழைந்திருக்கிறாள். பின்னால் துரத்தியவர்கள் அருகில் வந்து கொண்டிருந்தார்கள் - அவனை நோக்கி.

***

அத்தியாயம் 22

அவனுக்கு உடல் முழுதும் வெலவெலத்தது. சம்பந்தமில்லாமல் மல்ஹோத்ராவின் நினைவு வந்தது. அனாவசியமான வம்பில் மாட்டிக்கொண்ட முட்டாள் என்ற கோபத்தில் ஆபீச்சுவரி காலத்தில் நம் போட்டோவை நிச்சயம் போடமாட்டார் என்ற மின்னல் எண்ணம் தோன்றி விரைந்தது.

காலடி ஓசை மிக அருகில் கேட்டது. ஒரு பெண்ணுக்கிருக்கும் புத்திசாலித்தனமும், சமயோசிதமும் நமக்கில்லை என்கிற அவமான உணர்வுடன் அதை அமுக்கிய பீதியுடன் கால்கள் பின்ன அவன் ஓடினான். திடீரென்று பின்னால் வாகன ஓசையும், ஹெட்லைட்டின் ஒளியும் அவனை ஊடுருவிப் பாய்ந்தன. ஹார்ன் ஒலியா, விசில் ஒலியா என்று விளங்காத குழப்பத்துடன் அவன் சரேலென்று வலப்புறம் உத்தேசமாக ஓடி இருளில் பதுங்கிக்கொண்டான். இதயம் டமாரமடித்தது. மார்பு ஆவேசமாய் விம்மி விம்மித் தணிந்தது.

சுவருடன் ஒன்றிச் செவிகளைக் கூர்மையாக்கிக்கொண்டு நின்றான். வெடியோசை கேட்டது. இரண்டா, மூன்றா, நான்கா என்று புரியவில்லை. வாகனக் கதவு வேகமாகத் திறந்து மூடப்படும் ஓசை; பூட்ஸ் கால்களின் அதிர்ந்த ஓசை; அதட்டலான சிங்களப் பேச்சு. சிறிது நேரத்தில் ஒரு ஜீப் அவன் நின்ற குறுக்குத்தெருவைத் தாண்டிப் பிரதான சாலையில் சென்றது. எந்த மனித அரவமும் இல்லாமல் 'கம்'மென்றிருந்தது எங்கும். இந்தப் குறுக்குத் தெருவில் நுழைந்திருக்காவிட்டால் தானும்

அந்த ஜீப்பில் 'அது'வாக, அஃறிணையாகச் சவாரி செய்திருக்க வேண்டும் என்கிற நினைப்பே அடிவயிற்றில் ஜில்லிப்பை ஏற்படுத்திற்று.

ஒவ்வொரு வீட்டுக்குள்ளும், சாலையிலும் அடர்ந்த உயர்ந்த மரங்கள் பரப்பிய இருள், தெரு விளக்கைப் போர்த்தி வெளிச்சத்தை அமுக்கியிருந்தது. போர்வைக்கடியிலிருந்து பலவித ஜந்துக்களின் இரகசிய ஓசைகள். நீண்ட நேரம் அவன் மூச்சை அடக்கி நின்றான். அந்தப் பெண் - சீலியா எங்கே சென்று மறைந்தாள் என்று புரியவில்லை. குண்டோசை கேட்டு யாரும் வெளியில் எட்டிப் பார்க்கவில்லை.

அவன் மிக ஜாக்கிரதையாகப் பிரதான சாலைக்கு வந்து பதுங்கிப் பதுங்கி ஹாவ்லாக் சாலையைத் தேடிக்கொண்டு நடந்தான். மனத்தில் ஏற்பட்டிருந்த குழப்பத்தில், அவன் குருட்டாம்போக்கில் அந்தச் சாலையை அடைந்தபோது, மெல்லிய ஆச்சரியம்கூட ஏற்பட்டது. தட்டுத் தடுமாறி விஜயபாலசூர்யாவின் வீட்டை அடைகையில் இனிமேல் இரவுச் சாப்பாட்டை மறந்துவிட வேண்டியதுதான் என்று தீர்மானித்துக்கொண்டான்.

பாலசூர்யாவின் லைப்ரரியில் விளக்கு எரிந்துகொண்டிருந்தது. அவரைப் பார்க்கலாமா என்று யோசித்துக் காலையில் பார்த்துக்கொள்ளலாம் என்று அவன் தன் அறை வாசலுக்குச் சென்று, சாவியால் கதவைத் திறந்து உள்ளே சென்றான்.

ஷூவைக் கழற்றி மேஜைக்கடியில் வைக்கும்போது, மேஜைமேல் சீலியாவின் குறிப்பு மறுபடியும் கண்ணில் பட்டது. நம்மை எச்சரித்துவிட்டு அவள் ஏன் அந்த நேரத்தில் வெளியே போனாள் என்று அவனுக்கு ஆச்சரியமாக இருந்தது. அவளுக்கு வீடு வாசல் கிடையாதா? அவளும் அவனைப்போல் எங்கேயோ அறையெடுத்துத் தங்குகிறாள் என்று தோன்றிற்று. இல்லாவிட்டால் வெளியில் ஏன் சாப்பிடப் போகவேண்டும். அவளைப் பற்றின என் அனுமானம் சரியானதாக இருக்கலாம் என்று அவன் திருப்தியுடன் நினைத்துக்கொண்டான். நாளைக்கு அவளைத்

திட்டவட்டமாகக் கேட்டுவிட வேண்டும். அவள் நம் மூக்கை உடைக்கப் பார்த்தாலும்...

அவன் உடுப்பை மாற்றிக்கொள்ளும் போது, வீட்டின் உள் பகுதியிலிருந்து ஆங்கிலத்தில் செய்தி அறிக்கை கேட்டது. லைப்ரரியிலிருந்துதான் ஒலி வருகிறது என்கித உத்தேசத்துடன், அவன் அறையை விட்டு வெளியே வந்து ரேழி விளக்கை ஏற்றி முன்னால் நடந்தான்.

லைப்ரரியின் கதவு லேசாகத் திறந்திருந்தது. அவன் மெல்ல கதவை இருமுறை தட்டினான்.

"கம் இன்!" என்ற குரலைக் கேட்டு, உள்ளே நுழைந்தான்.

"ஆ, வாருங்கள் பிரபு! சாப்பிட்டீர்களா?" என்ற உற்சாகமாக வரவேற்ற பாலசூர்யாவுக்குப் பின்னால் சற்றுத் தள்ளி ஒரு நாற்காலியில் சீலியா அமர்ந்திருந்தாள். வியப்புக் கலந்த பார்வையை அவள்மேல் பதித்தபடியே அவன் உள்ளே நுழைந்தான்.

"ஆமாம்" என்று அவருக்குப் பதில் சொல்லியபடி, தன்னைக் கட்டுப்படுத்திக்கொள்ள முடியாதவனாய் அவளைக் கேட்டான்.

"நீங்கள் எப்பொழுது வீடு வந்து சேர்ந்தீர்கள்?"

அவள் புருவத்தை வளைத்தாள்.

"எங்கிருந்து?"

"வெளியிலிருந்து!"

"நான் வெளியே போயிருந்தேன் என்று உங்களுக்கு யார் சொன்னது?"

அவன் யாரோ தடுத்து நிறுத்தினாற்போல் தயங்கினான். விஷயத்தை மறைக்கப் பார்க்கிறாளா அல்லது நாம்தான் தவறு செய்தோமா?

"வேடிக்கைதான்" என்றான் அவன் மெல்ல, "அரை மணி நேரம் முன்பு புல்லர்ஸ் ரோட்டில் யாரோ இரண்டுபேர் ஒரு

பெண்ணைத் துரத்திக்கொண்டு ஓடினார்கள். அந்தப் பெண் உங்களைப்போல் இருந்தாள்."

அவள் பாலசூர்யாவைப் பார்த்துச் சிரிக்காமல் சொன்னாள்.

"கற்பனை இவருக்கு அதிகமாகவே இருக்கிறது. இவர் சரடுதான் திரிக்கப்போகிறார். உண்மையை எழுதப் போவதில்லை."

டி.வி. செய்தி அறிக்கையில் கவனமாயிருந்த பாலசூர்யா, நிமிர்ந்து அவளைப் பார்த்துச் சிரித்தார்.

"சீலியா எங்கேயும் போகவில்லை. நீங்கள் நியூஸ் கேளுங்கள். வாருங்கள்."

அவன் குழப்பத்துடன் அமர்ந்துகொண்டான்.

செய்தி அறிக்கை முழுவதும் இன்று நடந்த சம்பவத்தைப் பற்றின சுருள் படங்களாகக் கண்டனத்தோடு ஒலித்தது. தடை விதிக்கப்பட்ட ஜே.வி.பி. கட்சி ஆளாக இருக்கலாம் என்று சந்தேகம் தெரிவித்தது.

"உம் இவர்களுக்கு இதைத் தவிர வேறு எதுவும் சொல்லத் தெரியாது" என்றார் விஜயபாலசூர்யா.

அப்பொழுதுதான் சீலியா அங்கில்லை என்பதை அவன் கவனித்தான்.

டி.வி.யை அணைத்துவிட்டு, விஜயபாலசூர்யா அவனைப் பார்த்துச் சிரித்தார். இந்தச் சிரிப்பு அவரது முயற்சியால் வருவதில்லை; இவரது முக அமைப்பே அப்படி என்று அவன் நினைத்துக்கொண்டான்.

"என்ன ஊரடங்குச் சட்டமிருந்தாலும் அமர்க்களங்கள் நடக்காமல் இருக்காது. சிங்களத் தரப்பில் இந்த உடன்படிக்கைக்கு நிறைய எதிர்ப்பு இருக்கிறது. பிரஸிடெண்ட் ஜயவர்த்தனா இஸ் அண்டர் டெரிபில் பிரஷர்."

"அப்படி இருக்கையில் இந்த ஒப்பந்தத்தில் கையெழுத்திட்டது ரொம்பத் தீரமான செயல்தான்" என்றான் அவன்.

மறுபடியும் சிரிப்புடன் பதில்,

"அதற்கு அவர் தள்ளப்பட்டிருக்க வேண்டும். இவரேதான் ஒரு காலத்தில் எதிர்க்கட்சியில் இருக்கும்போது, தமிழர்களுக்கு எந்தவிதச் சலுகையும் தரக்கூடாது என்ற கண்டனத்துடன் பாதயாத்திரை சென்றார்! இந்த அழகிய தீவில் இன்றைக்கு இருக்கும் இத்தனை பிரச்னைகளுக்குப் காரணம், இனவாதப் போர்வை போர்த்திய தவறான அரசியல் நோக்குதான். இன்று காலை நான் உங்களுக்குச் சொன்ன மாதிரி, இங்கு தேசிய எழுச்சியே ஏற்படவில்லை. ஆங்கிலேயரின் பிரித்து ஆளும் தந்திரமும் இதற்குப் பின்னணிக் காரணம். மேற்கத்திய கலாச்சாரத்துக்கு அதிகம் எதிர்ப்புக் காண்பிக்காத தமிழர் பகுதியில் நிறைய தரமான ஆங்கிலப் பள்ளிகளை நிர்மாணித்தார்கள். பூமி வளம் இல்லாத அந்தப் பகுதியில் தங்கள் சுயபுத்தியை நம்பி வாழும் மக்களுக்கு, இதைவிட நல்ல வாய்ப்பு எங்கு கிடைக்கும்? சிக்கென்று பயன்படுத்திக்கொண்டார்கள். பட்டப்படிப்புப் படித்து வெளியேறினவர்களை ஆங்கிலேயர்கள் பெரிய பதவி அளித்து, கொழும்பில் கௌரவித்தார்கள். வெகு சில சிங்களவர்களே ஆங்கிலப் படிப்புப் படித்து முன்னுக்கு வந்தார்கள். எந்தப் பெரிய பதவியிலும் தமிழர்கள், கிறிஸ்துவர்கள் பௌத்த - சிங்கள எழுச்சி இப்படித்தான் மேற்கத்திய கலாசாரத்தை எதிர்த்து, அதன் ஆதரவில் பொருளாதார முன்னேற்றமடைந்து விட்டவர்களை எதிர்த்து ஆரம்பித்து, அதுவே அரசியல் பாத்திரத் தன்மையாகப் போய்விட்டது."

அவர் நிதானமாகத் தமக்குள் பேசிக்கொள்பவர்போல் பேசினார்.

"அதனால்தான் இங்கு மதம் என்பது மக்களிடையே பெரிய சக்தியாக இருப்பதாக நான் சொன்னேன்!" என்றான் பிரபு இடையில்.

"தங்கள் இனப்பெருமையை மற்றவர்களுக்கு எதிராகத் தூண்டிவிட, இவர்களுக்கு மதம் ஒரு கருவியாயிற்று" என்றார் அவர். தாம் ஓர் அந்நியர்போல், "பௌத்த மதத்தைக் காப்பாற்ற புத்தபிரானே இந்தத் தீவைத் தேர்ந்தெடுத்ததாகவும், அதற்கு

நடத்தும் போராட்டம் ஒரு தர்ம யுத்தமென்றும் பல அறிஞர்களும், தினசரிகளும், புத்த குருமார்களும் பாமரர்களிடையே எழுபதுகளில் தீவிரப் பிரச்சாரம் செய்தார்கள்! பௌத்தரல்லாதார் மிலேச்சர்கள் என்று சொன்னார்கள்!"

"அதாவது இங்கிருக்கும் இந்துக்கள் உள்பட."

"ஆமாம்."

"எத்தனை வேடிக்கை! புத்தரே ஒரு இந்து. புத்த சமயமும் இந்து சமயத்திலிருந்து பிறந்தது என்று தெரியாதா?"

விஜயபாலசூர்யா கண்களை இடுக்கிக்கொண்டு சிரித்தார்.

"இங்கு அநேகம் பேருக்குத் தெரியாது. படித்தவர்கள் கூட ஒப்புக்கொள்ள மாட்டார்கள். மஹாவம்சமும், பிறகு எழுதப்பட்ட சரித்திரமும் எல்லார் பார்வையையும் மறைத்துவிட்டன. அது ஒரு பெரிய சோகம். அதனால்தான் இங்கு எந்த வர்க்கப்போராட்டமும் ஆரோக்கியமாக வளரவில்லை. இந்த ஜே.வி.பி. (ஜனதா விமுக்தி பெரமுன) கட்சியை எடுத்துக் கொள்ளுங்கள். வர்க்கப்போராட்டமாக இடதுசாரிக் கொள்கைகளுடன் வேலையில்லாச் சிங்கள கிராமப்புற இளைஞர்கள் ஆரம்பித்த போராட்டம். அவர்களைச் சமாதானப்படுத்தக் கல்வி நிலையில் தமிழர்களை அரசு ஒடுக்க ஆரம்பித்தது. முடிவு ஜே.வி.பி. வெகு விரைவில் தீவிர இனவெறி கொண்ட சமூக விரோதக் கும்பலாக மாறிவிட்டது. கண்டிப் பகுதியில் சிங்கள விவசாயிகளை மலையகத் தமிழருக்கு எதிராக மதப் பிரச்சாரம் முடுக்கிவிட்டது. இதற்கெல்லாம் அடிப்படை, பொருளாதாரமானாலும் எல்லா இனமும் சேர்ந்த ஒரு முற்போக்குச் சமுதாயப் புரட்சியாக வடிவமேற்க முடியாமல் இந்தப் பிற்போக்குச் சக்திகள் மக்களைப் பிரித்துவிட்டன."

அவர் சற்றுநேரம் மௌனமாக இருந்தார். பிறகு மீண்டும் புன்னகையுடன் அவன் பக்கம் திரும்பினார்.

"இந்த உடன்படிக்கை சிங்களத் தீவிரவாதிகளை ரொம்பக் கோபப்படுத்தியிருக்கிறது. தமிழ்ப்போராளி கும்பல்கள்

கடைப்பிடித்த பயங்கரவாதத்தினால் சாதாரண மக்களே அலுத்துப் போயிருக்கிறார்கள். இப்பொழுது அவர்கள் பார்வையில் வடக்கு, கிழக்குத் தமிழர் எல்லாருமே பயங்கரவாதிகள். அவர்களுக்கு அளவுக்கு மீறின சலுகைகள் வழங்கப்பட்டுவிட்டன இந்த உடன்படிக்கையால் என்று கோபம்! இப்பொழுது என்ன வேண்டுமானாலும் நடக்கலாம். ஜனாதிபதியின் உயிருக்கு ஆபத்து நேரலாம். அப்படி நேர்ந்தால் இரு தரப்புக்கும் பெரிய நஷ்டம்."

மீண்டும் சீலியாவின் நினைவு வந்தது. எப்படி எங்கே நழுவினாள் என்று புரியவில்லை. அவள் தமிழ்ப் பெண்ணா என்று இவரிடம் கேட்க வேண்டும் என்கிற ஆவலை அவன் கட்டுப்படுத்திக்கொண்டான். அவன் கண்கள் நிச்சயம் பொய்க்காது. தெருவில் ஓடிய பெண் அவள்தான். இவரும் அவளது ரகசியத்தை மறைக்கிறார். ஏன்?

அவன் இயந்திரகதியில் சொன்னான்: "தமிழர்களிடையேகூட இந்த உடன்படிக்கைக்கு முழு ஆதரவு இல்லையென்று நினைக்கிறேன்."

"எந்த உடன்படிக்கையும் முழுத் திருப்தி அளிக்காது. இதை ஆதரிக்காதவர்கள் முட்டாள்கள். முதல்முறையாக அரசியல் சாசனத்தில் இனப் பிரிவுகளைப் பற்றியும், அவர்களது சுய நிர்ணயிப்பு உரிமையைப் பற்றியும் அங்கீகரிப்பு ஏற்பட்டிருக்கிறது. வடக்கு - கிழக்கு இணைப்பிற்கு அடிகோலியிருக்கிறது. இந்த ஜனநாயக வாய்ப்பைத் தமிழர்கள் நழுவவிட்டார்களானால் அவர்கள் முட்டாள்கள்."

ஈசுவரன் சொன்னது திரும்பவும் நினைவுக்கு வந்தது. இவரிடம் அதைச் சொல்லலாமா, வேண்டாமா என்று அவன் யோசிக்கையில் அவர் எழுந்தார். சிரித்துக்கொண்டே அவன் தோளைத் தட்டினார்.

"சமுதாயச் சீர்குலைவுக்குச் சில முட்டாள்கள்தான் காரணம்!"

அவனுக்கு விடைகொடுப்பது போல் அவர் நின்றதால் அவன் எழுந்தான்.

“சீலியாவைக் கேள்; முட்டாள்களைப் பற்றிப் பிரசங்கமே செய்வாள்!”

“அவள் என்னுடன் பேசுவதேயில்லை. என்னையும் முட்டாள் என்று நினைக்கிறாளோ, என்னவோ!”

அவர் வாய்விட்டுச் சிரித்தார்.

“அவள் சிங்களப் பெண்ணா?”

அவர் சற்று நின்று மீண்டும் பெரிதாகச் சிரித்தார்.

“அவள் ஒரு ‘ஸ்ரீலங்கன்’ இனப் பிரிவுகளைப்பற்றி இந்த ஸ்தாபனம் ஆராய்ச்சி செய்கிறதே தவிர, யாரையும் பிரித்துப் பார்ப்பதில்லை. குட்நைட்!”

தன் அறையை நோக்கிச் செல்லும்போது முட்டாளாக்கப்பட்டாற்போல் இருந்தது. அவளைப் பற்றி இவரிடம் தூண்டித் துருவிக் கேட்பது அநாகரிகமாகப் படும் என்று தோன்றிற்று.

அடுத்த இரண்டு, மூன்று நாட்களுக்குச் சீலியா கண்ணிலேயே தென்படவில்லை. அவனே காலையிலிருந்து மாலை வரை வெளியே அலைந்து கொண்டிருந்ததால், விஜயபாலசூர்யாவையும் பார்க்க முடியவில்லை. கடந்த மூன்று நாட்களாக ஊரடங்குச் சட்டத்தை மீறி, கொழும்பிலும், தெற்கிலும் கலவரங்கள் நடந்துகொண்டிருந்ததால், அவனுக்கு அலைந்து போட்டோ பிடித்து இரவில் ரிப்போர்ட்டை டைப் அடிக்க வேண்டிய வேலை நிறைய இருந்தது. ஏக பஸ்கள் எரிக்கப்பட்டன. அங்கங்கே குண்டுவெடிகள், அரசியல் கொலைகள், ஏகமாய்க் கைதுகள், அரசுக்கு இது மிகப்பெரிய சோதனைக்காலம் என்று அவன் நினைத்துக்கொண்டான். இத்தனை சோதனைகள் இருக்கும் என்று தெரிந்தும், அரசு இந்த உடன்படிக்கைக்குச் சம்மதித்திருந்தது புதிராக இருந்தது. உடனடியாக வடக்கு கிழக்குப் பகுதிகளில் போர் நிறுத்தம் செய்யப்பட்டிருந்தது. பொது ஜனங்கள் இப்பொழுது தைரியமாக அங்கு வெளியில் வர ஆரம்பித்திருப்பதாகச்

செய்திகள் கூறின. இரண்டு மூன்று நாட்களில் யாழ்ப்பாணத்துக்கு ரயில் போக்குவரத்துத் துவங்கிவிடும் என்றார்கள். எப்படியோ அங்கே அமைதி வந்துவிடக்கூடிய அறிகுறி, இங்கே நடக்கும் கலவரத்துக்கிடையேயும் தெரிந்தது.

ஆனால் போராளிகள் இன்னும் ஆயுதச் சரண் செய்து விடவில்லை என்கிற விஷயமும், அன்று சாந்தி விஹாரில் சந்தித்த ஈசுவரன் சொன்ன அபிப்பிராயமும் நினைவுக்கு வரும்போதெல்லாம் மெல்லிய கவலை அரித்தது. இந்த உடன்படிக்கை மட்டும் வெற்றியடையுமானால், ஜயசீலன் யாழ்ப்பாணத்துக்குத் திரும்புவான். அவனைத் தேடிப் பிடித்துச் சீலியா இன்னும் உயிரோடு இருக்கிறாள் என்று...

இன்னும் தெரியாது அவள்தான் ஜயசீலனின் சீலியாவா என்று. நேற்று விஜயபாலசூர்யாவைத் தேடிக்கொண்டு போனபோது அவர் திரிகோணமலைக்குப் போயிருப்பதாக ஆள் சொன்னான். அவளும் அவருடன் போயிருக்கலாம்.

அன்று அறைக்குப் போவதற்கு முன் 'கால்' வீதிக்குச் சென்று கடற்கரைச் சாலையில் நின்றான். அமைதி காக்கும் இந்திய ராணுவக் கப்பல்கள் இரண்டு கண்காணித்துக்கொண்டு நின்றன. கொழும்பில் இருக்கும் இந்தியப் பிரஜைகளுக்கு ஆபத்து வரலாம் என்று.

அந்தக் கப்பல்களைப் பார்த்தபடி, ஒரு புத்தபிட்சு உட்கார்ந்திருந்தார். அவருடன் பேச்சுக்கொடுத்து அவன் ஒரு போட்டோ பிடித்தான். அவன் இந்தியன் என்று தெரிந்ததும் அவர் ஆங்கிலத்தில் படபடத்தார்.

"இந்தியாவின் ஆக்கிரமிப்பு மீண்டும் ஆரம்பித்துவிட்டது; இந்தக் கப்பல்கள் இங்கு நிற்பதற்கு வேறு என்ன அர்த்தம்?"

அவன் விளங்காதவனைப்போல் நின்றான். "சோழர் காலத்துப் படையெடுப்பை நாங்கள் மறக்கமாட்டோம், இந்தியா பெரிய நாடாக இருக்கலாம். ஆனால் நாங்கள் சும்மா இருக்கமாட்டோம்.

பராக்கிரமசாலியான தமிழ் மன்னன் எல்லாளனை எங்கள் துட்சம்னு முறியடித்து விரட்டினான் தெரியுமா?”

அவனுக்குச் சிரிப்பு வந்தது. ஏதோ சொல்ல வாயைத் திறந்தபோது,

“இவன் ஓர் இந்தியன்” என்றார் அவர் யாரிடமோ.

அவன் சரேலென்று திரும்பியபோது, மூன்று இளைஞர்கள் அவனை நோக்கி வந்தார்கள்.

புலன்கள் விழிப்படைந்து அவன் கண் மண் தெரியாமல் ஓட ஆரம்பித்தான். குறுக்குத் தெருக்கள் கூட இல்லாத அந்தச் சாலையில் நீள ஓடி, எப்படியோ அன்று இரவு உயிர் தப்பி அறைக்கு வந்து சேர்ந்தபோது, உடம்பும் மனமும் குலைந்து போயிருந்தன. அறையில் தண்ணீர் ஜக்கில் நீர் இல்லை. அவன் சமையலறையை நோக்கி நடக்கையில், ‘இந்தப் போஸ்டிங் எனக்குப் போதும். தில்லி திரும்புகிறேன்’ என்று மல்ஹோத்திராவுக்கு மனத்துக்குள் தந்தியடித்தான்.

மெலிதாகப் பாட்டோசை கேட்ட மாதிரி இருந்தது. அவன் தயங்கி நின்றான். அந்தகார மௌனத்தில் தெளிவாகக் கேட்டது, தமிழில் பாட்டு.

***

அத்தியாயம் 23

பிரபு அசையாமல் நின்றான். தெளிவாகக் கேட்டன வார்த்தைகள். அவன் நின்ற இடத்திலிருந்து சற்று எட்டயிருந்த மூடிய அறையிலிருந்து ஒலித்தன.

"எங்கள் பூந்தோட்டத்தில்
மலர்களில்லை, மரங்களில்லை!
கூவிக் குரலெழுப்பும்
குயில்கள் தான் எதுவுமில்லை
எம் நாடு சாம்பல் மேடாய்
இரத்தக் கறைச் சிதறல்களாய்
எங்கள் உயிர் துடிக்கின்றது
வதையின் கதை தொடர்கின்றது."

ராகத்தோடு பாட்டில்லை. கவியரங்கத்தில் ஒப்பிப்பதுபோல் திரும்பத் திரும்ப வரிகள் முன்னும் பின்னுமாகச் சோகத்துடன் வெளிப்பட்டன, ஞாபகப்படுத்தலைப் போல.

இது நிச்சயம் விஜயபாலசூர்யாவின் அறையாக இருக்க முடியாது என்று அவன் நினைத்துக்கொண்டான். அவருக்குத் தமிழ் தெரிந்திருக்கும் என்று தோன்றவில்லை. கதவை தட்டிப் பார்க்கலாமா என்று நினைத்து, பிறகு தயக்கத்துடன் பின்வாங்கினான்.

நமது குருட்டு ஊகம் சரியாக இருக்குமா? இது சீலியாவின் அறையாக இருக்குமா? அவள் நிச்சயம் தமிழ்ப்பெண்.

ஜயசீலனின் சீலியாவாக இருக்க வேண்டும் என்பதில்லை தான். இருந்தும் அவள் தமிழ்ப்பெண் என்கிற எண்ணம் தென்பை அளித்தது. அவள் இந்த அறையில் இல்லையென்றால் வேறு யார்தான் இருக்க முடியும்? திரிகோணமலைக்குச் சென்றிருந்த பாலசூர்யாவுடன் யாராவது விருந்தாளி வந்திருக்கலாமோ?

அவன் இருட்டில் துழாவி ரேழி விளக்கின் விசையைத் தட்டினான். சட்டென்று பாட்டொலி நின்றது. சர்வ நிசப்தம் பரவிற்று. சமையலறைக்குச் சென்று ஜக்கில் நீரை நிரப்பிக் கொள்ளும்போது, அந்த அறையில் சீலியாதான் இருக்க வேண்டும் என்று உள்ளுணர்வு ஊர்ஜிதப்படுத்திற்று. அவள்தான் ஒரு தொட்டாற்சுருங்கியைப் போல் பதுங்கிக்கொள்பவள். தன்னுடைய உள் மனத்துச் சோகங்களையெல்லாம் திமிர்ப் போர்வையில் மறைத்துக்கொள்பவள். அவள் மட்டும் வாயைத் திறந்து பேசுவாளானால் எவ்வளவு நல்ல கதை கிடைக்கும்!

அவன் மீண்டும் ரேழியைக் கடந்து விளக்கை அணைத்துவிட்டு, இன்று மேற்கொண்டு எந்த வேலையும் செய்யமுடியாது என்ற நினைப்புடன் படுத்துக்கொண்டான். இன்று மாலை ஏற்பட்ட சோர்வெல்லாம் நழுவி மனசில் ஒரு புதிய சுவாரஸ்யம் புகுந்துகொண்டிருந்தது. சீலியாவுடன் பேசவேண்டிய பேச்சை மீண்டும் மீண்டும் ஒத்திகை பார்த்துத் திருப்தியுடன் தூங்கிப்போனான்.

காலை ஆகாரத்துக்குச் செல்லத் தயாராகி, அவன் வெளியில் வந்து பார்த்தபோது, ரேழியை ஒட்டிய அறை பூட்டியிருந்தது. இத்தனை சீக்கிரம் எங்கே போய்விட்டாள் என்கிற ஏமாற்றத்துடன் அவன் சாந்தி விஹாருக்குக் கிளம்பினான்.

தெருக்கள் அமைதியாகத் தெரிந்தன. ஊரடங்குச் சட்டம் இன்னும் அமுலில் இருந்தது. பெரிதாக ஏதேனும் அபாயம் ஏற்படலாம் என்கிற ஹேஷ்யப் பேச்சுக்கள் எங்கு சென்றாலும் தினமும் அவன் காதில் பட்ட வண்ணம் இருந்தன. அவன் கண்ணையும், காதையும் தீட்டிக்கொண்டு நடந்தான்.

சாந்தி விஹாருக்குள் நுழைந்ததுமே ஈசுவரன் கண்ணில் பட்டான். பிரபுவைப் பார்த்துப் பரிச்சயத்துடன் கையசைத்துச் சிரித்தான். பேச ஆள் கிடைத்த உற்சாகத்துடன்.

"குட்மார்னிங்!" என்று பிரபு அவனெதிரில் அமர்ந்துகொண்டான்.

'இன்னிக்கு எப்படியிருக்கீங்க? எதிர்காலத்தைப் பற்றின நம்பிக்கை தெரிகிறதா?' என்றான்.

ஈசுவரன் புன்னகை செய்து, இரண்டு ஆள்காட்டி விரல்களைக் குறுக்காக வைத்துக் காண்பித்தான்.

பிரபுவைக் கண்டதும் ஓடி வந்த கண்ணன், "வணக்கம் சார், ஸ்பெஷலாய்ப் புட்டு செஞ்சிருக்கோம். கொண்டு வரவா?" என்றான்.

"கொண்டு வா, இவருக்கும் சேர்த்து."

"அவர் சாப்பிட்டாச்சு" என்று கண்ணன் நகர்ந்தான்.

பிரபுவிடம் ஒரு சிகரெட்டை நீட்டி லைட்டர் ஃப்ளேமைக் காட்டிப் பற்றவைத்து, ஈசுவரன் ஓர் இழுப்பு இழுத்துச் சிரித்தான்.

"உங்களுக்கு எப்படியிருக்கிறது. நம்பிக்கை ஏற்பட்டிருக்கா?"

"ஏற்பட்டிருக்கு" என்றான் பிரபு. "நான் தினமும் நிறையப் பேரோடு பேசறேன் ஈசுவரன். இந்தியாவுடைய அதிகாரத்துக்கு உட்பட்டுவிட்டதாக – தமிழர்களுக்கு அதிகச் சலுகை கொடுக்கப்பட்டுவிட்டதாகச் சிலபேர் நினைச்சாலும், சமாதானத்தைக் கொண்டுவரக்கூடிய இந்த உடன்படிக்கை அமுலுக்கு வரணும்னுதான் எல்லாரும் ஆசைப்படறதாத் தெரிகிறது..."

ஈசுவரன் புகையை மேல்நோக்கி ஊதிக் கண்களை மூடிக்கொண்டான்.

"உங்களுக்கு அந்த ஆசை இல்லையா ஈசுவரன்?"

ஈசுவரன் கண்ணைத் திறந்து, அவனைப் பார்த்துச் சிரித்தான்.

"எல்லாரும் ஆசைப்பட்டதினாலே அது நிறைவேறிடுமா? நிலைமை அவ்வளவு எளிமையானதில்லே!"

"அப்படின்னு சொல்லிச்சொல்லி நீங்களேதான் குழப்பிக்கிறீங்க!" என்றான் பிரபு மெல்லிய எரிச்சலுடன். "உங்களையெல்லாம் உண்மையிலேயே என்னால் புரிஞ்சுக்க முடியலே. இவ்வளவு வருஷமாய் போராடிக்கிட்டு வர்றீங்க. ஒரு தலைமுறையுடைய வாலிபம் முழுசும் போச்சு. அடுத்ததுடைய பால்யம் போச்சு. அப்படியிருக்க, நீங்க எதிர்பார்த்தபடியான ஓர் அமைப்பு உருவாகும் போலச் சந்தர்ப்பம் கூடிவர்ற சமயத்திலே பின்வாங்கறீங்க. உங்களுக்கெல்லாம் என்னதான் வேணும்? தனி ஈழமா?"

ஈசுவரன் கொஞ்சங்கூடப் பதற்றப்படாமல், "இல்லை" என்றான். "அநேகமா எல்லாருமே அந்தக் கோரிக்கையைக் கைவிட்டுக் கன காலமாச்சு. சிலபேர் அதை மறுபடி சொன்னாலும் வெறும் பிரசாரத்துக்குத்தான். எத்தனையோ கேள்விகளுக்கும், சந்தேகங்களுக்கும் இந்த உடன்படிக்கையிலே சரியான பதில் இல்லை என்றாலும், அது அமலுக்கு வரணும் என்றுதான் நான் ஆசைப்படறேன் பிரபு. ஏன் எண்டா குற்றமில்லாத் தமிழர்கள் அரசாங்கத்தாலே நிர்மூலமா அழிக்கப்படறது அதனால நிற்கும். போர் நிறுத்தம் வந்தாப் புனருத்தாரண வேலையைத் துவங்கலாம். தமிழ்ப் பொடியன்களுக்கு ஆக்கபூர்மான அரசியல் பிரக்ஞையை உருவாக்கலாம். உங்களுக்குப் புரியாது பிரபு... எங்க சமூகத்திலே ஏற்பட்டிருக்கிற சீர்குலைவு சாதாரணச் சீர்குலைவு இல்லே. நாற்பது வருஷமாத் தொடர்ந்து படிப்படியா ஏற்பட்டுப்போகற சீர்குலைவு. அதற்கு நாங்கள் தள்ளப்படுகிறோம் என்று தெரியாமலேயே தள்ளப்பட்டவர்கள். எத்தனை இலங்கைத் தமிழர்கள் உங்கள் தீஹார்ச் சிறையில் இருக்கிறார்கள் என்று உங்களுக்குத் தெரியுமா? உலகத்து எல்லா விதிகளிலும் எத்தனை அகதிகள்! ஏன்? என்ன காரணத்துக்காக?"

ஈசுவரன் உணர்ச்சிவசப்பட்டிருந்தான். பிரபு நெகிழ்ந்த நிலையில் மௌனமாகப் பலகாரத்தைச் சாப்பிட்டபடி, அவன் பேச்சைக் கேட்டான். இவன் கண்களில் தீவிரம் இல்லை. மிதமிஞ்சிய சோகம் இருந்தது. இவன் நிச்சயமாகப் பயங்கரவாதியாக இருக்க முடியாது என்று தோன்றிற்று.

“உண்மையில் நாங்கள் படிப்படியாக முகமிழந்து போனோம். எங்கள் சமூகச் சீர்குலைவு அரசுடைய வெற்றி. இப்பத் தமிழனுடைய கலாச்சாரம் என்ன? பண்பாடு என்ன? ஊஹூம், ஒன்றும் நினைவில்லை. இதிகாச புராணத்தில்தான் தேட வேண்டும். இந்த ஸ்மசானத்திலிருந்து நாங்கள் மீண்டும் எழணும்.”

மறுபடியும் ஈசுவரன் புகையை மேலே விட்டுக் கண்களை மூடிக்கொண்டான்.

“இந்த உடன்படிக்கை அமலுக்கு வரணும் என்று என்னைவிட ஆசைப்படுபவர் வேறு யாரும் இருக்க முடியாது” என்றான் கண்ணைத் திறக்காமலே.

பிரபு அவன் கையைப் பற்றி, “வரும் ஈசுவரன் நம்பிக்கை வையுங்கள்” என்றான்.

ஈசுவரன் கண்களைத் திறந்து, ‘நீ ஒரு பைத்தியக்காரன்’ என்பதுபோல் சிரித்தான். “நீங்கள் சாப்பிட்டாச்சா? பின்னே வாருங்கோ. உங்களுக்கு நேரமிருந்தால் நடக்கலாம்” என்று எழுந்தான்.

“ரெடி” என்று பிரபு எழ, இருவரும் பௌத்தலோக மாவத்தவில் நடக்க ஆரம்பித்தார்கள்.

“உங்கள் ஆசை ஏன் நிறைவேறாதோன்னு பயப்படறீங்க. இடைக்கால அரசியல் அமைப்பைப் பத்தித் தினமும் பேச்சுவார்த்தை நடந்துக்கிட்டிருக்கு. அது வந்துட்டதுன்னா படிப்படியா நிலைமை சரியாயிடும்.”

ஈசுவரன் நீண்ட பெருமூச்சு விட்டான். “நான் தமிழனைக் கண்டே பயப்படறேன். தமிழ் அரசியல் போராட்டத்திலே பயங்கரவாதம் நுழைஞ்ச நாளிலேர்ந்து தோன்றின பயம். பரஸ்பர நம்பிக்கைக்கே இனி இடமில்லே என்கிற பயம்.”

“நீங்களும் ஒரு போராளின்னு கண்ணன் சொன்னான்.”

“பயங்கரவாதின்னானா?”

“இல்லே.”

“நல்லவேளை. வெறும் பயங்கரவாதத்தாலேயும், ஆயுத பலத்தாலேயும், வெளிநாட்டு ஆதரவாலேயும் மற்றவங்களை அமுக்கி இண்டைக்குப் பலத்தோடு நிற்கிற கூட்டத்தோட தன்மையை வெச்சு, எல்லாப் போராளிகளுமே பயங்கரவாதிகள் என்கிற முடிவுக்கு எல்லாரும் வருகிறார்கள். அது எங்களுடைய துரதிருஷ்டம். பயங்கரவாதம் நுழைஞ்சதும் நோக்கமே திசை திருப்பிப் போவதை நினைச்சு, நாங்கள் எல்லாம் எத்தனை கவலைப்பட்டோம்னு யாருக்கும் தெரியாது.”

“அதை வழிப்படுத்த எதுவும் செய்ய முடியலையா?”

“ஆயுத பலத்தை எதிர்த்து என்ன செய்ய முடியும்? அவர்களுடைய செயலால் எங்களுக்கிருந்த சிங்கள அனுதாபிகள்கூட எங்களிடமிருந்து விலகிப் போனார்கள்.”

“அத்தனை ஆயுத பலம் எப்படி வந்தது ஈசுவரன்?”

ஈசுவரன் சிரித்தான்.

“இடதுசாரிக் கொள்கைகள் கொண்ட இயக்கங்களை அமுக்கப் பண உதவி செய்யும் வெளிச் சதிகளைப்பற்றி உங்களுக்குத் தெரியாதா? அதைப்பற்றி ஒரு தனி ஆராய்ச்சியே செய்யலாம். பாலுக்கும் காவல், பூனைக்கும் தோழன் என்கிற சக்திகள் அவை?”

தொடர்ந்து ஈசுவரன் பெரிதாகச் சிரித்தான்.

“அது ஒரு ஜேம்ஸ்பாண்டுக் கதை! இடையில் பாமர ஜனங்களைப் பற்றிக் கவலைப்படுகிறோமே நீங்களும் நானும்! நாம்தான் பைத்தியக்காரர்கள்!” ஈசுவரன் மீண்டும் சிரித்தான். பிறகு தொடர்ந்தான்; “என் அப்பா தோட்ட முதலாளி. நான் ஒரு குட்டி ராசகுமாரன், சின்ன வயசிலே! என் அப்பா, தோட்டத் தொழிலாளிகளான இந்தியத் தமிழர்களை அடிக்கறதையும், கூலியைக் குறைச்சு ஏமாத்தறதையும், அடிமைபோல நடத்தறதையும் பார்த்து வளர்ந்தவன். புத்தருக்கு ஞானோதயம்

ஏற்பட்டதுபோல் இந்த ஏழைகளுக்கு ஏதாவது செஞ்சாகணும்னு, வீட்டை விட்டு, வெறிபிடிச்சு வெளியிலே வந்தவன் நான். இப்ப அந்தக் கண்ணன்கூட என் எண்ணத்தைத் தவறாத்தான் எடை போடுவான் இப்படிப்பட்ட அதிர்ஷ்டத்துக்கு என்ன செய்யலாம்?"

இரு பக்கமும் நெடிதுயர்ந்த மரங்கள் இருந்த அந்த விசால வீதி தண்ணென்றிருந்தது. ஈசுவரனும், அவனது பிரச்னைகளும் உண்மைக்குப் புறம்பானவை, செயற்கையானவை என்று நம்ப வேண்டும் போலிருந்தது பிரபுவுக்கு.

"இப்பொழுது இந்திய அரசையே எடுத்துக் கொள்ளுங்களேன். ஆயுதபலம் அதிகமாக இருப்பதாலேயே ஓர் அமைப்பை மக்கள் பலமும் கொண்டதாக நம்புகிறது. அதிகபட்சம் அதனிடம் பொறுப்பைக் கொடுக்கப் பார்க்கிறது. ஜனநாயக அமைப்புக்கு அந்த அமைப்பு ஒத்து வரும் என்று யாருக்கும் இங்கே நம்பிக்கையில்லே; வெளியிலே சொல்லப் பயந்தாலும்."

"இடைக்கால அரசியல் அமைப்பிலேதான் எல்லாப் பிரதிநிதிகளும் இருப்பாங்களே!"

"எல்லாரும் எங்கே?" என்று ஈசுவரன் உதட்டைப் பிதுக்கினான். "அது அத்தனை சுலபமா ஏற்படப்போறதில்லே!"

இவன் ஓர் அழுமூஞ்சி என்று பிரபுவுக்கு மெல்லிய எரிச்சல் ஏற்பட்டது. "நீங்கள்தான் அன்னிக்குச் சொன்னீங்களே. எல்லாருக்குமே ஜனநாயகத்தைக் கண்டு பயம்னு!"

"சொன்னேன், அது உண்மைதான். அதை நினைச்சுதான் பயப்படறேன். ஜனநாயகம் எங்களுக்கு ரொம்ப அவசியமான தேவை என்கிற காரணத்தாலேயே இந்த நிலையைக் கண்டு பயப்படறேன்."

இன்னும் கொஞ்ச நேரம் இவனோடு பேசிக்கொண்டு நின்றால் நமக்குப் பித்துப் பிடித்துவிடும் என்று பிரபு நினைத்தான்.

இன்றைக்குப் பாராளுமன்றத்துப் பக்கம் போகவேண்டும் என்று திட்டம் போட்டிருந்தான். இன்று உடன்படிக்கையைப் பற்றி அமைச்சர்களின் கூட்டம் நடக்கப்போவதாகச் செய்தி

வந்திருந்தது. உள்ளே செல்ல அனுமதி இல்லாவிட்டாலும் யாரிடமிருந்தாவது செய்தி சேகரிக்கலாம்.

ரூபவாஹினியின் காம்பவுண்டுச் சுவர் தெரிந்தது.

“நாம மறுபடி சந்திக்கலாம் ஈசுவரன். எனக்கு ஓரிடத்துக்குப் போகணும்” என்று ஈசுவரனின் கையைக் குலுக்கி விடைபெறும்போது, காரணம் புரியாமல் அவனை நினைத்துப் பாவமாக இருந்தது. ஈசுவரன் சுத்தமாக ஆங்கிலம் பேசினான். பரதேசியைப்போல் தோற்றமிருந்தாலும், உயர் குடியில் பிறந்தவன் என்று தெரிந்தது. தமிழரின் நிலையைப் பற்றி உண்மையாகக் கவலைப்படுபவன் என்று தெளிவாகப் புலப்பட்டது. இருந்தும் இவன் இப்பொழுது உபயோகமற்றவன். இவனால் செய்யக்கூடியது ஒன்றுமில்லை. எத்தனை பரிதாபம்! ஜயசீலன்கூட இவனுடைய நிலையில்தான் இருந்தான். சரேலென்று மீண்டும் சீலியாவின் நினைவு வந்தது. ஒரு கட்டடத்துக்குள் வசித்தும், அவள் எப்படி அத்தனை சாமர்த்தியமாக அவனிடம் அகப்பட்டுக்கொள்ளாமல் விலகிப்போகிறாள் என்று ஆச்சரியமாக இருந்தது.

கையுடன் இன்று கேமரா கொண்டுவர மறந்துபோனதால், அவன் மீண்டும் வீட்டை நோக்கி நடந்தான்.

விஜயபாலசூர்யாவின் அலுவலகம் வழக்கத்திற்கு மாறாக இன்று அதிகக் கலகலப்புடன் தென்பட்டது. பேச்சுக் குரல்கள் கேட்டன. பாலசூர்யா வந்துவிட்டாரா என்று பார்க்க அவன் அலுவலகத்துக்குச் சென்றான்.

அவருடன் ஒரு நடு வயதுப் பெண்மணி கலாச்சார வாதத்தில் ஆழ்ந்திருந்தாள். அவனைக் கண்டதும், பாலசூர்யா அதீதமாகப் புன்னகை செய்து, வாருங்கள் பிரபு! என்னுடைய ஒன்றுவிட்ட தங்கை மாயாவைச் சந்தியுங்கள். சிங்களத் தீவிரவாதி! என்றார்.

“என்ன வேண்டுமானாலும் சொல்லிக்கொள், என்னுடைய கருத்தெல்லாம் சரி என்று ஒரு நாளைக்கு நீ ஒப்புக்கொள்ளப் போகிறாய்” என்றாள் மாயா.

பாலசூர்யா மீண்டும் சிரித்தார்.

“இன்னும் என்னவெல்லாம் வரக் காத்திருக்கிறதோ!” என்று மாயா படபடத்தாள்.

“இன்னிக்குப் பெரிய கண்டத்திலேர்ந்து ஜனாதிபதி தப்பினார். நாளைக்கும் அப்படியே தப்புவார் என்று என்ன நிச்சயம்?”

“என்ன விஷயம்?” என்றான் பிரபு திகைத்து.

“உங்களுக்குத் தெரியாதா? இன்று சற்றுமுன் பாராளுமன்றத்தில் பெரிய வெடி விபத்து ஆகிவிட்டது. ஜனாதிபதி தப்பிவிட்டார். இரண்டு மந்திரிகள் மோசமான நிலையில் இருக்கிறார்கள்.”

“அட, அங்குதான் போக வேண்டும் என்று கிளம்பினேன்!”

“இப்பொழுது யாரும் அந்தப்பக்கம் போக முடியாது!”

ஏதோ காரியமாக சீலியா அறைக்குள் நுழைந்து, மூலையிலிருந்த மேஜைக்குச் சென்றாள். அவனையோ, மாயாவையோ கண்டுகொள்ளவில்லை.

“அரசாங்கத்தைத் தாக்குவதோடு இது நிற்காது விஜய்!” என்றாள் மாயா. “உனக்கும் பயமுறுத்தல் வரும், தமிழ்ப் போராளிகளை வீட்டிலே வெச்சுக் காப்பாற்றுகிறாய் என்று!”

சீலியா சுவர்ப்பக்கமாய் நின்றிருந்ததால், அவள் முக பாவத்தைப் பிரபுவினால் கவனிக்க முடியவில்லை.

விஜயபாலசூர்யா மாயாவின் முதுகில் கைவைத்து வாசலுக்கு நகர்த்திக்கொண்டு சென்றார்.

“கமான் மாயா, இந்தக் கிழவனால் அவர்களுக்கு ஏதும் ஆகப்போவதில்லை.”

பிரபு சட்டென்று முன்னால் நகர்ந்து சீலியாவுக்கருகில் சென்றான்.

“நீங்கள் தமிழ் பேசுபவர் தானே?” என்றான்.

அவள் புருவத்தை வளைத்து அவனைப் பார்த்தாள்.

"நான் எந்த பாஷை பேசினால் உங்களுக்கென்ன?"

"ஒன்றுமில்லைதான். சும்மா ஆர்வம். நேற்று இரவு உங்கள் அறையிலிருந்து தமிழ்க் கவிதை ஒன்று கேட்டது."

"என்னுடைய அறை என்று எப்படிச் சொல்கிறீர்கள்?"

"சும்மா ஊகம் தான்."

"நீங்கள் அதில் நிபுணரில்லை" என்று சொல்லிவிட்டு ஒரு ஃபைலின் காகிதத்தைப் புரட்ட ஆரம்பித்தாள்.

ஒரு வினாடி யோசித்து அவன் அவசரமாகச் சொன்னான்; "இங்கே வேறு யார் தமிழர் இருக்கிறார்கள் என்று தெரியப்படுத்துங்கள். அந்தக் கவிதையை யாழ்ப்பாணத்தில் ஒருவர் சொல்லக் கேட்டிருக்கிறேன். ஜயசீலன் என்று ஒருத்தர்."

காகிதத்தைப் புரட்டிக்கொண்டிருந்த விரல்கள் சட்டென்று நின்றன.

***

அத்தியாயம் 24

பிரபு காத்திருந்தான் ஆவலுடன்.

சீலியா மெள்ள நிமிர்ந்து அவனைத் தீர்க்கமாகப் பார்த்தாள். கரிய சாகரமாய் ஒளிர்ந்த அந்தக் கண்களின் ஆழத்தில் தான் புதைந்து போவதுபோல் அவனுக்குப் பிரமையேற்பட்டது. அவள் ஏதோ சொல்ல வாயைத் திறந்தாள். அவன் செவிகளைத் தீட்டிக்கொண்டு நின்றான்.

“ஹலோ யங் மேன்!” என்றபடி விஜயபாலசூர்யா உள்ளே நுழைந்தார். “எப்படி இருக்கிறீர்கள்? உங்களைப் பார்த்து மூன்று, நான்கு நாட்கள் ஆகிவிட்டன!”

சீலியா மீண்டும் ஃபைலுக்கு முகத்தைத் திருப்பிக்கொண்டாள். பிரபு தன் ஏமாற்றத்தை விழுங்கிக்கொண்டு, புன்னகையுடன் திரும்பினான்.

“ரொம்பச் சுறுசுறுப்பாக இருக்கிறேன்! இங்கே விஷயத்துக்குப் பஞ்சமா என்ன?”

“இட் இஸ் பேட்!” என்று பாலசூர்யா சோகத்துடன் தலையை அசைத்தார். “நான் பயந்த மாதிரியே நடக்க ஆரம்பித்திருக்கிறது. முட்டாள்கள்! முட்டாள்கள்! இவர்களுக்குப் பிரச்னைகள் இருந்துகொண்டே இருக்க வேண்டும். இங்கு சமாதானம் மிக அவசியமான தேவை என்று உணராதவர்கள். இந்த நான்கு வருஷ இனப்போராட்டத்தால் பொருளாதாரம் நசிந்துவிட்டது. ராணுவச் செலவு அதிகரித்துப்போனதால் முன்னேற்றத் திட்டங்கள்

எதற்கும் பணமில்லை - வெளிநாட்டிலிருந்து டூரிஸ்டுகள் வருவது நின்றே போய்விட்டது. இதற்கெல்லாம் விடிவு எப்போது என்று காத்திருக்கிறார்கள் ஜனங்கள்! இந்த முட்டாள்கள் தீர்வுக்கான முயற்சியையே நசுக்கப் பார்க்கிறார்கள்!"

விஜயபாலசூர்யா உணர்ச்சிவசப்பட்டுப் போனதைக் கண்டு அவனுக்கு வியப்பேற்பட்டது. அவருடைய ஓர் உறுப்பைப்போல் இருக்கும் புன்னகையைக் கூடக் காணோம்.

"ஜயவர்த்தனாவுக்குப் பலத்த அடியா?" என்றான் அவன் மெல்ல.

"இல்லை நல்லவேளை! அவரைக் குறிவைத்த வெடிதான் இது. ஏதேனும் ஆகியிருந்தால், சமாதானத்தைப் பற்றி மறந்திருக்க வேண்டியதுதான். இரண்டு மந்திரிகளைத் தவிர வேறு யாருடைய ஆதரவும் இந்த ஒப்பந்தத்துக்கு இல்லை. ஸிரிமாவோவின் எதிர்க்கட்சி ஆரம்பத்திலிருந்து இதை எதிர்த்து வந்திருக்கிறது. இந்த எதிர்ப்புச் சக்திகளின் பயமுறுத்தலினால் அரசே, ஒப்பந்தத்துக்குப் பிறகும் கிழக்குப் பகுதிகளில் தில்லுமுல்லு செய்து வருகிறது."

"நீங்கள் கிழக்குப் பகுதிக்குப் போயிருந்தீர்கள் என்று கேள்விப்பட்டேனே!"

"ஆமாம், திரிகோண மலைக்கும், பத்திக்கோலாவுக்கும் போயிருந்தேன். லைப்ரரிக்குப் போகலாம் வாருங்கள்! சீலியா, தேநீருக்கு ஏற்பாடு செய்! நீயும் எங்களுடன் சேர்ந்துகொள்!"

தலையை மட்டும் அசைத்துச் சீலியா அகன்றதும், அவர் அவன் தோளை அணைத்தபடி லைப்ரரிக்கு நகர்ந்தார். அப்பொழுது இவரது பேச்சைக் கேட்கும் மனநிலை இல்லாவிட்டாலும், அவன் வேறு வழியில்லாமல், சீலியாவும் அவர்களுடனே இருப்பாள் என்கிற சமாதானத்துடன் கூட நடந்தான்.

லைப்ரரியில் அமர்ந்ததும், "என்ன அது தில்லுமுல்லு?" என்றான்.

“கிழக்குத் தமிழ்ப் பகுதிகளில் பல காலமாகச் சிங்களக் குடியேற்றம் அரசு செய்து வருகிறது. அதைத் தமிழர்கள் எதிர்த்து வருகிறார்கள். இப்பொழுது, ஒப்பந்தம் முடிந்த பிறகும் குடியேற்றம் நடக்கிறது.”

“பிறகு பொது ஜன வாக்கெடுப்பின் போது தமிழர்களுக்கு எதிராகப் போகாதோ அது?”

பாலசூர்யா சிரித்தார். போக வேண்டும் என்கிற, நோக்கத்தினால்தானே இந்தக் காரியம்! மாயாவைக் கேட்டால் இதில் என்ன தவறு என்று கேட்பாள்! எங்கு வேண்டுமானாலும் குடியேற ஜனங்களுக்கு உரிமையில்லையா என்பாள்! நெருக்கடியான இடத்திலிருக்கும் மக்களை, நெருக்கடி இல்லாத இடத்துக்கு மாற்றுவது பொருளாதாரக் காரணங்களுக்கு என்னும் அரசு. ஆனால் அது திட்டமிட்ட குடியேற்றம் என்று எல்லாருக்கும் தெரியும். வடக்கைப்போல் கிழக்குப் பகுதியில் தமிழர் நிலை பலமானது இல்லை. தமிழர்கள், முஸ்லிம் தமிழர்கள், சிங்களவர்கள் இருக்கும் பகுதி அது. முஸ்லிம்களுக்கும், தமிழர்களுக்கும் இடையே அத்தனை சுமுகமான உறவில்லை. முக்கியமாக அங்கே போராளிகளுக்கு ஆதரவில்லை. நிலைமையைப் பயன்படுத்தப் பார்க்கிறது அரசு. குடியேற்றம் உண்மையா என்று பார்க்கப் போயிருந்தேன்.”

“உண்மையா?” என்றான் பிரபு, சீலியா உள்ளே நுழைவதைக் கவனித்தபடி. சீலியாவுக்குப் பின்னால் வேலைக்காரன் தேநீர் டிரேயைக் கொண்டுவந்து வைத்தான்.

சீலியாவிடமிருந்து கோப்பையை வாங்கியபடி, “உண்மைதான்” என்றார் பாலசூர்யா. “இந்த உடன்படிக்கையில் கூறப்படும் வடக்கு, கிழக்கு இணைப்பை எதிர்த்துத்தானே எதிர்க்கட்சிகள் இத்தனை அமர்க்களம் செய்து கொண்டிருக்கின்றன! இணைப்பு ஏற்படக்கூடிய நிலைமையைத் தவிர்க்க அரசு சாமர்த்தியமாகக் குடியேற்றத்தைச் செய்து கொண்டிருக்கிறது.”

“இந்தியா ஹைகமிஷனுக்கு இதைப்பற்றித் தெரிந்திருக்காதா? கண்டனம் தெரிவிக்காமல் இருப்பார்களா?”

விஜயபாலசூர்யா யோசனையுடன் சிரித்தார்.

"இவர்கள் அதை மதிக்க வேண்டும். அசகாய சூரர்கள் இவர்கள்! தோட்டத் தமிழர்களுக்குப் பிரஜா உரிமை பாதிக்கப்பட்டதற்கு ஒரு முக்கிய காரணம் என்ன தெரியுமா? சுதந்திரத்துக்குப்பின் நடந்த தேர்தலில் கண்டிப் பகுதியிலிருந்து ஜயித்தவர்கள். அநேகமாகத் தோட்ட வேலைக்கு வந்த இந்தியர்கள். கண்டி, காலம்காலமாய்ச் சிங்களக் கலாச்சாரத்தின் தூய்மை கெடாமல் காப்பாற்றி வந்த தொகுதி என்று பெருமைகொண்டது. ஒரேயடியாய் அங்கே அந்நியத் தமிழர்கள் வென்று பாராளுமன்றத்துக்குச் சென்றுவிட்டது சிங்களவரை உலுக்கிவிட்டது. இதற்கு என்ன வழி? பிடுங்கு, பிரஜா உரிமையை!" பாலசூர்யா மீண்டும் சிரித்தார்.

"நிலைமையைச் சமாளிக்க, அதையே மல்டி மெம்பர் எலக்டரேட்டாக மாற்றுவோம் என்று அவர்கள் நினைக்கவில்லை. இனவெறி என்பது மனத்தை எப்படிக் குறுக்கவிடுகிறது பாருங்கள்."

இவர் தமது பேச்சை எப்பொழுது முடிக்கப்போகிறார் என்று அவன் தவித்தான். அவனைவிட அதிகத் தவிப்புடன் சீலியா உட்கார்ந்திருப்பதாகக் கற்பித்துக்கொண்டான். அவனது எண்ண ஓட்டத்தைப் புரிந்துகொண்ட மாதிரி விசயபாலசூர்யா எழுந்தார். வெகு சந்தோஷமாக விஷயத்தைப் பற்றி இத்தனை நேரம் பேசியதுபோல் முகப் பிரஸனத்துடன் சொன்னார்.

"மறுபடியும் சந்திப்போம். உங்களுக்கும் வேலையிருக்கும்."

அவன் தன் அறைக்குச் சென்று, கதவைச் சாத்திக்கொண்டான். ஐந்தே நிமிஷம்.

கதவு தட்டப்பட்டது. 'வா வழிக்கு' என்று தனக்குள் சொல்லியபடி, அவன் கதவைத் திறந்து வெளியில் நின்றவளை எதிர்பார்க்காததுபோல் புருவத்தை உயர்த்தினான்.

"உள்ளே வரலாமா?" என்றாள் சீலியா தமிழில்.

அவன் லேசாகச் சிரித்துக் கதவை நன்றாகத் திறந்தான்.

“வாங்க! உங்களைத் தமிழிலே பேசவைக்க இத்தனை நாட்கள் ஆச்சு!”

அவள் முகத்தில் வழக்கமான அலட்சியமும், தொலைவும் இல்லை. லேசான பதற்றம் தெரிந்தது.

“வெளியே போய்க் கதைக்கலாமா?” என்றாள்.

“ஓ, யெஸ்!” என்றான் அவன் உற்சாகத்துடன்.

ஞாபகமாகக் கேமராவை எடுத்துக்கொண்டு வழக்கம்போல் வெளிப்பக்கம் பூட்டி அவளுடன் தெருவில் கால் வைத்தபோது, பெரிசாக ஏதோ சாதித்துவிட்ட திருப்தியேற்பட்டது.

அவள் வேகமாக நடந்துகொண்டே, “இங்கே பக்கத்திலே ஒரு பூங்கா இருக்கு. அங்கே போயிடலாம்” என்றாள்.

“சரி” என்று நடந்தபடி அவன் கேட்டான்.

“உங்களுக்கு ஜயசீலன் என்கிறவரைத் தெரியுமா?”

சில வினாடி மௌனத்திற்குப் பிறகு, அவள் மெள்ளச் சொன்னாள்:

“ஆமாம், பூங்காவுக்குப் போய்க் கதைக்கலாம்.”

பூங்கா அருகிலேயே இருந்தது. யாருமே இல்லாமல் வெறிச்சென்றிருந்தது. ஓர் ஒதுக்குப்புறமான இடத்து மர நிழலில் அமர்ந்தார்கள்.

“சொல்லுங்கள். இப்ப ஜயசீலன் எங்கேயிருக்கார்?” என்றாள் அவள் உடனே.

“எனக்குத் தெரிஞ்சவரும், உங்களுக்குத் தெரிஞ்சவரும் ஒரே ஆள்னு எப்படி நினைக்கிறீங்க?”

“ஏனெண்டா அந்தக் கவிதையைப் புனைந்தது என் சினேகிதர் ஜயசீலன். தலைமறைவாக இருக்கும் நிலையிலே ரகசியமா எனக்கு டேப் செய்து அனுப்பினது. எங்கே சந்திச்சீங்க அவரை? எங்கே இருக்கார் இப்போ?”

அவள் மிகவும் உணர்ச்சிவசப்பட்டிருந்தாள். முகம் சிவந்திருந்தது. நெற்றியிலும், மேலுதட்டிலும் வியர்வை கட்டி

நின்றிருந்தது. வார்த்தைகள் சீராக ஒலிக்காமல், துடிக்கும் உதடுகளிடையே தடுமாறி வந்தன.

"யாழ்ப்பாணத்திலே முதல்லே சந்திச்சேன். எனக்குத் தங்க இடமில்லேன்னு தெரிஞ்சு தன் வீட்டிலே தங்க அனுமதிச்சான்."

"எப்போ?"

"மே மாசம், அப்ப அங்கே நிலைமை ரொம்ப மோசம்."

"அப்ப ஜயசீலன் அங்கேயா இருந்தார்?"

"ஆமாம், உங்களைத் தேடிக்கிட்டு! உங்களை ராணுவம் கொண்டு போயிட்டதுன்னு நினைச்சு, ஒருவேளை நீங்க திரும்பி வரலாம் என்கிற நம்பிக்கையோடு இருந்தான்."

சீலியாவின் தலை குனிந்திருந்தது. விழியோரத்தில் ஈரம் பளபளத்ததாக அவன் நினைத்துக்கொண்டான்.

"இப்பவும் யாழ்ப்பாணத்திலே இருக்காரா?"

"இல்லே, ராமேச்வரம் மண்டபம் காம்பிலே இருக்கான்."

அவள் சடக்கென்று தலை நிமிர்ந்தாள்.

"அகதியாகவா?"

"ஆமாம். நீங்க ஒருவேளை இந்தியா போயிருக்கலாம்னு உங்க அப்பாவும், அம்மாவும் அவனைக் கட்டாயப்படுத்தி, போட்டுக்குப் பணத்தையும் கொடுத்து அனுப்பினாங்க. அவனும், நானும் சேர்ந்துதான் கிளம்பினோம். இலங்கை கடற்படை எங்க போட்டைத் தாக்க, நாங்கள் கரை சேர்றதே பெரிய பாடாய்ப்போச்சு. ஜயசீலன் மூணு நாள் நினைவில்லாம கிடந்தான். அப்பவும் உங்க பேருதான் வாயிலே...!"

கண்களை வேகமாகக் கொட்டி அவள் கண்ணீரை உள்ளுக்கிழுத்துக்கொண்டு மெல்லிய குரலில் கேட்டாள்.

"பிறகு!"

"அப்புறமென்ன? அகதிகளோடு மண்டபத்துக்குப் போய்ச் சேர்ந்தான். நீங்க அங்கே இருப்பீங்கன்னு திடமா நம்பினான்.

அங்கே நீங்க இல்லேன்னதும் அவனுடைய ஏமாற்றத்தை எப்படின்னு விளக்கறது? எனக்குத் தெரியல்லே. பிரியம் என்கிறது ஒரு உருவமற்ற வார்த்தைன்னு நான் நினைச்சிருந்தேன். ஆனால் உங்கமேல் அவனுக்கிருக்கிற பிரியத்தை நான் பிரத்யட்சமாகப் பார்த்தேன்."

அவள் மீண்டும் தலையைக் குனிந்துகொண்டாள். உணர்ச்சிவசப்பட்டிருப்பது உதட்டின் துடிப்பில் தெரிந்தது.

"உங்கள் தம்பி ஜோஸப்பும், உங்க அத்தை மகள் புனிதாவும் அங்கேதான் இருக்காங்க. அவங்களோடதான் ஜயசீலன் தங்கியிருக்கான். அதாவது எனக்குத் தெரிஞ்ச வரை."

அவள் தலையை நிமிர்த்தாமல், "என்னுடைய அப்பாவும், அம்மாவும்?" என்றாள்.

"அவங்க யாழ்ப்பாணத்திலேதான் இருக்கப்போறதாச் சொன்னாங்க. நீங்க திரும்பி வந்தா வீட்டுக்கு வருவீங்கன்னு; நீங்க உயிரோடு இருக்கீங்களா, இல்லையோன்னு அவங்க பயந்துட்டிருக்காங்க!"

அவள் முழங்கால்களுக்குள் முகத்தைப் புதைத்துக்கொண்டாள். அழுகிறாள் என்று அவன் புரிந்துகொண்டான். சத்தமில்லாத, முதுகு குலுங்காத அழுகை.

"நீங்க ஏன் அவங்களுக்கு தகவல் ஏதும் தெரிவிக்கல்லே சீலியா?"

முகத்தை அழுத்தித் துடைத்துக்கொண்டு அவள் நிமிர்ந்தாள்.

"தெரிவிக்க முடியல்லே" என்றாள் தொலைவைப் பார்த்தபடி. "யாழ்ப்பாணத்துக்கும், கொழும்புக்கும் தொடர்பு விட்டுப்போய்க் கன காலம் ஆச்சு. ரயில் இல்லே, டெலிபோன் இல்லே, தபாலும் இல்லே. இங்கேயும் நான் அநேகமா தலைமறைவாத்தான் இருக்கேன்."

"ஏன் ராணுவத்தைக் கண்டு பயமா?"

"இல்லே, ராணுவம் என்னைக் கொண்டு போகல்லே."

இந்த விஷயம் தனக்குத் தெரியும் என்று காண்பித்துக்கொள்ளாமல், “பின்னே?” என்றான் பிரபு.

“ஜயசீலனுக்குச் சுகுமாரன் என்கிற விரோதி ஒருத்தன், அவன்தான் ஆள் வெச்சுக் கடத்திக்கொண்டு போனான்.”

“ஏன்?”

ஜயசீலனைக் கொல்ல நினைச்சான். ஆனால் ஜயசீலன் தப்பித்துக்கொண்டு போயிட்டான். அவனைப் பழிவாங்க இதுதான் வழின்னு அவன் நினைச்சிருக்கலாம். அதோடு நான் ஒரு பெண் இயக்கத்திலே இருந்தேன். இந்தச் சுகுமாரனையும், அவனுடைய தலைவன் கருணாகரனையும் ரொம்பக் கண்டிச்சுப் பொதுக்கூட்டத்திலே பேசுவேன்.

“ஏன்?”

“மனுஷத்தனமே இல்லாத அவர்களுடைய பயங்கரவாதத்தை நான் வெறுத்தேன். நோக்கமே தெளிவில்லாத பயங்கரவாதக் கூட்டம் அது. எதேச்சதிகாரம்தான் அதுக்குக் குறி. அதுவும் துப்பாக்கி முனையிலே! அதுக்கும் குறுக்கே யார் வந்தாலும், அந்தக் கூட்டமே ஒழிக்கும். இப்படிப்பட்ட ஒரு முட்டாள் கூட்டம் வளர்ந்தால் எம் பிரச்னைக்கு எந்த அரசியல் தீர்வும் வரமுடியாது. அதை வளரவிடக்கூடாது என்று பொதுக்கூட்டத்திலே சொல்வேன்!”

அவளைப் பிரபு வியப்புடன் பார்த்தான்.

“ஜெயசீலன் அந்த இயக்கத்திலே இருக்கான்னு தெரிஞ்சும்?”

“ஆமாம்” என்றாள் அவள் அழுத்தமாக, “அந்தக் கூட்டத்துலேந்து விலகி வந்துடும்படி ஜயசீலண்டைப் பலமுறை சொன்னேன். அவராலே முடியல்லே. ‘விலகினால் உயிர் போயிடு’ம்னு பயந்தார். கிழக்குப்பக்கம் போய்க் கண் மறைவாவே ஆயிட்டார். என்ன செய்யறதுன்னு எனக்குத் தெரியல்லே. ஜனங்களிடையேயாவது ஒரு பிரக்ஞையை ஏற்படுத்துவோம்னு பெண்கள் இயக்கத்திலே மும்முரமானேன். அப்பத்தான் சுகுமாரன் என்னைக் கடத்திக் கொண்டுபோனது.”

“கொண்டு போய்...?”

அவள் சற்றுநேரத்துக்குப் பேசவில்லை. தொலைவை ஒரு தீவிரத்துடன் பார்த்தபடி உட்கார்ந்திருந்தாள். கண்களில் குரோதமா, கோபமா, சோகமா என்று புரியாத ஒரு பாவம் இருந்தது.

அவனைச் சரேலென்று திரும்பிப் பார்த்து, அவள் கூச்சமில்லாமல் சொன்னாள்.

“அவன் என்ன செய்தான் என்கிறது சரித்திரமில்லே! தேக பலமும், திமிரும் கொண்ட எந்த மிருகமும் செய்யக்கூடியது தான். அவனிடமிருந்து நான் தப்பி வந்தேன் என்கிறதுதான் சரித்திரம்!”

“எப்படித் தப்பிச்சீங்க?” என்றான் பிரபு வியப்புடன்.

சீலியா லேசாகச் சிரித்தாள். “எனக்கே இன்னும் விளங்க இல்லே. நாங்க இருந்த இடத்தை ராணுவம் தாக்க வருகிறதாகத் தகவல் வந்தது. இரவோடு இரவாகத் தப்பி ஓடணும்னான் சுகுமாரன். இருட்டிலே ஓடும்போது நான் வேறே திசையிலே புகுந்து வவுனியாவுக்கு எப்படியோ போய்ச்சேர்ந்தேன். அங்கே விஜயபாலசூர்யா வந்திருந்தார். பசியினாலேயும், களைப்பினாலேயும் நான் பாதையிலே மயங்கி விழுந்திருந்ததைப் பார்த்துப் பரிதாபப்பட்டு முதல் சிகிச்சை கொடுத்தார். என் கதையைக் கேட்டு, அங்கே இருக்கிறது ஆபத்து என்று கொழும்புக்கு அழைத்து வந்துவிட்டார்.”

“இங்கேயும் உங்களை ஆபத்துத் தொடருது போலிருக்கே” என்றான் பிரபு.

அவள் கேள்விக்குறியுடன் அவனைக் கூர்ந்து பார்த்தாள்.

“அந்த ஆட்கள் ரெண்டுபேரும் க்ளோஸ். நான் காரண்டி தர்றேன்!” என்று அவன் சிரித்தான். “அன்னிக்கு நீங்க ஏன் பொய் சொன்னீங்க வெளியிலேயே போகல்லேன்னு? பாலசூர்யா வேறே ஒத்து ஊதினார்...?”

அவள் புன்னகையுடன் சொன்னாள். "நான் இன்னும் எச்சரிக்கையோடுதான் இருக்கணும்."

"இனிமேல் நீங்க எங்கிட்டேர்ந்து எதையும் மறைக்கக்கூடாது!" என்றான் பிரபு உரிமையோடு. "மண்டபத்திலே அவன் இருக்கிற வீட்டு நம்பர் தெரியாது. இல்லேன்னா உடனடியா ஒரு லெட்டர் போட்டு நீங்க உயிரோடு இருக்கிறதையும், நான் கையும் களவுமா பிடிச்சதையும் தெரிவிச்சிருப்பேன்."

அவள் சிரித்தாள். பிறகு தீவிரத்துடன் சொன்னாள்,

"ஜயசீலன் உயிரோடு இருக்கார் எண்டு நீங்க தெரிவிச்சதே எனக்குப் பெரிய விஷயம். சுகுமாரன் அவரை நிச்சயம் தீர்த்துக்கட்டியிருப்பான் எண்டுதான் நான் நினைச்சிருந்தேன். இனிமேல் பயமில்லை. சமாதானம் வந்திட்டது. இந்தியாவிலே இருந்து அகதிகள் திரும்ப ஆரம்பிச்சாச்சு. ஜயசீலன் யாழ்ப்பாணத்துக்கு நிச்சயம் வந்துவிடுவார். இன்னும் ஒரு வாரத்திலே கொழும்பிலிருந்து யாழ்ப்பாணத்துக்கு யாழ் தேவி ரயில் போக்குவரத்து துவங்கப்போகிறது. நானும் கிளம்பிப் போய்விடுவேன். நாங்கள் இரண்டுபேரும் கஷ்டப்பட்டு உயிர் பிழைச்சதுக்குக் காரணம் இருக்கு மிஸ்டர் பிரபு!"

அவளுடைய முகத்தில் ஓர் அபூர்வமான பிரகாசம் தெரிந்தது. கண்கள் நட்சத்திரங்களாக ஒளிர்ந்தன.

'கடவுளே இந்தப் பெண்ணுக்கு ஏமாற்றமளிக்காதே!' - என்று அவன் அவசரமாகப் பிரார்த்தித்துக் கொண்டான்.

***

அத்தியாயம் 25

படகின் சப்தத்திற்குப் போட்டியாக ஜயசீலனின் இதயம் அடித்துக்கொண்டது. அவனும், பிரபுவும் முன்பு பதுங்கிப் பதுங்கி வந்து நிதான 'தொளக், பொளக்' சப்தமில்லை, இது மோட்டார் வைத்த மீனவப் படகு. வேகமாகத்தான் சென்றது. ஆனால் இதில் கிளம்புவதுகூடப் பெரிய பாடாகப் போயிற்று. சமாதான உடன்படிக்கை வந்த பிறகும், அகதிகளைத் திருப்பி அனுப்பும் வேலை நிதானமாகத்தான் ஆகும் என்றார்கள். போராளிகள் ஆயுதச் சரண் செய்ய வேண்டும். போர் நிறுத்தத்திற்குப் பிறகு தமிழர் பகுதியில் பூரண சகஜநிலை வரவேண்டும். இடைக்கால நிர்வாக அமைப்பு ஏற்பட்டு, அதற்குப் பிறகு திரும்பி வரும் அகதிகளின் புனர் வாழ்வு வேலைகள் ஆரம்பிக்கப்படும். ஸ்ரீலங்கா அரசு பச்சைக்கொடி காட்டிய பிறகு, இந்திய அரசு அகதிகளை அனுப்பத் துவங்கும்.

ஜயசீலனுக்குக் காத்திருந்து பொறுமை போய்விட்டது. தினம் ஒரு செய்தி வந்து கொண்டிருந்தது இலங்கையிலிருந்து.

"அங்கே பூரணமாய் சகநிலை வந்த பிறகுதான் போக முடியும். அதுவரை இங்கேயே நிற்க வேண்டியதுதான்" என்றாள் புனிதா.

சூடு பட்டதை இந்த ஜன்மத்தில் அவர்கள் மறக்கமாட்டார்கள் என்று ஜயசீலன் ஆயாசப்பட்டான். போர் நிறுத்தம் ஏற்பட்டிருக்கும் காலகட்டத்தைப் பயன்படுத்திக்கொண்டு இங்கிருந்து நாமாக நழுவத்தான் வேண்டும் என்று முடிவுக்கு வந்து தயாராகையில்,

திடீரென்று ஜோஸப் நோய்வாய்ப்பட்டான். சோதனைபோல் டாக்டர்கள் டைஃபாய்ட் என்றார்கள். ஜுர வேகத்தையும், அதன் உச்சத்தையும் கண்டு புனிதா நடுங்கிப்போனாள். அந்த நிலையில் ஜயசீலனுக்கே கிளம்ப மனசு வரவில்லை. ஒரு வாரமாக ஜோஸப்புக்கு ஜுரமில்லை. புனிதாவே அவனைக் கட்டாயப்படுத்தி கிளம்பச் சொன்னாள்.

“சீலியாவைக் கண்டுபிடிக்க உனக்கு எத்தனை துடிப்பு இருக்கும்னு எனக்குத் தெரியும் ஜயசீலன்!”

அவனுக்குள் திடீரென்று ஒரு பலவீனம் புகுந்து நெஞ்சை அடைத்தது. இயல்பான மனித உணர்வுகளும் முக்கியத்துவம் கொடுப்பதே இப்பொழுது அபசாரம், சுயநலம் என்று மனசு கூசிற்று.

“மகேச்வரி கிளப்பிவிட்ட பூதத்தை நம்பிப் போகிறேன். புனிதா கண்டுபிடிச்சா சந்தோஷம். இல்லேண்டா வேறு நிறைய வேலை இருக்கு அங்கே செய்ய.”

புனிதா நிலத்தைப் பார்த்தபடி கேட்டாள்.

“அங்கே சகஜ நிலைமை வந்ததெண்டால் வேறு நாட்டிலே இருக்கிற நம்ம ஆட்கள் வழுக்கிடுவார்கள் தானே?”

“நிச்சயம் புனிதா!” என்றான் அவன் சங்கடத்துடன்.

அவளை நினைக்கும் போது, இப்பவும் சங்கடம் ஏற்பட்டது. அவளைப்போல் எத்தனை பெண்கள் இருப்பார்கள்! எத்தனை குழந்தைகள், இளைஞர்கள், யுவதிகள்! எப்படிப்பட்ட காலகட்டத்தில் பிறந்த அதிர்ஷ்டக்கட்டைகள்!

பத்து நாட்களுக்கு முன்பு மகேச்வரியைப் போலீஸ் பிடித்துக்கொண்டு போயிற்று. ஒரு பெரிய கடத்தல் வழக்கில் கையும் களவுமாகப் பிடிபட்டார்கள் அவளும், அவளுடைய சினேகிதனும். அவளுடைய சினேகிதன் யார் என்று கடைசிவரை தெரியவில்லை. மகேச்வரியின் பெற்றோர்களைச் சமாதானப்படுத்துவதற்குள் போதும் போதும் என்றாகிவிட்டது.

“ஏனய்யா, அதான் சமாதானம் வந்துட்டதே, இன்னும் ஏன் முகத்தைத் தொங்கப் போட்டுக்கிட்டு உட்கார்ந்திருக்கே?”

ஜயசீலன் சுயநினைவு வந்து நிமிர்ந்து பார்த்தான். மீனவர் சங்கத் தலைவர் நடராஜன் தமது கட்டபொம்மன் மீசையைச் செல்லமாகத் தடவியபடி அவனைப் பார்த்துச் சிரித்தார். முன்பு பிரபுவினால் ஆன பரிச்சயம், மண்டபம் ரெஜிஸ்தர் ஆபீஸ் குமாஸ்தா இவரிடம் எப்படியாவது ஜயசீலனை யாழ்ப்பாணக் கரைக்குக் கொண்டு சேர்த்து விடும்படி கெஞ்சியபோது, “நீ அந்த டில்லி பத்திரிகைக்காரனுடைய சிநேகிதன் இல்லே?” என்ற அடையாளத்தோடுதான் இப்போது ஏற்றிக் கொள்ளப்பட்டிருக்கிறான்.

ஜயசீலன் சங்கடத்துடன் சிரித்துத் தொலைவைப் பார்த்தான்.

“என்னவோ நம்பமுடியல்லே ஐயா!” என்றான் முகத்தைத் திருப்பாமல், “நேரிலே போய்ப் பார்த்தால்தான் தெரியும்.”

“சமாதானம் வந்துட்டது எங்க விஷயத்திலே கண்கூடாத் தெரியுது. இப்ப மீனவப் படகு பயமில்லாம போகுது!”

ஜயசீலன் சிரித்தான்.

“பின்னே, அந்தச் சௌகர்யம்கூட இந்த உடன்படிக்கையாலே ஏற்பட வேண்டாமா?”

“இலங்கைத் தமிழர்களுடைய பாதுகாப்புக்காகதானப்பா இந்த உடன்படிக்கை! எத்தனை பேர் செத்துகிட்டிருந்தீங்க? இப்ப அதெல்லாம் நின்னுதா இல்லையா?”

“அது சரி!”

“பின்னே எதைப்பத்தி உனக்கு யோசனை? அது போதாதா முதல் படிக்கு?”

“இந்த அமைதியெல்லாம் தற்காலிகத்துக்கு என்கிற யோசனைதான் ஐயா. இந்தியப் படை அங்கிருக்கும்வரை தான். அதற்குப் பிறகு?”

நடராஜன் அலட்சியமாக மீசையை முறுக்கினார்.

"உங்க போராளிக் கும்பல்கள் நடந்துகொள்கிற விதத்திலே இருக்கு அது! ஏதாவது தகராறு பண்ணிக்கிட்டிருக்காங்க; தினமும் பேப்பர்லே வருது. கிடைச்சிருக்கிற, சந்தர்ப்பத்தைப் பயன்படுத்தி இடைக்கால நிர்வாக சபைக்கு ஒருவழியா ஒப்புதல் தரமாட்டாங்களோ! புதுப்புது கண்டிஷன் போட்ட வண்ணம் இருக்காங்க. ஆயுதச் சரணும் பண்ணி முடியல்லே, இந்தியாவை நாங்க பகைச்சுக்க விரும்பல்லே. ஒத்துழைக்கிறோம்னு பகிரங்கமா சுதுமலையிலே முழங்கல்லே? இப்ப பின்வாங்க நாங்க ஒருத்தரை ஒருத்தர் பழிவாங்கற கொலைகள் வேறே. ஆயுதச் சரண் செஞ்சா, ஸ்ரீலங்கா ராணுவம் பின்னால் அடிக்கலாம் என்கிற பயத்தைவிட மற்ற இயக்கக்காரன் தொலைச்சுப்புடுவான் என்கிற பயம்தான் அதிகம்னு எனக்குத் தோணுது. அப்படித்தானே?"

"எனக்குத் தெரியல்லே ஐயா!"

"எனக்குத் தெரியல்லே? நீங்கள்லாம் விட்டுக்கொடுக்க மாட்டீங்க! நீயே ஒரு புலியா இருப்பே! இந்த உடன்படிக்கையிலே உன் கையெழுத்தை வாங்கல்லே, சரிதான். இதுக்கு முந்தி உன்னையும் வெச்சுக்கிட்டுப் பேச்சுவார்த்தை நடத்தினதெல்லாம் உருப்பட்டதா? இதுக்கு முந்திப் பெங்களூரிலே நடந்த மாநாட்டிலேயே இந்த உடன்படிக்கையைப் பத்தி விளக்கி உன் சம்மதம் வாங்கியாச்சு! பிறகு இப்ப என்ன புதுசாக் குழப்பறே?"

ஜயசீலன் நடராஜனை சுவாரஸ்யத்துடன் பார்த்தான். அவரது ஆவேசம் வேடிக்கையாக இருந்தது. கூடவே பாவம், இவர்களுக்கெல்லாம் இலங்கைத் தமிழர் பிரச்னை ஒரு சோர்வூட்டும், அலுப்பைத் தரும் விஷயமாகப் போய்விட்டது என்று அனுதாபமேற்பட்டது.

ஜயசீலன் பதில் சொல்லாமல் கடலைப் பார்த்தான்.

"சரி, நீயே முக்கியஸ்தன். இடைக்கால நிர்வாக சபைக்குப் பெயர்ப்பட்டியல் கொடுன்னா, அதிலேயும் முரண்டு. இவன்

வேண்டாம், அவன் வேண்டாம், எல்லாரும் என்னுடைய ஆட்களாகவே இருக்கணும் - எப்படியாவது ஒரு வழிக்கு வந்தா சரின்னு. அதுக்கும் சரின்னு சொல்லியாச்சு. ஆனா இன்னும் தகராறு செய்யறே."

ஜயசீலன் பேசவே பேசாமல் உட்கார்ந்திருந்தான். நடராஜனுடைய கேள்விக்கெல்லாம் பதிலே இல்லை என்பது போல.

"இதெல்லாம் எனக்கு ரொம்ப சிறுபிள்ளைத்தனமாப் படுது. ஆயுதத்தை ஏந்தினதினாலே மீசை முளைக்காதவன்கூடப் பெரியவனாகிவிட்டான்! புத்தி சொல்லக்கூடிய பெரியவங்க பதுங்கியிருக்காங்க!"

அவனிடம் இதற்குப் பதிலில்லாததால் பேசாமல் இருந்தான்.

"எங்கே உன் சினேகிதன், டில்லி பத்திரிகைக்காரன்?" என்றார் நடராஜன்.

"தில்லிக்குப் போனதாக் கேள்விப்பட்டேன், ஐயா."

"அந்த ஆளுக்கு ஓர் இடத்திலே கால் நிக்குமா?"

பிரபுவின் ஞாபகத்தில் ஜயசீலன் தனக்குள் புன்னகை செய்துகொண்டான். சீலியாவைப் பற்றித் தெரிந்துகொள்ள அவனுக்கு எத்தனை ஆர்வம்! நல்லவன்! அவனுடைய விலாசம்கூடக் கேட்டு வாங்கிக் கொள்ளவில்லை. மீண்டும் அவன் இலங்கையில் சுற்றிக்கொண்டிருந்தாலும் ஆச்சரியப்படுவதற்கில்லை.

"யாரைப் பார்க்க இப்படிப் பறந்தடிச்சுக்கிட்டுப் போறே?"

அவன் சிரித்தான்.

"எங்கே ஐயா, ரொம்ப நிதானமாத்தானே போறேன்?"

நடராஜன் அவனைச் சில விநாடிகள் கூர்ந்து பார்த்தார்.

"குடும்பமெல்லாம் யாழ்ப்பாணத்திலே இருக்கா?"

இல்லையென்று தலையாட்டினான். "நான் இப்ப ஒண்டி ஆள்."

"அப்ப நிதானமாப் போக வேண்டியது தானே!"

"எனக்கு வேலையிருக்கு அங்கே" என்றான் அவன் சுருக்கமாக.

நல்லவேளையாக அவர் மேற்கொண்டு எதையும் கேட்கவில்லை. தொலைவில் கரை தெரிந்தது. மீண்டும் கரை திரும்புவமா என்கிற ஐயத்துடன் அங்கிருந்து புறப்பட்டது நினைவுக்கு வந்தது. படகு கரையைத் தொட்டு அவன் நிலத்தில் கால் வைத்ததும் நடராஜனின் கையைப் பற்றி, "நன்றி ஐயா, இந்த உதவியை நான் மறக்கமாட்டேன்!" என்றான்.

"ஆ, இருக்கட்டும்!" என்று சிரித்தார் நடராஜன். "இது, ஒரு சந்தோஷமான காரியம் தானே! அமைதிக்காக உங்களாலே முடிஞ்ச வேலையைப் பாருங்க!"

அவன் மீண்டும் நன்றி சொல்லி கரையோரத்தைக் கடந்து ஊருக்குள் நுழைந்தான். தெருக்களில் நிறைய நடமாட்டம் இருந்தது. முன்பு விமானத் தாக்குதலால் ஏற்பட்ட இடிபாடுகளுக்கிடையே குழந்தைகள் ஓடி ஒளிந்து விளையாடிக் கொண்டிருந்தார்கள். அவர்களது கலீர் சிரிப்பொலி புதிதாகக் கேட்பதுபோல் அவனுள் புத்துணர்ச்சியை ஏற்படுத்திற்று. கடைத் தெருக்களில் சொந்தக்காரர் திரும்பி வராததால் சில கடைகள் மூடப்பட்டிருந்தாலும் அநேகம் கடைகள் திறந்திருந்தன. ஆண்களும், பெண்களும் பயமில்லாமல் தெருக்களில் நடப்பது ஆச்சரியமாக இருந்தது. மூன்று மாதங்களுக்கு முன் நினைத்துக்கூடப் பார்க்கமுடியாத நிலை அல்லவா இது! இந்த ஊரில் அவனுக்கு யாரையும் தெரியாது. உடனடியாக யாழ்ப்பாணத்திற்குச் செல்ல வேண்டும் என்று அவன் நினைத்துக்கொண்டான். பேருந்துகள் எதையும் காணோம். நடந்தேதான் செல்ல வேண்டிவரும். இரவு எங்கேயாவது தங்கி, காலையில் நடையைத் தொடர வேண்டும்.

கடைத்தெருவில் ஒரே ஒரு தேநீர்க் கடை இருந்தது. ஒரு பழைய கண்ணாடிப் பெட்டிக்குள் சில பொறைகளும், வடைகளும் இருந்தன.

“இந்தியக் காசுதான் இருக்கு, வாங்குவீரா?” என்றான் அங்கிருந்த பொடியனைப் பார்த்து.

“வாங்குவோம்” என்றான் பொடியன். இந்திய இராணுவம் இருக்கும் வரையில் இது இந்திய இராஜ்யம் தானே?

பொடியன் முகத்தில் சிரிப்பில்லை.

“ஒரு கப் கோப்பியும், இரண்டு பொறையும் கொடுங்க.”

இந்தியக் காசை வாங்கிக்கொண்டு, “இந்தியாவிலிருந்து வந்தீரா!” என்றான் பொடியன்.

“ஓம், இங்கே எப்படியிருக்கு நிலைமை?”

“இலங்கை ராணுவத்தைக் கண்டு இனி பயமில்லை.”

“ஓ, அது பெரிய விஷயம்தானே!”

“ஆ, ஒண்டும் விளங்க இல்லை.”

அவனுடைய குரலில் இருந்த அலுப்பு வயதுக்கு மீறினதாக இருந்தது.

“ஏன்?”

“பொடியன் மெல்லிய குரலில் கேட்டான்; நீங்கள் இலங்கையை விட்டுப் போய் எவ்வளவு காலம் ஆச்சு?”

“கன காலம் ஆச்சு!”

“அப்ப இங்கிருக்கும் விஷயம் விளங்காது உமக்கு!” பொடியன் இன்னும் குரலைத் தாழ்த்திக்கொண்டான். “இந்தியப்படை இங்கே வந்திருக்கும் நோக்கமென்ன?”

“இங்கே அமைதி காக்க?”

“அப்படி எண்டு பேச்சு! இங்கே ஆட்சி செய்ய வந்திருக்கிறதாகக் கதைக்கிறார்கள் ஜனங்கள்.”

“அது வீணான பயம்!” என்றான் ஜயசீலன், லேசான புன்னகையுடன்.

“இல்லே! அதுதான் உண்மை!” என்றான் பொடியன் தீவிரத்துடன். “தினமும் போராளிக் கும்பல்கள் ஒன்றையொன்று கொன்று குவித்துக் கொண்டிருக்கு, இந்தியப் படை அதைக் கவனிக்காமல் நிற்கிறது. அவர்களே சண்டை போட்டு ஒழித்துக்கொள்ளட்டும் என்று எண்ணம் அதற்கு. ஆயுதச் சரண் ஒன்றுதான் முக்கியம் என்கிறது. எல்லா ஆயுதத்தையும் வாங்கிக்கொண்டு கடைசியில் அதுவேதான் நம்மை ஆட்சி செய்யப் போகிறது. தமிழனுக்கு என்ன ஐயா தலைவிதி? மாற்றானுடைய ஆதிக்கத்துக்குள்ளேயே இருக்கணும் எண்டு?”

ஜயசீலன் தன்னுடைய வியப்பைக் காண்பித்துகொள்ளாமல் எழுந்தான். இந்தப் பொடியன் இப்பொழுது முன்னணியில் இருக்கும் கும்பலின் உளவாளியாய் இருக்கலாம்.

அவன் விருவிருவென்று சாலையில் நடந்தான். அங்கங்கே இந்திய ராணுவத் தலைகள் தெரிந்தன. பெண்களும், குழந்தைகளும் பயமில்லாமல் அவர்களுடன் சிரித்துப் பேசுவதை அவன் கவனித்தான்.

இந்திய அமைதி காக்கும் படையின் ட்ரக் ஒன்று வந்தது. அவன் ஒதுங்கி நின்றான்.

டிரக் சற்று நிதானப்பட்டு, அதிலிருந்து ஒரு வீரன் தமிழில், “எங்கே போகணும்?” என்றான், ஜயசீலனிடம்.

“யாழ்ப்பாணம்!”

“ஏறிக்க, இது அங்கேதான் போகுது!”

“நன்றி ஐயா!” என்று அவன் முன்னால் நகர்ந்தான்.

“ஆயுதம் வெச்சிருக்கியா! கையைப் பிரிச்சுக் காண்பி.”

அவர்கள் சோதனை செய்து முடித்ததும் அவன் ஏறிக்கொண்டான். சுமார் இருபது வீரர்கள் இருந்தார்கள்.

“யாரையும் நம்ப முடிகிறதில்லே” என்றான் தமிழன். “ஆயுதமில்லேன்னு கையைத் தூக்கிக்கிட்டு வர்றாங்க. கிட்ட

நெருங்கினா கைக்குள்ளே மூடிவெச்சிருக்கிற வெடியை எறியறாங்க. ஆரம்பத்திலே நாங்க நிறைய ஏமாந்துபோனோம். இப்ப அதிக ஜாக்கிரதையா இருக்கோம். எங்கேர்ந்து வர்றே?"

"மண்டபத்திலேர்ந்து இன்னிக்குத்தான் திரும்பினேன்."

"சரிதான். நீயே பார்த்துக்க, நடக்கற கூத்தை. நேத்து பத்திக்கோலாவிலே ஏகப்பட்டபேரைப் புலிகள் தாக்கியிருக்காங்க. எங்களுக்கெதிரா எங்கே பார்த்தாலும் பிரச்சாரம் செய்யறாங்க. வழியெல்லாம் கண்ணிவெடி வெச்சு எங்களுக்கு ஆபத்து ஏற்படுத்தறாங்க. அட, எங்களுக்கு என்னப்பா தலையிலெழுத்து இங்கே வந்து சாகணும்னு? உதவிக்கு வந்த ஆளை எதிரியா பாவிச்சா எப்படி, நாங்களும் மனுஷங்கதானே?"

ஜயசீலன் பதில் சொல்லவில்லை. மற்ற வீரர்கள் ஹிந்தியல் ஏதோ தங்களுக்குள் காரசாரமாகப் பேசிக்கொண்டார்கள்.

டிரக்கில் இருந்தவர்கள் எல்லாருமே களைப்பில் தூங்கிப்போனார்கள். யாழ்ப்பாணத்தை அடைந்தபோது நன்றாக இருட்டிப் போயிருந்தது. ஆஸ்பத்திரி வீதி வந்ததும், "நான் இறங்கிக்கறேன்" என்று நன்றியுடன் ஜயசீலன் இறங்கிக்கொண்டான்.

சீலியாவின் பெற்றோர்கள் இருக்கும் ஸ்டான்லி வீதியை நோக்கி வேகமாக நடக்க ஆரம்பித்தான், தெருவில் இந்த நேரத்திலும் ஜன சந்தடி இருப்பது ஆச்சரியமாக இருந்தது. இது ஒரு நல்ல அறிகுறி என்று தோன்றிற்று. மன்னாரில் கண்ட பொடியனும், இந்திய ராணுவ வீரனும் மனத்திலிருந்து விலகிக்கொண்டார்கள். புதிய எதிர்பார்ப்புடன், படபடக்கும் நெஞ்சுடன் அவன் சீலியாவின் வீட்டுக் கதவைத் தட்டினான். கதவு திறந்தது. அவனுக்குப் பரிச்சயமில்லாத முகம்.

"செல்வநாயகம் இருக்காரா" என்றான் அவன் தயக்கத்துடன்.

"இல்லையே, நீங்க யாரு?"

"அவருக்குத் தெரிஞ்சவன்."

"வெளியூர் போயிருந்தீரா?"

“ஆமாம், இந்தியாவுக்கு.”

“அதான். விஷயம் தெரியல்லே உமக்கு!”

“என்ன விஷயம்?”

“இரண்டுபேரும் இப்ப இல்லே.”

அவன் அதிர்ந்து அவரைப் பார்த்தான். “எப்படி எப்ப?”

“இதுக்கெல்லாம் காரணத்துக்கு எங்கே போறது தம்பி?”

அதிர்ச்சியிலிருந்து அவனால் மீள முடியவில்லை. “அவங்க மகள். இங்கே வந்தாளா?”

ஒரு வினாடி அவனை அவர் சந்தேகத்துடன் பார்த்தார். “யாரும் வரல்லே தம்பி!” என்று கூறிவிட்டுக் கதவைச் சாத்தினார்.

அவன் சற்றுநேரம் ஏதும் செய்யத் தோன்றாமல் ஸ்தம்பித்து நின்றான். பிறகு இயந்திரகதியில் நல்லூர் வீதிக்கு நடந்தான். கந்தசாமி கோவிலில் ஏதோ பரபரப்புத் தெரிந்தது. சிறிய கும்பல் இருந்தது. அவன் அருகில் சென்றான். சிவப்புப் புலிக்கொடிகள் தெரிந்தன. “சாகும் வரை மாவீரனின் உண்ணாவிரதம்” என்ற பிரகடனத்தின் கீழ் ஒருத்தன் படுத்திருந்தான்.

***

அத்தியாயம் 26

இந்திய ஹை கமிஷனரின் அலுவலகத்திலிருந்து வெளியில் வந்து தெருவில் நடக்கும்போது, பிரபுவுக்கு மெலிதான திருப்தி ஏற்பட்டிருந்தது. இந்திய ஹை கமிஷனின் உதவியுடன் அவன் ஸ்ரீலங்கா விமானத்தில் மறுநாள் யாழ்ப்பாணத்திற்குக் கிளம்ப ஏற்பாடாகிவிட்டது. சீலியாவையும் உடன் அழைத்துச் செல்ல, அவர்கள் அனுமதி வாங்கிக்கொடுத்து விட்டார்கள்.

சீலியா அவனுடன் செல்வதில் விஜயபாலசூர்யாவுக்கு ஆட்சேபணை இருக்காது. சென்ற மாத மத்தியில் யாழ்ப்பாணத்துக்குக் கொழும்பிலிருந்து ரயில் போக்குவரத்து ஆரம்பித்திருந்தது. உடனே யாழ்ப்பாணத்துக்குக் கிளம்ப சீலியா அவசரப்பட்டாள். பாலசூர்யா இஷ்டப்படவில்லை.

“ஆபத்து இன்னும் விலகவில்லை” என்றார் அடிக்கடி. “ஆயுதச் சரண் முடியவில்லை உடன்படிக்கையை எதிர்க்கும் தமிழ், சிங்களக் கும்பல்கள் எப்பொழுது என்ன செய்யும் என்று சொல்லமுடியாது. இத்தனை நாட்கள் பொறுத்தாய்; இன்னும் கொஞ்ச காலம் பொறு!” என்றார்.

அவரது பயத்தில் நியாயமில்லாமல் இல்லை என்று அவன் நினைத்துக் கொண்டான். சென்ற மாத ஆரம்பத்தில் உடன்படிக்கைக்கு ஒத்துழைப்பதாகப் புலிகள் ஒரு பக்கம் சொன்ன கையுடன், மறுபக்கம் தனி ஈழத்துக்காக போராட்டத்தை நிறுத்தப்போவதில்லை என்று சொன்னது மனத்தின் மூலையில்

ஈசுவரனின் பயமெல்லாம் வந்து அமர்ந்ததுபோல் தவிப்பு ஏற்பட்டது.

"இவர் என்ன கதைச்சாலும் நான் கிளம்பப்போறேன்" என்ற சீலியாவைத் தடுக்க வைத்தது.

"நீங்க இப்பக் கிளம்பறது எனக்கும் சரின்னு படலேலே சீலியா" என்றான் அவன் சினேகிதமாக. "ஏதாவது உங்களுக்கு ஆபத்து ஏற்பட்டுப்போனா உங்களை நான் கண்டுபிடிச்சதுக்கு அர்த்தமே இல்லாம போயிரும். ஒண்ணு பண்றேன், நிலைமை அங்கே எப்படியிருக்குன்னு பார்க்க நான் எப்படியும் போகணும். என்னை இந்திய ஹை கமிஷன் விமானத்திலே அனுப்பும். உங்க வீட்டுக்கு போய் விசாரிச்சா ஜயசீலன் வந்தானான்னும் தெரியும். நான் போய்ப் பார்த்து நாலு நாளியே திரும்பிடுவேன். நான் வந்து க்ரீன் சிக்னல் கொடுத்து உங்களை அனுப்பி வைக்கிறேன்."

ஆனால் அவன் திரும்பி வந்து பச்சைக்கொடி காட்ட முடியவில்லை. அவன் சென்றபோது யாழ்ப்பாணம் அமைதியாகத்தான் இருந்தது. இரண்டு மாதங்களுக்கு முன் அவன் பார்த்த, விடாமல் குண்டோசை கேட்ட யாழ்ப்பாணம் இல்லை. ஜனங்கள் பயமில்லாமல் தெருவில் நடந்தார்கள். இந்தியப் படைவீரர்களை மரியாதையோடு பார்த்தார்கள். முன்பு ஹோட்டலை இழுத்து மூடிய முதலாளி, இப்பொழுது வெட்டுமல்லாக்காகத் திறந்திருந்தார். இந்த உடன்படிக்கை ஒரு வரப்பிரசாதம் தம்பி என்றார் கண்ணீர் மல்க. "பயந்து பயந்து செத்ததெல்லாம் இனி கனவாயிடணும் தம்பி..."

எளிய மக்கள் வெகு சரளத்தோடு சமாதானத்தை ஏற்றது மனதுக்கு நெகிழ்வை தந்தது. அவன் அறைக்குள் சாமானை வைத்துவிட்டு காலை ஆகாரம் செய்யப்போன போது முதலாளி தம் கையாலேயே பரிமாறினார்.

"முன்பு தம்பி வந்தபோது சரியாச் சோறுபோட முடியல்லே. இப்ப நல்லாச் சாப்பிடுங்கோ. வண்டி தர்றேன். எங்கு

வேணும்னாலும் எடுத்துக்கிட்டுப் போங்கோ, போராளிகளுக்குப் பயந்து வண்டியைக் கொழும்பிலே வெச்சிருந்தேன். இப்பத்தான் வரவழைச்சேன்" என்றார்.

அவனுக்குப் பழசெல்லாம் பகபகவென்று ஞாபகம் வந்தது.

பள்ளிகளும், சர்வகலாசாலையும் பழைய சரித்திரத்தை மறுத்ததுபோல் இயங்கின. ஊரின் கலகலப்பு நம்ப முடியாததாக இருந்தது. ஈசுவரனின் கவலை அர்த்தமற்றது என்று தோன்றிற்று. போராளிக் கும்பல்கள் ஒன்றையொன்று மோதிக்கொண்டு உடன்படிக்கைக்கு எதிராக இடையூறுகள் ஏற்படுத்தப் பார்த்தாலும் ஜனங்களின் ஆதரவு அவர்களுக்கு இருக்காது என்கிற நிச்சயம் மனத்துக்குத் தென்பை ஏற்படுத்திற்று. அவன் ரொம்பச் சந்தோஷமான மனநிலையில்தான் சீலியாவின் வீட்டிற்குச் சென்றான். சீலியா உயிரோடு இருக்கிறாள் என்கிற செய்தி அவள் பெற்றோருக்கு எப்படிப்பட்ட ஆனந்தத்தைக் கொடுக்கும் என்கிற கற்பனையோடு, வீட்டை நெருங்கும்போது, கேமராவைத் தயார்படுத்திக்கொண்டான். அடிக்குரலில் பாட்டுக்கூடக் கிளம்பிற்று.

கதவைத் திறந்த யாரோ ஒருத்தரிடம், அவன் புன்னகையுடன் "செல்வநாயகத்தைப் பார்க்கணும்" என்றதற்குக் கிடைத்த பதிலில் புன்னகை உறைந்து போயிற்று.

"ஓ மை காட்!" என்றான் திரும்பத் திரும்ப.

"எப்படி? எங்கே?"

"வீட்டுக்குள்ளே தான் குண்டுபட்டு ஆமி மகளைக் கொண்டுபோச்சு. இவர்களையும் ஆமியே சுட்டிருக்கும். யார் எண்டு யாருக்கும் தெரியாது."

அவன் அதிர்வுடன் சிறிதுநேரம் நின்றான். இந்த வீட்டில் இவர்களால் எப்படி இருக்க முடிகிறது என்கிற குழப்பத்துடன், "இங்கே ஜயசீலன்னு ஒரு ஆள் வந்தாரா?"

"இல்லே" என்றவர், "வேலையிருக்கு எனக்கு" என்று முணுமுணுத்தபடி கதவைச் சாத்திக்கொண்டார்.

சற்று நேரத்துக்குச் செல்வநாயகம் தம்பதிகளின் உருவம் மனசை அலைக்கழித்தது. சீலியாவை நினைத்து நினைத்துச் சங்கடம் ஏற்பட்டது. வெகு பிரயாசைப்பட்டுத் தன் வேலையில் கவனத்தைத் திருப்பினான்.

எங்கள் ராஜ்யம்தான் இன்றும் என்பதுபோல் புலிகளின் கொடிகள் பறந்தன மூலைக்கு மூளை. அவர்களைப் பற்றிப் பேசும்போது எளிய ஜனங்கள் அக்கம்பக்கம் பார்த்து ரகசியக்குரலில் பேசினார்கள். இளைஞர்கள் அவர்களது வீரப் பிரதாபங்களைப் பெருமையுடன் அளந்தார்கள்.

"ஆயுதச் சரண் எப்படிச் செய்வோம்?" என்று கோபத்துடன் கேட்டார்கள். "நிராயுதபாணிகளாக மிஞ்சியிருக்கிற தமிழனை சிங்களவன் கொல்லப்போவதை இந்தியா வேடிக்கை பார்க்கவா?"

யாழ்ப்பாணத்தில் எந்த மூலைக்குச் சென்றாலும், ஒரு சாராரின் இப்படிப்பட்டப் பேச்சு கலக்கத்தைத் தந்தது. பொது ஜனங்களின் இன்றைய சந்தோஷம் நிலையற்றது என்கிற பயத்தை அளித்தது. கொழும்பில் இருந்தபோது ஏற்பட்டிருந்த நம்பிக்கை மெல்ல மெல்ல பலவீனப்பட்டுப் போயிற்று. ஒப்பந்த விகிதத்தின்படி ஸ்ரீலங்கா ராணுவப்படை பாரக்ஸுக்குப் போய்விட்ட நிம்மதியில் போராளிக் கும்பல்கள் ஒன்றையொன்று தாக்கிக்கொண்டிருந்தன. இதில் தலையிட அதிகாரமில்லாமல் இந்திய அமைதிப்படை சும்மா இருந்ததை பலர் சந்தேகத்தோடு பார்த்தார்கள். இவர்கள் யாருக்கு நண்பர்கள்? என்று அவன் இந்தியன் என்று தெரிந்தும் கேட்டார்கள்.

இந்திய அமைதிப்படையைச் சேர்ந்த ஒரு சீக்கியர் அவருடைய கேள்விக்கு உதட்டைச் சுழித்தார்.

"ஸ்ரீலங்கா ராணுவத்தால் இவர்களுக்கு மீண்டும் ஆபத்து வரக்கூடாது என்று கண்காணிக்கத்தான் நாம் இங்கு வந்தோம். இவர்களிடையே நடக்கும் உட்பூசல்களைத் தடுக்க நாம் இவர்களது காவல் படையில்லை. நம்மை வேண்டுமென்றே வம்புக்கிழுக்கிறார்களோ என்னவோ, அப்படி இழுக்கப்பட்டால் நமக்குப் பெரிய சோதனையாகப் போகும்."

ஒரு தமிழ் தளபதி அவனிடம் இரகசியமாகப் பெருமூச்சு விட்டார்.

"ரொம்பப் பெரிய தலைவலியை வரவழைச்சுக்கிட்டோம். ஆயுதச் சரண் இன்னும் முடியல்லே. இவங்ககிட்டே எத்தனை ஆயுதம் இருக்குன்னு அந்த சர்வேசுவரனுக்குக்கூடத் தெரியாது. நிச்சயம் எல்லாத்தையும் கொடுத்திடப் போறதில்லே. கையிலே ஆயுதம் இருக்கிற வரைக்கும் அமைதி வரப்போறதில்லே. ஆயுதபடித்தினாலே அவங்க எப்படி நடந்துக்குவாங்கன்னு சொல்ல முடியாது. நீங்க அவங்களைப் பயங்கரவாதிகள்னு சொல்லுங்க, நியாயமான தர்க்கத்துக்குப் புறம்பானவங்கன்னு சொல்லுங்க. but the fact remains that they are highly motivated. பன்னிரண்டு பதிமூணு வயசுப் பையன்கள் கையிலே துப்பாக்கி பிடிச்சு, சாவைக் கண்டு பயப்படாமே கழுத்திலே ஸயனைட் குப்பியை மாட்டிக்கிட்டு இந்தியப்படை ஜீப் எதிரே மறியல் செய்யறதை என்ன சொல்வீங்க? எப்படி விளக்குவீங்க? இந்திய ராணுவம் உலகத்திலே மூணாவது ஸ்தானம் வகிக்கிறது சார்! அதைக் கண்டு அந்தப் பொடியனுக்கு பயமில்லேங்கறேன்!"

"அவங்களுக்கு என்னதான் வேணும்?"

"அவங்களுக்கு இந்த உடன்படிக்கை, அதன் ஷரத்துக்கள் இதுக்கெல்லாம் ஏதும் அர்த்தமில்லே. 'இது எங்க சொந்தப் பிரச்னை. நீ யாரு இடையிலே புகுந்துக்க'ன்னு கேள்வி. 'எங்களுக்கு வேணும் என்கிற தனி ஈழத்தைக் கொடுக்க முடிஞ்சாக் கொடு, இல்லேன்னா நடையைக் கட்டு - நாங்க சமாளிச்சுக்கறோம்' என்கிறது அவங்க வாதம்!"

பிரபு சிரித்தான்.

அவர் சினேகிதமாக அவன் முதுகைத் தட்டினார்.

"இந்த சைக்காலஜியை வெளிப்பேர் புரிஞ்சுக்கிறது கஷ்டம். முக்கியமா நம்ம வடக்கத்திக்காரனாலே புரிஞ்சுக்க முடியாது."

இதெல்லாம் ஒரு மாதத்துக்கு முந்தின கதை. இத்தனைக்கும் அப்பொழுது அமைதியான பயமில்லாத காலம். ஆனால்

விஷயமறிந்தவர்களின் மனத்தில் அப்பொழுதே பயம் ஜனித்திருந்தது. அந்த பயத்திற்கு ஆதாரமுண்டு என்பதை அடுத்து நகர்ந்த நாட்கள் காட்டிக்கொண்டிருக்கின்றன.

அவன் மிகுந்த சோர்வுடன் கொழும்புக்குத் திரும்பினான். அவன் எப்பொழுது திரும்புவான் என்று காத்திருந்தவள்போல் சீலியா அவனை சந்திக்க வந்தாள். ஆர்வமும், எதிர்பார்ப்பும் பளபளத்த அந்த முகத்தைப் பார்க்கவே அவன் தயங்கினான். அவன் சொன்ன தகவலைக் கேட்டு, அவள் சில நிமிஷங்கள் நிலைகுலைந்து போனாள்.

"ஜயசீலன் இன்னும் திருப்பி வரல்லேன்னு நினைக்கிறேன்" என்றான் அவன் நொண்டிச் சமாதானமாக.

'எங்களுக்கெல்லாம் அதிர்ச்சிகளைத் தாங்கிப் பழக்கம்' என்பதுபோல் அவள் அவனை நிமிர்ந்து பார்த்து லேசாகச் சிரித்தாள்.

"என்னுடைய தலைவிதியும், ஜயசீலனுடைய தலைவிதியும் ஒரே கோணத்திலே போகிறது. ஜயசீலனுடைய அம்மாவையும், இரண்டு தங்கைகளையும், ராணுவக்காரர்கள் வீட்டுக்குள் நுழைஞ்சு சுட்டார்கள். ஜயசீலன் போராளி எண்ட காரணத்தாலே."

"ஜயசீலன் ரொம்ப அழுத்தக்காரன். வாயைத் திறந்து எதையும் சொன்னதில்லே. நானா ஊகிச்சதுதான் எல்லாம்."

"எல்லார் சரித்திரமும் இப்ப ஒன்றுதான். வித்தியாசமாக் கதைக்க என்ன இருக்கு" என்றாள் அவள் ஜயசீலனைப் போலவே.

இந்த ஒரு மாதமாக, விஜயபாலசூர்யா சொன்னதுபோல தினமும் ஒரு கலகத்தின் செய்தி வந்து கொண்டிருந்தது. புலிகளும், சிங்கள ஜே.வி.பி. பயங்கரவாதிகளும் பெருமளவில் கிழக்கிலும், தெற்கிலும் சேதமளித்துக் கொண்டிருந்தார்கள். வடக்கே இந்திய அமைதிப்படைக்குப் புலிகள் எதிர்ப்புக் காண்பித்துக் கொண்டிருந்தார்கள். யாழ்தேவி ரயில் போக்குவரத்து ரத்து செய்யப்பட்டது. ஆயுதச் சரணும் செய்துமுடிக்காமல்

இடைக்கால நிர்வாக அமைப்பு எற்படவும், முட்டுக்கட்டைகள் போட்டுக்கொண்டு தங்கள் கோரிக்கைகள் நிறைவேறும் வரை உண்ணாவிரத அறிக்கை விடுத்திருந்தார்கள். இந்தச் செய்திகளினால் சீலியா மிகவும் அரண்டுபோனாள்.

"நான் சீலனை மீளப் பார்த்தாலும், பார்க்க இயலாவிட்டாலும் யாழ்ப்பாணத்திலே எனக்கு முக்கியமான வேலையிருக்கு பிரபு. போராளிகளுடைய போக்கு ஆபத்தானது எண்டு எம்மக்களுக்குக் கதைக்கணும். யாழ்ப்பாணத்துக்கு நான் மீளப்போகணும் பிரபு. நீங்கதான் உதவணும்."

அவளுடைய கெஞ்சலின் விளைவாக இந்திய ஹை கமிஷனில் சொல்லி அவளையும் தன்னுடன் அழைத்துச் செல்ல அனுமதி வாங்கியாயிற்று.

இப்பொழுது, கொழும்பின் சுத்தமான விசாலமான வீதிகளில் விஜயபாலசூர்யாவின் வீட்டை நோக்கிச் செல்கையில் இங்கோ, வேறெங்கோ அமர்ந்துகொண்டு யாழ்ப்பாணத்தின் சீதோஷ்ணத்தை கணிப்பதும், நிர்ணயிப்பதும் அசாத்தியமான, யதார்த்தத்துக்கு எதிரான விஷயமாகத் தோன்றிற்று.

ஒரு கார் அவனை உரசிக்கொண்டு நின்றது. உள்ளேயிருந்து மாயா எட்டிப் பார்த்தாள்.

"ஹல்லோ, வீட்டிற்குத்தானே போகிறீர்கள்? ஏறிக்கொள்ளுங்கள்!" என்றாள்.

அவன் நன்றியுடன் ஏறிக்கொண்டான்.

"எப்படியிருக்கிறது வாழ்க்கை?" என்று அவள் கிண்டினாள்.

"உற்சாகமாக இல்லை" என்று அவன் ஒப்புக்கொண்டான்.

"எப்படி இருக்கும். இந்திய அமைதிப்படை கரியைப் பூசிக்கொண்டு நிற்கும் போது?"

அவன் பதில் பேசவில்லை. இவள் வாயைத் திறந்தால் ஓயமாட்டாள்.

"இந்த பயங்கரவாதிகளை ரொம்பப் பெரிய ஆட்களா மதிச்சு, முக்கியத்துவம் கொடுத்து ஒரு நிர்வாக அமைப்புக்கு ஒப்புதல் கேட்கும்போதே நான் நினைச்சேன். இது பாம்புக்குப் பால் வார்க்கிற கதை என்று. இப்ப என்ன நடக்கிறது பாருங்கள்! எத்தனை நிபந்தனைகள் போட்டுக் கொண்டிருக்கிறார்கள்! எப்படியோ ஒழிந்துபோகட்டும் என்று உங்கள் ஹை கமிஷனர் இழுத்த இழுப்புக்கெல்லாம் ஜயவர்த்தனாவும் சரியென்று ஒப்புக்கொண்டு வருவது மானக்கேடான விஷயம். அப்படியும் அவன்களுக்குத் திருப்தியில்லை. தங்கள் கோரிக்கையை உடனடியாக நிறைவேற்றவில்லையானால், சாகும் வரை உண்ணாவிரதமாம்! செய்யட்டும்! சாகட்டும்! இவர்கள் இன்னும் அப்பாவி ஜனங்களைக் கொல்லுவதை நிறுத்தவில்லை. ஆயுதச் சரண் செய்யவில்லை. அப்படியிருக்க, இதென்ன ஸ்டண்ட்? இவர்கள் மற்றவர்களை என்னவென்று நினைத்து விட்டார்கள்?"

அவளுடைய முகம் கோபத்தில் சிவந்திருந்தது. தமிழர்களைப் பற்றிய பேச்சே இவளுடைய இரத்தக்கொதிப்பை அதிகரித்து விடுகிறது என்று அவன் நினைத்துக்கொண்டான்.

"1983-க்குப் பிறகு நடந்த விஷயங்களைப் பரிந்து பேச எனக்கு வாயில்லை. ஆனால் அவர்களுடைய குறைகள் எல்லாம் மிகைப்படுத்தப்பட்டவை. இவர்களுக்கு என்ன குறை வைத்தோம்? எங்களுடைய ரூபாய் நாணயத்தைப் பாருங்கள்; தபால் தலையைப் பாருங்கள்; டீ.வி. செய்தி அறிக்கையைப் பாருங்கள். எல்லாவற்றிலும் தமிழ் இருக்கிறதா இல்லையா?"

அவளுடைய பேச்சைப்போலவே ஓட்டமும் வேகமாக இருந்தது.

"அதுவும் அவர்களுடைய பயங்கரவாதம் மன்னிக்கக் கூடியதா? அனுராதபுரத்தில் அப்பாவிப் பிக்குகளைக் கொலை செய்தார்களே தெரியுமா? அங்கே தமிழ் போதிக்கும் ஆசிரியரின் நண்பனைப்போல ஒருத்தன் போனான். பிக்குகள் அவனுக்குத் தேநீரும், சிற்றுண்டியும் கொடுத்து சிநேகிதமாக

உபசரித்திருக்கிறார்கள். மறுநாள் எங்கோ செல்ல பஸ் ஏறிக்கொண்டிருந்த அவர்கள் அத்தனை பேரையும் அவன் கொன்றுவிட்டான்! இந்த மாதிரி மனிதத்தன்மையே இல்லாத ஒரு கூட்டத்திடம் யாருக்காவது அனுதாபம் பிறக்குமா?"

"எல்லாத் தமிழர்களும் பயங்கரவாதிகள் இல்லை மாயா!"

"பயங்கரவாதிகளைத்தானே இப்பொழுது மக்களின் பிரதிநிதிகள் என்று முக்கியத்துவம் கொடுத்து வைத்திருக்கிறார்கள்! நான் சொல்கிறேன் இது உருப்படாது. கடைசியில் தோல்வியை ஒப்புக்கொண்டு நீங்கள் கிளம்ப வேண்டி வரும். ஏனென்றால் நாங்களே உங்களை விரட்டிவிடுவோம்."

வீடு வந்துவிட்டது. அவன் நன்றி சொல்லி இறங்கிக்கொண்டான்.

"நான் இறங்கவில்லை, விஜயபாலசூர்யாவுடன் பேசும் மனநிலையில் நான் இல்லை" என்று சொல்லிவிட்டு மாயா கிளம்பிப்போனாள்.

அவன் யோசனையுடன் விஜயபாலசூர்யாவைத் தேடிக்கொண்டு சென்றான்.

"நாளைக்கு அதிகாலை கிளம்ப வேண்டும். அனுமதி கிடைத்துவிட்டது" என்றான் சுருக்கமாக.

பாலசூர்யாவின் நெற்றியில் யோசனைக்கோடுகள் விழுந்தன. பிறகு சுபாவமான சிரிப்புச் சிரித்து,

"வெல்!" என்று கைகளை மேலே ஏற்றி இறக்கினார். "சீலியாவின் எண்ணமும் நியாயமானதுதான். அங்கே கூத்தடிக்கிற பித்தாட்டத்தில் யாராவது கொஞ்சம் தெளிவைக் கொண்டுவர முயன்றால் அதைத் தடுப்பது பிசகு..."

"நான் அவளை அங்கிருக்கும் வரை கவனித்துக்கொள்வேன்!" என்றான் அவன் சமாதானமாக.

"தன்னைச் கவனித்துக்கொள்ள அவளுக்குத் தெரியும். அதைப்பற்றி எனக்குச் சந்தேகமில்லை. அங்கே நடக்கும்

விஷயங்களைப் பற்றித்தான் எனக்குக் கவலை. நீ வந்து தகவல் சொல்!" அவருடைய கையைக் குலுக்கும்போது, இந்தப் புன்னகை உண்மையில் இவர் போடும் வேஷம் என்று அவன் நினைத்துக்கொண்டான்.

மறுநாள் அதிகாலையில் அவனும், சீலியாவும் ரத்மலான விமான நிலையத்துக்குச் சென்று யாழ்ப்பாணத்துக்குக் கிளம்பினார்கள். விமானத்தில் செஞ்சிலுவைச் சங்கத்தைச் சேர்ந்த வேணுகோபால் அமர்ந்திருந்தார்.

"வாய்யா!" என்றார் அவனைப் பார்த்து, "சரியான நேரம் பார்த்துத்தான் யாழ்ப்பாணத்துக்குப் போறே!"

"என்ன விஷயம்?" என்றான் அவன்.

அவர் குரலைத் தாழ்த்திக்கொண்டு, "அந்த ஆள் போயிட்டான்!" என்றார்.

"எந்த ஆள்?"

"அதான் உண்ணாவிரதம் இருந்தானே, திலீபன்!"

"ஓ!" என்றான் அவன் திகைப்புடன். "பெரிய கலாட்டாவா இல்லே இருக்கும் இப்ப?"

"அதுதானே உனக்கு வேணும்?" என்றார் அவர் பரிகாசமாக. "அவங்களுக்கும் பப்ளிஸிட்டி வேணும்."

சீலியா வேறு ஒரு பக்கம் உட்கார, அவன் அவரருகில் உட்கார்ந்தான்.

"எல்லாம் பப்ளிஸிட்டி ஸ்டண்ட்" என்று அவர் முணுமுணுத்தார். "ஜனங்களுடைய ஆதரவு குறைஞ்சுக்கிட்டு வருதோன்னா பயம் வந்துட்டது அவங்களுக்கு. தங்களுடைய பாதுகாப்புக்காகவே எல்லாரையும் முட்டாளுங்கன்னு நினைச்சு நாலைஞ்சு நிபந்தனைகள் போட்டு ஒருத்தனை உண்ணாவிரதம் இருக்கச் சொல்றது. உசிருக்குத்தான் வேல்யூ கிடையாதே அவங்களுக்கு! அணு அணுவா ஒருத்தனை சாக விட்டிருக்காங்க பாரேன்!

இப்ப இந்தியாமேல பழியைப் போடப்போறான். பெரிய இரங்கல் ஊர்வலம் போய், ஜனங்களுடைய இரக்கத்தைச் சம்பாதிச்சுப்பான். இன்னும் ஏகமா ஆயுதம் வெச்சிருக்காங்க. யார் கொடுக்கறாங்க? எப்படி வருது? ஒண்ணும் தெரியல்லே. அவங்க கொரில்லாப் போர்முறை வேற, நமக்குப் பழக்கமில்லாதது."

ஆழம் தெரியாமல் காலை விட்டுவிட்டோம் என்று அவர் சொல்லாமல் சொல்வதுபோல் இருந்தது.

இப்பொழுது சீலியாவை அழைத்து வந்தது தவறோ என்கிற கவலையில் அவன் மூழ்கிப்போனான்.

யாழ்ப்பாணத்துக்குச் சென்று இறங்கியதும், "சுபாஷ் ஹோட்டல்தானே, நான் கொண்டு விடறேன். வண்டி வந்திருக்கு" என்றார் வேணுகோபால் சினேகிதமாக.

"என்னோடு வேலை செய்யறாங்க" என்று சீலியாவை அறிமுகப்படுத்தி, அவன் அவள் பின்னால் ஏறிக்கொண்டான்.

பலாலி வீதியைத் தாண்டி ஊருக்குள் நுழைந்ததுமே நிலைமை புரிந்துபோயிற்று. சோகப் பாட்டுக்கள் ஒலி பெருக்கியில் பெரிதாகக் கேட்டன. கையில் சிவப்புக்கொடியைப் பிடித்தபடி பள்ளிச் சிறுவர்கள் சிறுமிகள் ஊர்வலம் சென்றுகொண்டிருந்தார்கள். அங்கங்கே இந்தியாவைத் தாக்கிப் போஸ்டர்கள், பானர்கள். நல்லூர் வீதியை ஒட்டிய எல்லா வீதிகளிலும் மக்கள் ததும்பி நின்றார்கள்.

"திடீர்னு எவனாவது நம்ம வண்டி மேல வெடிய எறிஞ்சான்னா ஆச்சரியப்படக்கூட நேரமிருக்காது" என்று வேணுகோபால் ஜோக்கடித்தார். போக்குவரத்து தடைப்பட்டு வண்டி நின்றபோது, பிரபு கீழே இறங்கி அவசரமாக இரண்டு படங்கள் எடுத்தான். வண்டி மெல்ல மெல்ல ஊர்ந்து சென்றது. நல்லூர் வீதிக்கருகில் சென்றபோது அவன் சீலியாவைப் பார்த்து,

"சீலியா, நான் இங்கே இறங்கிக்கறேன். நீங்க ஹோட்டலுக்குப் போய் இரண்டு ரூம் புக் பண்ணி அங்கேயே இருங்க" என்றான்.

“இல்லே, நானும் இறங்கிக்கறேன்” என்றாள் அவள்.

“நீங்க போகணும்னா போங்க. நான் உங்க சாமானை இறக்கி, ரூமுக்குச் சொல்லிடறேன்” என்றார் வேணுகோபால்.

இருவரும் அவருக்கு நன்றி சொல்லி இறங்கிக்கொண்டார்கள். சீலியா தலைப்பால் முக்காடு போட்டு, கருப்புக் கண்ணாடி அணிந்திருந்தாள். தன்னை மறைத்துக்கொள்ளும் முயற்சியில்.

பிரபு சிறிது நேரத்துக்கு அவளை மறந்து, அந்த ஜன சமுத்திரத்தை வியப்புடன் பார்த்தான்.

இந்த உண்ணாவிரதம் ஜனங்களின் கவனத்தையும், அபிமானத்தையும் திருப்புவதற்கான ஸ்டண்ட் என்றால், நிச்சயம் இவர்கள் வெற்றி பெற்றுவிட்டார்கள் என்று தோன்றிற்று. திலீபனுக்கு மாலை போட்ட வண்ணம், அஞ்சலி செலுத்திய வண்ணம் இருந்தது கும்பல்.

யாரோ ஒருத்தன் ஒலிபெருக்கியின் முன் பேச ஆரம்பித்தான்.

“அநியாயமாய் ஒரு மாவீரனின் உயிர் பிரிந்தது. இதன் பொறுப்பு இந்தியாவைச் சேர்ந்தது. உண்ணாவிரதத்தின் போது நாம் வைத்த கோரிக்கைகளில் எதுவும் இந்திய அரசுக்குச் செயல்படுத்த முடியாதவை அல்ல. பதினொரு நாட்களுக்குள் அவற்றை நிறைவேற்றும்படி இலங்கை அரசைக் கட்டாயப்படுத்துகிறோம் என்று எமக்கு வாக்குறுதி அளித்திருந்தால், மாவீரன் திலீபனின் உயிர் பிரிந்திருக்காது...”

லாங் ஷாட்டுக்காகப் பிரபு ஃபோகஸ் செய்து தொலைவை லென்ஸ் வழியாகப் பார்க்கையில் சட்டென்று நிலைத்து கவனித்தான். கும்பலுக்கு நடுவில் ஜயசீலனின் முகம்தான் சந்தேகமில்லை. உடனடியாகக் கிளிக் அடித்து செய்தியை சீலியாவுக்குச் சொல்லத் திரும்பினான் அவளைக் காணவில்லை.

***

அத்தியாயம் 27

“ஜயசீலனா?”

ஜயசீலன் திடுக்கிட்டுத் திரும்பிப் பார்த்தான்.

பால்ய சினேகிதன் பொன்னம்பலம் அவனைக் கூர்மையாகப் பார்த்தபடி நின்றிருந்தான்.

ஜயசீலன் மறுமொழி ஏதும் சொல்லாமல் லேசான புன்னகையுடன், அவனுடைய கையை அழுத்திப் பிடித்து ஜனக் கும்பலை மெல்ல விலக்கிக்கொண்டு,

“வா, வெளியே போகலாம்” என்றான்.

“உன்னைப் பார்த்துக் கன காலம் ஆச்சு?” என்றான் பொன்னம்பலம்.

“ஓம். நான் இங்கே இருக்க இல்லே. இந்தியாவுக்கு வழுக்கிட்டுப் போயிருந்தேன்.”

அவர்கள் விரைவாக நடந்து சாலையைக் கடக்கும் வரை பொன்னம்பலம் பேசவில்லை.

மற்றவர் தன்னைச் சட்டென்று அடையாளம் கண்டுகொள்ளக்கூடாது என்று தலையைச் சுற்றி ஜயசீலன் ஒரு துண்டைக் கட்டியிருந்தான். முகத்தில் தாடி வளர்ந்திருந்தது. பொன்னம்பலம் எத்தனை சுலபமாக அடையாளம் கண்டுகொண்டான் என்று மெலிதான கவலை எழுந்தது.

நல்லூரடிப் பகுதியையும், ஜனத்திரளையும் தாண்டி தொலைதூரம் வந்தும் ஒலிபெருக்கியின் சத்தம் கேட்டது. உண்ணா

நோன்பு நோற்று வீரமரணம் அடைந்தவருக்கான அஞ்சலிகள் உணர்ச்சிவேகத்துடன் கேட்டன. பரிதித்துறை சாலையில் சற்றுத் தூரம் நடந்து, சந்தடியில்லாத ஓர் இடத்தில் இருவரும் அமர்ந்தார்கள். பொன்னம்பலத்தின் முகத்தில் தயக்கமும், யோசனையும் தெரிந்தது. பொன்னம்பலம் சாதுவான பையன். எந்த இயக்கத்திலும் தன்னை ஈடுபடுத்திக் கொள்ளாதவன்.

“நீ இறந்து போயிட்டதாகக் கேள்விப்பட்டேன் ஜயசீலன்! உன்னை இண்டைக்குக் கண்டதும், பயந்துகூடப் போய்விட்டேன்!”

ஜயசீலன் மெலிதாகப் புன்னகை செய்தான். “நான் ஒரு கல்லுளிமங்கன் பொன்னம்பலம்! சாவுடைய வாயிலே புகுந்து புகுந்து வெளியே வந்து கொண்டிருக்கேன். உன்னைப் பார்த்து கன காலம் ஆச்சு. நீ என்னை அடையாளம் கண்டது ஆச்சரியம் தான்.”

“உன் கண்ணை நீ மறைக்க இயலாது ஜயசீலன்! கனவிலே மிதக்கிற கண்கள் - பயங்கரவாதத்துக்குச் சம்பந்தமில்லாத...”

ஜயசீலன் தலையைக் குனிந்துகொண்டான்.

“நான் பயங்கரவாதி இல்லே பொன்னம்பலம்.”

பொன்னம்பலம் சற்றுநேரம் எதுவும் பேசவில்லை. பிறகு மெள்ளச் சொன்னான்.

“நீ அந்தக் கும்பலிலே எப்படிச் சேர்ந்தாய் என்று எனக்கு விளங்கவே இல்லே. சரித்திரக் காரணங்களால் பொடியன்கள் அதில் தள்ளப்பட்டார்கள் எண்டுதான் கொள்ளணும். வேறு விளக்கம் இல்லே.”

“ஓம். வேறு விளக்கம் இல்லே” என்றான் ஜயசீலன் தொலைவைப் பார்த்து. “எனக்கு ஏற்பட்ட அனுபவங்கள் உமக்கும் ஏற்பட்டிருந்தால், உம்ம சரித்திரமும் வேறாய் இருந்திருக்கும் பொன்னம்பலம்! பழிக்குப் பழி என்கிற உத்வேகம் மனசிலே தீயாய் மூளும்போது போராட்டத்திலே சேர்ந்துகொள்கிறதைத் தவிர வேறு வழி இருக்கல்லே.”

பொன்னம்பலம் லேசாகப் பெருமூச்சு விட்டான்.

“எனக்கு இப்பவும் வழி ஒண்டும் தெரியல்லே ஜயசீலன். பிறகு சரேலென்று அவனை நிமிர்ந்து பார்த்தான்.”

“நீ இன்னும் அந்த இயக்கத்திலே இருக்கியா?”

“ஓர் இயக்கத்திலேயும் இல்லே. நோக்கமே திசை மாறிப்போச்சு எண்ட ஏமாற்றத்திலே - அதனாலேயே தலைமறைவா இருந்தேன்.”

“இப்பவும் உமக்கு ஆபத்து இருக்கும் ஜயசீலன்!”

“இருக்கும் தான். அதற்கு எத்தனை காலம் தலைமறைவாயிருக்க முடியும், சொந்த மண்ணை விட்டு?”

“அதுவும் சரிதான்” என்றான் பொன்னம்பலம். “என்னைப் பாரேன். எந்த மாதிரி நிலைமையிலும் யாழ்ப்பாணத்தை விட்டு வெளியேறக்கூடாது என்கிற உறுதியோடுதான் இருந்து வர்றேன்; சிங்கள குண்டுக்கும், போராளி குண்டுக்கும் ஈடு கொடுத்துக்கொண்டு! இந்த மண்ணிலே எப்படியாவது சமாதானம் வரணும் எண்டு நல்லூர் கந்தசாமிக் கடவுளைத் தினமும் வேண்டிக்கொண்டு! கடவுள் கண் திறந்ததுபோல இந்திய அமைதிப்படை வந்தது. இனிமேல் சமாதானம் வந்துவிடும் எண்டு நம்பினேன். செத்துச் செத்து பயந்த காலம் எல்லாப் போச்சு எண்டு நினைச்சேன். இப்பப் பார், மறுபடியும் பொடியன்கள் குழப்பறான்கள். எனக்கு ஒண்டும் விளங்க இல்லே.”

“நல்லூரடியிலே இண்டைக்கு இருக்கிற கூட்டத்தைப் பார்த்தால் அவன்களுக்கு நல்ல ஆதரவு இருக்குப்போல இருக்கு!”

“உணர்ச்சிவசப்பட்ட நிலையிலே முட்டாள் ஜனங்கள் வேற எப்படி நடந்து கொள்வார்கள்? உணர்ச்சி வடிஞ்சதும் நிலைமை விளங்கும். நான் ஓர் உண்மையைச் சொல்றேன் மக்களுக்குச் சமாதானத்தைத் தவிர, வேறு எதுவும் இப்பத் தேவையில்லே. ஜனநாயக அமைப்பு வந்தால் தங்கள் பலமும், ஆதிக்கமும் குறைஞ்சுடுமோ என்கிற பயத்தாலே இந்தப் போராளிகள்

குழப்பத்தை ஏற்படுத்தினாலும், கடைசியிலே மக்கள் தீர்ப்பு சமாதானத்துக்காகத்தான் இருக்கும். இந்த பயங்கரவாதக் குழப்பத்துக்கெல்லாம் நிரந்தரத்தன்மை இருக்குமா? நம்ம பிரச்னையை ஆயுதத்தினாலே தீர்த்துக்க இயலாது ஜயசீலன். சரியான அரசியல் தீர்வுதான் தீர்க்க முடியும். ஆனால் ஒரு விஷயம் ஒத்துக்கொள்ள வேணும். இந்த ஆயுதப் போராட்டத்தினாலேதான் ஓர் அரசியல் தீர்வுக்கான நிர்ப்பந்தத்துக்கு இலங்கை அரசைக் கொண்டுவர முடிந்தது. இப்ப ஒரு சாதகமான சந்தர்ப்பம் உருவாகியிருக்கு. அதை உபயோகிக்க நாம் தவறிவிட்டோம் எண்டா நமக்குப் பிறகு விமோசனமில்லே. ஆயுதப்போராட்டம் ஒரு காலகட்டத்துக்கு வேண்டியிருந்தது. அந்த கட்டத்தோடு நிறுத்திக்க வேண்டியதுதான் புத்திசாலித்தனம்."

ஜயசீலன் வியப்புடன் பொன்னம்பலத்தைப் பார்த்தான். அரசியலில் இவனுக்கு முன்பு நாட்டமே இல்லை. இந்த காலகட்டத்தில் யாரும் அரசியலிலிருந்து விலகி இருக்க முடியாது என்று தோன்றிற்று.

"இனிமேல் ஆயுதப் போராட்டத்தை மக்கள் விரும்பமாட்டார்கள் எண்டு கதைக்கிறே?"

"ஓம். எளிய மக்கள் என்ன? நான் கேள்விப்பட்டேன். போராளிக் கும்பலிலேயே பொடியன்கள் இனி ஆயுதச் சரண் செய்வோம் எண்டு கதைச்சான்களாம். பள்ளிப்படிப்பைத் தொடரணும், வீட்டிற்கு மீளப்போகணும் எண்டு."

"பிறகு"

"பிறகென்ன? போராளிக் கும்பல்லே சேர்ந்த பிறகு, நினைச்சபடி நடக்க முடிகிறதா? நீ விலகிட்டதாக் கதைக்கிறே. ஆனால் தலைமறைவாத்தானே இருக்க வேண்டியிருக்கு."

ஜயசீலன் மௌனமாகத் தலையைக் குனிந்தபடி இருந்தான்.

"நான் சிலசமயம் நினைக்கிறேன் ஜயசீலன், அரசியல்லே வர்ற எசேச்சதிகாரப் போக்குக்கெல்லாம் ஒரு சில அகங்காரம்

பிடிச்சவன்கள் மட்டுமே காரணம். அவங்கள் ஆடுகிற சொக்கட்டான் ஆட்டத்திலே உருண்டு விழறது ஒரு பாவமும் அறியாத மக்கள்!"

"இது சரியான வார்த்தை" என்றபடி ஜயசீலன் எழுந்தான். "அப்பாவித்தனத்துடனேயே இருப்பதும் ஆபத்து பொன்னம்பலம். அவர்களிடையே ஒரு சரியான அரசியல் பிரக்ஞையை உருவாக்கணும்."

"அந்த வேலையெல்லாம் நீ செய். எனக்கு இயலாது."

"நீ எதுவும் செய்ய வேண்டாம். என்னோடு இப்ப கதைச்சியே அப்படி நாலுபேரிடம் தினமும் கதைச்சாப் போதும்."

பொன்னம்பலமும் எழுந்தான்.

"அந்த முருகக் கடவுள்தான் காப்பாற்றணும்" என்றான் உண்மையான விசனத்தோடு. பிறகு தயக்கத்துடன் கேட்டான்.

"உன் சிநேகிதி என்ன ஆனாள் சீலன்? என்னவோ கேள்விப்பட்டேனே?"

"உயிரோடு இருப்பதாகத் தகவல் கிடைச்சது பொன்னம்பலம். அவளைத் தேடிக்கொண்டுதான் வந்திருக்கேன்."

பொன்னம்பலம் ஒரு வினாடி அவனை அனுதாபத்துடன் பார்த்தான்.

"அது உண்மை எண்டா, நல்ல செய்தி சீலன். அதுவரை உம்மைக் காப்பாற்றிக்கொள்ள வேண்டியது அவசியம்."

அவனிடமிருந்து விடைபெற்றுக்கொண்டு மீண்டும் பதுங்கிப் பதுங்கி நடந்தபோது பொன்னம்பலத்தின் எச்சரிக்கை உண்மையானது என்று நினைத்துக்கொண்டான். ஆபத்து எப்பொழுது வேண்டுமானாலும் வரலாம்.

சீலியாவின் தூரத்து உறவினர் ஸ்டான்லியின் வீட்டில்தான் அவன் இப்பொழுது இருந்தான். சீலியா அவர்களிடத்துக்குத்தான் கடைசியில் வருவாள் என்கிற நிச்சயத்தில். அவனால்

அவர்களுக்கு ஆபத்து வந்தாலும் வரலாம். இங்கு யாருக்கும் சீலியாவைப் பற்றித் தெரியவில்லை. அவள் உயிரோடு இருக்கிறாள் என்றுகூட யாருக்கும் தெரியவில்லை. எந்தப் பைத்தியக்கார நம்பிக்கையில் நாம் இருக்கிறோம் என்று புரியாமல், அவன் ஒவ்வொரு விநாடியையும் எதிர்பார்ப்பில் கழித்தான்.

தெருவெல்லாம் வெறிச்சோடிக்கிடந்தன. ஊரே நல்லூரடியில் திரண்டிருந்தது. இந்த உணர்ச்சிக் கொந்தளிப்பெல்லாம் விரைவில் வடிந்துபோகும் என்று பொன்னம்பலம் நினைப்பது உண்மையானால் நல்லது. ஆனால் போராளிகள் சுலபத்தில் பணிவார்கள் என்று தோன்றவில்லை. பெருங்குழப்பத்தை ஏற்படுத்தலாம். சந்தர்ப்பத்தை வேண்டுமென்றே தலைமைப் பீடத்தில் இருப்பவர்கள் நழுவவிடலாம். ஆனால் பொன்னம்பலம் உறுதியோடு சொல்கிறான். மக்கள் தீர்ப்பு சமாதானத்துக்கு என்று. ஓர் அரசியல் தீர்வுக்கு வழியேற்படாவிட்டால் அவர்களுக்கு வெற்றி எப்படிக் கிட்டும்?

அவன் வேகமாக நடந்து ஸ்டான்லியின் வீட்டுக் கொல்லைக்குச் சென்றான். தனக்காக, அவர்கள் ஒதுக்கியிருந்த அறையின் வழியாக அவன் உள்ளே சென்றான்.

ஸ்டான்லியும், அவருடைய மனைவியும் காணோம். நல்லூர் வீதிக்குச் சென்றிருக்க வேண்டும். அவன் கண்ணை மூடிப் படுத்தான். எத்தனை காலத்துக்கு இப்படி பேடியைப்போல், ஆக்கபூர்வமான வேலை எதுவும் செய்யாமல், தலைமறைவாக வாழ்வது என்கிற கவலையுடன்.

கதவு லேசாக, ஆனால் பதற்றத்துடன் தட்டப்படும் ஓசை கேட்டது. புலன்கள் எல்லாம் முறுக்கப்பட்டார்போல் அவன் எச்சரிக்கையானான்.

மீண்டும் கதவு தட்டப்பட்டு, மிருதுவாகக் குரல் ஒலித்தது.

“தெரஸா அத்தை, சீலியா வந்திருக்கேன்!”

ஒரு வினாடி அவனால் நம்பமுடியவில்லை. மறுவினாடி மூளை இயங்குமுன் உடம்பே முன்னால் பாய்ந்தது. கதவைத் திறந்தது.

சீலியாவின் முழு உருவம் உள்ளே வந்து நின்றதும், உறைந்து நின்றது. சீலியா கதவைத் தாழ்ப்பாள் போட்டு, அவனைப் பார்த்து மெதுவாகப் புன்னகை செய்து, "சீலன்!" என்றாள்.

இரத்த அணுக்களில் பாய்ந்த மின்சார ஜ்வாலையை அடக்க முடியவில்லை. ஜூர வேகத்துடன் அவளை அவன் அணைத்துக்கொண்டான். இந்தத் தருணத்துக்காகவே இழுத்துப் பிடித்து நிறுத்தியிருந்த உயிருக்கு ஜன்ம சாபல்யம் ஏற்பட்டதுபோல் மனம் உருகிப்போயிற்று. வெகு நேரமாயிற்று அவர்களுக்குத் தங்களை நிதானப்படுத்திக்கொள்ள.

இடைக்காலப் பிரிவில் நடந்த விஷயங்களையெல்லாம் அவர்கள் மாய்ந்து மாய்ந்து பேசித் தீர்த்தார்கள்.

"இப்பொழுது நம் உயிரைக் காப்பாற்றிக்கொள்ள வேண்டியது ரொம்ப அவசியம் சீலியா" என்றான் ஜயசீலன். "புனருத்தாரண வேலையிருக்கு. குழம்பிக்கிடக்கும் பொடியன்களைத் தெளிவுபடுத்தணும். வெளிப்படையாய்ச் செய்வது கஷ்டம். இரகசியமாத் துண்டுப் பிரசுரம் விநியோகிக்கணும்."

"அது அவ்வளவு சுலபமில்லே ஜயசீலன். சுகுமாரன் இங்குதான் இருக்கான். இன்டைக்கு அவனைக் கண்டுதான் பிரபுவிடம் கூடக் கதைக்காமல் ஓடிவந்தேன். பிரபு என்னைப் பற்றித் தப்பா நினைச்சிருப்பார்."

"பிரபு புரிந்துகொள்வான். நம்முடைய கரைச்சல்கள் என்ன எண்டு தெரிந்தவன். நான் இப்ப என் இயக்கக்காரர்களை நேரடியாய் சந்திச்சு என் எண்ணத்தையும், நோக்கத்தையும் விளக்கறதைத் தவிர வேற வழியில்லே சீலியா."

"வேண்டாம் சீலன்!" என்றாள் அவள் பீதியுடன், "நீ என்ன விளக்கினாலும் அவர்கள் அதை ஏற்றுக்கொள்ள மாட்டார்கள். உன்னைத் தீர்த்துக்கட்டப் பார்ப்பார்கள் துரோகி எண்டு."

"அதற்காக நான் எத்தனை காலம் தலைமறைவா வேலை செய்ய முடியும் சீலியா?"

"கொஞ்ச காலத்துக்குத் தலைமறைவாய்த்தான் இருக்கணும் சீலன். அவர்கள் எதையும் விளங்கிக்கொள்கிற நிலைமையிலே இல்லே. சிலசமயம் எனக்கு அவன்களை நினைத்துப் பாவமாயிருக்கு சீலன் - எப்படிப்பட்ட மூலைக்கு விரட்டப்பட்டிருக்கிறான்கள், சூழ்நிலையினாலே! இப்படி அவன்கள் உருவெடுத்திருக்கிறதும் ஒரு சரித்திர நிர்ப்பந்தம் சீலன்!"

ஜயசீலன் தீவிரத்துடன் சொன்னான்:

"அது ஒரு பயங்கர மயக்கம், சீலியா! அது நிரந்தரமானதாயிருக்க முடியாது. அதிலிருந்து வெளியே வர அவன்களுக்குத் தைரியம் வரணும். துவக்கைப் பிடிக்கிறது வீரமில்லே, அதைக் கீழே வைக்க வேண்டிய தருணம் வந்ததும் கீழே வைக்கிறதுதான் வீரம் என்று புரிந்துகொள்ளணும், என்ன ஆபத்து வந்தாலும் இதுக்காக நாம் பாடுபடணும் சீலியா!"

சீலியா மெல்லிய புன்னகையுடன் சொன்னாள்.

"உன்னைக் கண்டுபிடிக்க முடியாமல் போனாலும், அந்த வேலையைச் செய்யணும் எண்டுதான் நான் இங்கே வந்தேன் சீலன்!"

"இயக்கத்துக்காரர்கள் பார்வையிலிருந்து அதிக நாள் நான் தப்பிக்க முடியாது. நேரிடையா ஒருமுறை சந்தித்துவிட்டால் பயம் விட்டுப்போனாலும் போகும். என்னுடைய எண்ணத்தைத் தெரிவிச்சே ஆகணும் சீலியா."

சீலியா பதில் சொல்லவில்லை. அவன் அவள் கையைப் பற்றினான்.

"நாம பிழைச்சிருக்கிறது மட்டும் முக்கியமில்லே சீலியா!"

'விளங்குகிறது' என்பதுபோல் அவள் தலையசைத்தாள்.

***

அத்தியாயம் 28

பிரபு பார்வையை விமானத்துக்கு வெளியே பதித்தான். பொறுக்கி எடுத்த பத்தே பயணிகளிடையே உள்ளே இருந்த இறுக்கமான மௌனத்தில் சோகம் தொக்கி நின்றது. சாதாரண சோகமில்லே இது. சங்கிலித்தொடராய் இன்னும் பல ஜன்மங்களுக்குத் தொடரப்போகும் ஊழ்வினை இது.

நினைக்க நினைக்க நம்பமுடியாத அதிர்ச்சி அலைகள் புதிய உத்வேகத்துடன் தாக்க, பிரபு முகத்தை இரு கைகளிலும் புதைத்துக்கொண்டான். கடந்த இரண்டு மாத அனுபவத்தில் முப்பது வருஷ மூப்பு மனத்தில் ஏறியிருந்தது. இனி, நினைத்தாற்போல் கண்டத்திலிருந்து பாட்டு பிறக்காது. ஹாஸ்ய உணர்வில் அதரங்களிலும், கண்களிலும் சிரிப்பு மலராது. சிரிப்பே மறைந்து போயிற்று. அதை யாருடைய சமாதியிலோ காணிக்கை ஆக்கிவிட்டாற்போல!

மூடிய கண்ணுக்குள், கை புதைந்த இருளுக்குள், தெரிந்தவரும், தெரியாதவரும், யாழ்ப்பாணத் தமிழரும், சிங்களவரும், முஸ்லிம் தமிழரும் இந்தியப் படைவீரர்களும் திசை புரியாமல் முன்னும் பின்னும் ஓடினார்கள். விளங்காத காரணங்களுக்காக மாண்டார்கள். விதியின் சதிக்குழியில் இழுக்கப்பட்டதுபோல் புதைந்து போனார்கள்.

“ஓ, கடவுளே!” என்று அவன் வாய்விட்டு அரற்றினான். எப்படி நிலைமை தலைகீழாக மாறிவிட்டது! யாரைக் காரணம்

சொல்வது இதற்கெல்லாம்! ஏதோ ஓர் அமானுஷ்ய சக்தியின் பழிவாங்கல் என்பதை நம்பமுடிந்தால் எத்தனை சௌகர்யமாக இருக்கும்!

யாழ்ப்பாணத்தில் கால் வைத்த நேரத்திலிருந்தே எல்லாம் தலைகீழாகப் போய்விட்டது. வந்து இறங்கிய ஒரு மணி நேரத்துக்குள் சீலியா அவனிடமிருந்து கழன்றுகொண்டது கொஞ்ச நாட்களுக்கு ஜீரணிக்க முடியாததாக இருந்தது. தானாக ஹோட்டலுக்குத் திரும்பிவிடுவாள் என்று அவன் காத்திருந்தது முட்டாள்தனம் என்று பிறகு மெல்லப் புரிந்தது. ஜயசீலனைக் கண்டுபிடித்ததும் இருவரும் தலைமறைவாகியிருக்க வேண்டும். அவர்களை மிக எளிமையாகச் சேர்த்து வைக்கப் பார்த்துப் பெருமையைக் கட்டிக்கொள்ளலாம் என்று சாதாரணமாக நினைத்தது அவனுடைய முட்டாள்தனம்.

இரண்டு நாட்கள் அவன் யாழ்ப்பாணத்தில் அலைந்தான் விஷயங்களைச் சேகரிக்க. இந்திய அமைதி காக்கும் படைக்கு எத்தனை தொந்தரவு கொடுக்க முடியுமோ, அத்தனை தொந்தரவு கொடுத்துக் கொண்டிருந்தார்கள் புலிகள். உண்ணாவிரதத்தில் உயிர்த் தியாகம் செய்த இளைஞனின் நினைவுக்கும், அவர்களது உணர்ச்சியைத் தூண்டும் மொழிக்கும் இனங்களிடையே வலுவாக பாதிப்பை ஏற்படுத்தும் சக்தியிருப்பதை நன்றாக உணர்ந்துகொள்ள முடிந்தது. போராளிகளின் வாதம் நியாயமோ, நியாயத்துக்குப் புறம்பானதோ, அவர்கள் அவர்களது இனத்தைச் சேர்ந்தவர்கள். அநேகமாக ஒவ்வொரு குடும்பத்திலும் எவனாவது சுற்றி வளைத்தாவது ஏதோ ஒரு பழக்கத்தில் அந்தக் கும்பலுடன் உறவு வைத்திருப்பவன். இந்தியப்படை வரும் வரையில் தனக்குத் தெரிந்த வகையில் சிங்கள எதிரியுடன் சண்டையிட்டுத் தமிழனின் மானத்தைக் காப்பாற்றியவன். இந்தியப்படை என்ன இருந்தாலும் அந்நியப்படை!

இப்படிப்பட்ட மனநிலைதான் சாதாரண மக்களுக்கு இருக்கும் என்று பிரபு நினைத்துக்கொண்டான். ஜனங்களிடையே ஏற்பட்டு

வரும் மாறுதலுக்கு வேறுவிதமாக அவனுக்கு விளக்கம் தெரியவில்லை. பாமரர்களுக்கு நடுவே ஊடுருவியிருக்கும் போராளிகளை இனம் கண்டுபிடிக்க முடியாமல் இந்தியப்படை தடுமாறிற்று.

இத்தனை கூத்திற்கும் நடுவில் இடைக்கால நிர்வாக அமைப்பின் பிரதிநிதித்துவத்தைப் பற்றிய பேரமும் நடந்து கொண்டிருந்தது. அவனுக்கு அலுத்துப்போயிற்று.

"என்னய்யா பத்திக்கொலாவா, திரிகோணமலை போறியா?" என்று இந்திய அமைதிப்படையைச் சேர்ந்த மேஜர் நரசிம்மன் கேட்டபோது, 'ரெடி' என்று கிளம்பினான். திரிகோணமலைக்குப் போய்ச் சேர்ந்ததும், மனம் இன்னும் சோர்ந்துபோயிற்று. திரிகோண மலையிலிருந்து கச்சுவேலிக் கரையோரம் முழுவதும் இரண்டாம் மகா யுத்தத்தின் காட்சிபோல் இருந்தது. இயற்கை எழில் மிகுந்த அந்தக் கடற்கரையில் நின்று அவன் மனிதனின் 'கைங்கர்யத்தை'ப் படமெடுத்துக் கொள்ளும்போது ஓர் இளைஞன் வந்து ஃப்ரேமுக்குள் நின்றான்.

"இந்த ஊர்க்காரரா நீங்க?" என்றான் பிரபு தமிழில்.

"நான் சிங்களவன்!" என்றான் அவன் அரைகுறை ஆங்கிலத்தில். "நீங்கள் இந்தியப் பத்திரிகைக்காரரா?"

"ஆமாம்!"

சுரீரென்ற கோபத்துடன் அவன் பிரபுவைப் பார்த்தான்.

"சீன விரிகுடாவில் இங்கேயிருந்து துரத்தப்பட்ட சிங்கள அகதிகள் எத்தனைபேர் இருக்கிறார்கள் என்று உங்களுக்குத் தெரியுமா? ஒப்பந்தத்துக்குப் பிறகும் புலிகள் பயமுறுத்தும் பயமுறுத்தலினால் சிங்களவர்கள் தங்கள் கிராமங்களுக்குத் திரும்ப முடியவில்லை என்று தெரியுமா? நாங்கள் என்ன தவறு செய்தோம்?"

அந்த இளைஞனின் பயம் எத்தனை உண்மையானது என்று மறுநாள் அவன் பத்திக்கோலாவுக்குச் சென்றபோது,

பயங்கர பிரத்யட்சமாகத் தெரிந்தது. ஏராளமான சிங்களவர்கள் கொல்லப்பட்டிருந்த காட்சியைக் காண நேர்ந்தது. அடிவயிற்றிலிருந்து புறப்பட்ட குமட்டலை அடக்கிக்கொண்டு அவன் புகைப்படம் எடுத்தான். மூளை ஸ்தம்பித்த நிலையில் நெஞ்சு 'கடவுளே கடவுளே' என்று அரற்றிற்று. கசாப்புக் கடைக்காரன்கூட இன்னும் மனிதாபிமானத்தோடு வெட்டுவான். இந்த அரக்கத்தனத்துக்கு ஏது விளக்கம்?

மூடிக்கிடந்த கடைத்தெருவில் அவன் மிகுந்த சோர்வுடன் நடக்கையில், ஒரே ஒரு வாசல் திறந்திருந்தது. 'அமைதி, விடுதலை, ஜனநாயகம்' என்று ஒரு பலகை மேலே தொங்கிற்று. அவன் உள்ளே நுழைந்தான், சற்றும் எதிர்பாராமல் அங்கே ஈசுவரன் அமர்ந்திருந்தான். அன்று இருந்த மனநிலையில் ஓர் ஆச்சரியப் புன்னகையைக்கூட உதிர்க்க முடியவில்லை.

"என்ன ஈசுவரன் இது?" என்று அவனை அங்கே எதிர்பார்த்திருந்தது போல் துக்கம் விசாரிக்கத்தான் முடிந்தது.

ஈசுவரன் தலையை அசைத்து இரண்டு கைகளையும் மேலே தூக்கி ஆயாசத்துடன் இறக்கினான்.

"பயங்கரவாதமே தனது ஆயுதமாகக் கொண்டுள்ள இயக்கம் வேறு எப்படி நடந்துகொள்ளும்?"

"ஆனாலும் இப்படியா? தமிழர் பண்பாடுன்னு ஒரு பக்கம் வாய்கிழியப் பேசிக்கிட்டு, இவங்கள்ளாம் எந்த கலாச்சாரத்துப் பிரதிநிதிகள் ஈசுவரன்?"

ஈசுவரன் எதிர்பாராமல் சிரித்தான். "நாங்கள் எல்லாரும் முகமிழந்து போனவர்கள் எண்டு நா கதைக்க இல்லே? மகாபாரதம் படிச்சதில்லையா? பாரத யுத்தம் நடந்த பிறகு என்ன ஆச்சு? யாதவர்கள் தங்களைத் தாங்களே அழித்துக்கொண்டு சாகல்லே? அவர்கள் எந்த கலாச்சாரத்தைச் சேர்ந்தவர்கள்?"

பிரபு சற்றுநேரம் அந்த வற்றிய முகத்தைத் துயரத்துடன் பார்த்தான்.

“சரி இந்தச் சுடுகாட்டிலே நீங்க என்ன செய்யறீங்க?”

ஈசுவரன் மீண்டும் சிரித்தான். “யாரையாவது உயிர்ப்பிக்க முடியுமா எண்டு பார்க்கறேன், புனருத்தாரண வேலையை ஆரம்பிச்சிருக்கோம். முஸ்லிம் தமிழர்களிடையேயும், சிங்களவர்களிடையேயும் நம்பிக்கையை வளர்க்க முயற்சி செய்யறோம். நாங்கள் சாண் ஏறினால் முழம் சறுக்க வைக்கிறார்கள் பயங்கரவாதிகள்.”

“இதுக்கெல்லாம் ஏதோ அர்த்தம் இருக்கணும் ஈசுவரன்!”

ஈசுவரன் பெருமூச்சு விட்டான். “எங்களுடைய அனுமானத்தைக் கதைக்கிறேன். வெளிநாட்டு உதவி ஏதோ புதுசாக் கிடைச்சிருக்கணும்.”

“என்ன கிடைச்சிருந்தாலும் இது என்ன பைத்தியக்காரத்தனமான வெறியாட்டம் ஈசுவரன்? வடக்கும் கிழக்கும் இணையணும் என்கிற விருப்பம் இருக்கும்போது, இங்கிருக்கிற ஜனங்களுடைய ஆதரவு வேண்டாமா? இப்ப ஆதரவு எப்படிக் கிடைக்கும்? யாழ்ப்பாணத் தமிழனுக்குத் தமிழ்நாடு ஆதரவு கொடுத்த மாதிரி இங்கிருக்கிற முஸ்லிம்களுக்கு முஸ்லிம் நாடுகள் ஆதரவு கொடுக்காதுன்னு என்ன நிச்சயம்? மொழியைவிட மதம்தான் முக்கியம். அவங்களுக்கு அப்புறம் ஏற்கெனவே ஜே.வி.பி. ஏக அமர்க்களம் செய்துக்கிட்டிருக்கு. இத்தனை சிங்களவர்களை வெட்டிப் போட்டிருக்கிறதைப் பார்த்துச் சும்மா இருக்குமா?”

ஈசுவரன் ஒரு சிகரெட்டைப் பிரபுவுக்கு நீட்டி, தானும் ஒன்று எடுத்துப் பற்ற வைத்து, விட்டத்தைப் பார்த்துப் புகையை ஊதினான்.

“இந்த க்ரூப் கதைக்கிறபடி தானே உங்க ஹை கமிஷனர் ஆடறார்?” என்றான் வெறுப்புடன்.

“இடைக்கால நிர்வாக அமைப்பிலே பன்னிரண்டு அங்கத்தினர்கள்லே, அவர்கள் ஏழு பேர் மற்ற எந்தக் கும்பலுக்கும் இடமில்லே. இவ்வளவு முக்கியத்துவம் இந்த பாஸிஸ எதேச்சதிகாரக்

கும்பலுக்குக் கொடுக்கப்படுவதன் விளைவு பயங்கரமானதா இருக்கப்போகிறது. ஒரு விஷயம் உங்களுக்கெல்லாம் விளங்க இல்லே. நிலைமை ஜயவர்த்தனாவுக்குச் சாதமாகிப்போம். உடன்படிக்கையைச் செயலாக்காம காலங்கடத்தப் போறார். என் வரையிலே உடன்படிக்கை இப்பவே தோற்றுப்போச்சு."

தமிழ்நாடு அரசின் ஒத்துழைப்பும், ஆதரவும் வேண்டும் என்கிற காரணத்துக்காகவே அதனுடைய செல்லப் பிள்ளையான இந்தக் கும்பலுக்குப் பிரத்தியேக முக்கியத்துவம் கொடுக்கப்பட்டது என்று இவனிடம் எப்படிச் சொல்வது என்கிற சங்கடத்துடன், அவனுடைய தோளைத் தட்டி "நாளைக்குச் சந்திக்கலாம்" என்று பிரபு கிளம்பினான்.

ஊரடங்கு சட்டத்தின் நடுவில் அவன் அங்கு சந்தித்த அநேகம் முஸ்லிம் தமிழர்கள், தமிழர் பிரச்னையுடன் சம்பந்தப்படுத்திக் கொள்ளாமல் பேசினார்கள். சிங்களவருடன் ஒத்துப்போவதுதான் அவர்கள் வரையில் லாபம் என்று அவர்கள் நினைத்தால் அதில் ஆச்சரியமில்லை என்று தோன்றிற்று. அப்பாவி ஜனங்களைப் படுகொலை செய்யும் பயங்கரவாத கும்பல்கள் பதவிக்கு வந்தால் இவர்களுடைய ஒத்துழைப்பு கிட்டுமா?

அன்று மாலை ஈசுவரன் அதிக சோர்வுடன் தெரிந்தான்.

"என்னுடைய ஊகம் சரிதான்" என்றான்.

"என்ன ஊகம்?"

"இந்த உடன்படிக்கை வெற்றியடையக்கூடாது என்று நினைக்கிற வெளி சக்தியின் ஆதரவு அவன்களுக்கு இருக்கு என்கிற ஊகம்!"

"எப்படி சொல்றீங்க?"

"செய்தி கேட்கல்லியா? இடைக்கால நிர்வாக அமைப்புக்கு இவன்கள் கொடுத்த லிஸ்டிலிருந்து ஜனாதிபதி அங்கீகரிச்சு ஒரு பட்டியல் கொடுத்தார். அது இவன்களுக்குச் சரிப்படாதாம், நிராகரித்துவிட்டார்கள்!"

“ஐயய்யோ!” என்றான் பிரபு அதிர்ந்து. “இவங்க கொடுத்த லிஸ்ட்தானே?”

“ஓம், ஆனா இவர்கள் கொடுத்த வரிசைப்படி இல்லையாம். கிழக்குப் பகுதிக்குப் பிரதிநிதியா அவங்க கொடுத்த லிஸ்டிலே இருக்கிற ஆளைப் போடணுமாம். இப்பப் போட்டிருக்கிற ஆள் கூடாதாம்.”

“ஏன் அந்த ஆளும் இவங்க லிஸ்டிலே இருந்தவர் தானே?”

“ஓம்.”

“பின்னே, இப்ப எப்படி மறுக்க முடியும்? அந்த ஆள் வேண்டாம்னா லிஸ்டிலே ஏன் சேர்த்தாங்க?”

ஈசுவரன் பதில் சொல்லாமல் சிரித்தான்.

“சரியான பைத்தியக்காரங்கய்யா!” என்றான் பிரபு கோபத்துடன். “இப்படிப்பட்ட ஒரு சந்தர்ப்பத்தை யாராவது நழுவ விடுவாங்களா? இதென்ன வீட்டுக்குள்ளே நடக்கிற சண்டையா? உங்க ஜனாதிபதிக்கு இருக்கிற நிர்ப்பந்தங்களிலே இன்னும் தழைஞ்சு வருவாரா?”

“இனிமே இறங்க முடியாதுன்னு சொல்லியாச்சு. ஏற்பாட்டுக்கு ஒத்துவரல்லேன்னா நிர்வாக அமைப்பே இருக்காதாம்.”

பிரபு திகைப்புடன் அவனைப் பார்த்தான்.

ஈசுவரனின் அதரங்களில் இன்னும் சிரிப்பு இருந்தது.

“இதெல்லாம் வெளி சக்தியுடைய தூண்டுதல்னாலேங்கிறீங்க!”

“எனக்கு வேற எந்த விளக்கமும் கதைக்கத் தோண இல்லே பிரபு!”

“நா சொல்றேன்!” என்றான் பிரபு ஆத்திரத்துடன். இது நன்றிகெட்டத்தனம்! சமாதானத்துக்கு அரசியல் ரீதியா வழி பண்ணி, சொந்த நிலத்தை நிர்வாகம் செய்யச் சந்தர்ப்பமும் ஏற்படுத்தி – எல்லாம் காலால எட்டி உதைக்கவா? இனிமே இவர்களை எவன் மதிப்பான்?” யாரோ தன்னையே அவமானப்படுத்தியது போன்ற உணர்வுடன் பிரபு வெளியேறினான்.

அன்று முழுவதும் நினைக்க நினைக்க ஆறவில்லை. 'முட்டாள்கள் முட்டாள்கள்' என்று அடிமனத்தில் சபிக்கையில், ஒப்பந்தம் ஆனவுடனேயே கொழும்பில் ஈசுவரன் கிளப்பிவிட்ட சந்தேகங்கள் உண்மையாகிப் போயிற்றே என்று ஆத்திரம் வந்தது. அவன் இப்பொழுது சொல்லும் காரணமும் திட்டவட்டமாக நிரூபிக்க முடியாவிட்டாலும் உண்மையாக இருக்கலாம்.

மறுநாள் மதியம் யாழ்ப்பாணத்துக்கு விமானம் புறப்படுவதாக அவனுக்குத் தகவல் வந்ததும், ஈசுவரனிடம் சொல்லிக்கொள்ளக்கூட மனசில்லாமல் கிளம்பிப்போனான்.

ஹோட்டலை அடைந்தபோது முதலாளி உற்சாகமில்லாமல் வரவேற்றார்.

நீங்க வந்தா இந்த விலாசத்திலே தொடர்பு கொள்ளணும்னு யாரோ கொடுத்துட்டுப் போனாங்க. பெயர் சொல்லல்லே என்று அவர் ஒரு சின்னச் சீட்டைக் கொடுத்தார்.

சீலியாவின் கையெழுத்து என்று கவனித்து, அதை மடித்து, பாக்கெட்டில் போட்டான். சாமான்களை அறையில் வைத்த கையுடன் வெளியே கிளம்பினான்.

தெருவில் இப்பொழுது அதிக ஜன நடமாட்டமே இல்லை. ஊரடங்குச் சட்டத்தினால், தென்பட்ட ஒன்றிரண்டு பேரும் மிகுந்த எச்சரிக்கையுடன் சென்றார்கள். அவ்வப்பொழுது துப்பாக்கி வெடிச்சத்தம் கேட்டது. எங்கு திரும்பினாலும் இந்திய அமைதிப்படை வீரர்களின் தலை தெரிந்தது. அவன் மிகுந்த பிரயாசையுடன் விலாசத்தைத் தேடிப்பிடித்து, ஒரு வீட்டின் கதவைத் தட்டினான். பலமுறை தட்டி, தன் பெயரைச் சொன்ன பிறகே கதவு திறந்தது.

கதவைத் திறந்த சீலியா சடக்கென்று அவனை உள்ளே இழுத்துக் கதவைச் சாத்தினாள்.

"நீங்க என்னை மன்னிக்கணும் பிரபு. உங்ககிட்டே எதையும் கதைக்காம மறைஞ்சு போனதுக்கு!" என்றாள் மெல்ல.

“ஜயசீலனைக் கண்டதும் என்னை மறந்திருப்பீங்க!”

“இல்லே, உங்களிடம் எதையும் விளக்க எனக்கு நேரம் இருக்கல்லே. உடனடியாகத் தலைமறைவாக வேண்டியதாய்ப்போச்சு. ஜயசீலனைப் பார்க்கிறதுக்கு முன் அவருடைய விரோதியைத்தான் பார்த்தேன்.”

“ஜயசீலனைப் பார்க்கல்லியா?”

“பிறகுதான் பார்த்தேன். என் உறவுக்காரர் வீட்டிலே.”

“இப்ப எங்கே அவன்?”

அவள் பதற்றத்துடன் சொன்னாள். “இன்டைக்குக் காலையிலேர்ந்து காணோம் பிரபு.”

“காணோமா?” என்றான் பிரபு வியப்புடன்.

அவள் தலையைக் குனிந்தபடி சொன்னாள். “நா இதை எதிர்பார்த்தது தான். அவருடைய இயக்கத்துக்காரங்கள் கடத்திக்கொண்டு போயிருப்பான்கள். தான் இயக்கத்திலேர்ந்து விலகிட்டதாகவும், புனருத்தாரண வேலையிலே இருக்கப்போகிறதாகவும் ஜயசீலன் தெரிவிச்சார். அவர்களுக்கு அது சம்மதமில்லே. முக்கியமா என்னோடு அவர் கூட்டுச் சேர்றதிலே இஷ்டமில்லே.”

“தப்பிச்சுண்டு வர முடியாதா?”

அவள் தலையசைத்து, “கஷ்டம்” என்றாள்.

“அத்தனை சிரமப்பட்டு அலைஞ்சு திரிஞ்சு மறுபடி சந்திச்சதெல்லாம் இதுக்குத்தானா?”

அவள் நிமிர்ந்து துயரத்துடன் புன்னகை புரிந்தாள்.

“ஒரு மாதம் சேர்ந்து வாழ முடிந்ததே! அதுக்கு உங்களுக்கு நன்றி சொல்லணும்.”

“நீங்க தனியா என்ன செய்யப்போறீங்க?”

“நான் தனியில்லையே! பெண்கள் இயக்கம் எனக்குத் துணை இருக்கு. பயங்கரவாதத்தை ஆதரிக்கிறது நம்மையே

அழித்துக்கொள்கிறதுக்கு ஒப்பானது எண்டு பலமான பிரசாரம் செய்யற வேலை இருக்கு."

"இப்பவும் பயங்கரவாதத்துக்கு மக்கள் ஆதரவு இருக்கா? பயத்தினாலேதானே அப்படி நடந்துக்கறாங்க?"

"அந்த பயத்தைப் போக்கணும்."

அது எப்படிப்போகும் என்கிற குழப்பத்துடன் அவன் விடைபெற்றான்.

அடுத்தடுத்து பயங்கர சமாச்சாரங்கள் வந்தன. பதினேழு விடுதலைப்புலிகள் கைதானதும், விசாரணைக்குக் கொழும்புக்கு இலங்கை அரசு பிடிவாதமாக அழைத்துச் சென்றதும், ஸயனைடைச் சாப்பிட்டு அவர்களில் பன்னிரண்டு பேர் இறந்ததும், ஜூர வேகத்தோடு தாக்கிய செய்திகள். யாழ்ப்பாணக் காற்றே கொதிக்கும் உலை நீர் போல் இருந்தது. ஹோட்டலை விட்டுத் தலையை நீட்டுவதே ஆபத்து என்கிற நிலையில் பிரபு அறைக்குள் அமர்ந்து ரேடியோ செய்தியைக் கேட்டுக்கொண்டிருந்தான். கைதிகள் கொழும்புக்கு அழைத்துச் செல்லப்பட்டால், பயங்கரப் பின்விளைவுகள் நேரும் என்ற புலிகளின் எச்சரிக்கை நிரூபணமாக ஆரம்பித்துவிட்டது. தங்கள் வசம் வைத்திருந்த பன்னிரண்டு சிங்களக் கைதிகளைக் கொலை செய்தார்கள்.

அதோடு பயங்கர வெறியாட்டம் தொடங்கிவிட்டது, அப்பாவி ஜனங்களைத் தாக்கும் வெறியாட்டம். இலங்கை முழுவதும் நடுங்கிற்று. அப்படி நடுங்க வைப்பதுதான் பயங்கரவாதிகளின் குறிக்கோள் என்கிற பிரக்ஞையில் யாழ்ப்பாணம் போர்க்களமாகிப்போனதை அவன் பீதியுடன் கவனித்தான். இப்பொழுது விடுதலைப் புலிகளுக்கும், அமைதி காக்கும் படைக்கும் நேர்முகத் தாக்குதல் ஆரம்பித்துவிட்டது. அப்பாவி ஜனங்களை அரணாக வைத்து நடத்திய புலிகளின் தாக்குதலினால் நிறைய சேதம் ஆகிக்கொண்டிருந்தது. மக்களின் அன்றாட வசதிகளுக்காக அமைதி காக்கும் படை எவ்வளவோ

பணிகள் செய்தும், ஜனங்களின் பார்வையில் ஒரு கலக்கம் புகுந்துகொண்டிருந்தது. ஹோட்டல் முதலாளிகூடக் குழம்பிப் போனவர்போல் அவனிடம் பேசுவதையே நிறுத்திக்கொண்டார்.

தானே எதிலோ தோற்றுப்போன மாதிரி இருந்தது அவனுக்கு. அசோக் மெஹ்தா இலங்கைக்குப் போகிறாயா என்று கேட்டபோது, இப்படிப்பட்ட உணர்ச்சிக் கொந்தளிப்பில் மாட்டிக்கொள்ளப் போகிறோம் என்று நிச்சயம் அவன் நினைத்திருக்கவில்லை.

அவனுக்கு ஜயசீலனின் வரிகள் அடிக்கடி ஞாபகம் வந்தன.

எனக்கு
அச்சமாயிருக்கிறது
புகை மண்டலம்
தேசிய சின்னமாகவும்
வெடிச் சத்தங்களே
தேசிய கீதமாகவும்
அங்கீகரிக்கப்பட்டு விடுமோ!

அவன் கொழும்புக்குச் செல்லத் தயாராகையில், எதிர்பாராமல் சீலியா அறைவாசலில் நின்றாள் துயரத்தின் ஓவியமாய். அவன் பீதியுடன் தயங்கிக் கேட்டான்,

"ஜயசீலன், சீலியா...?"

அவள் உதட்டைப் பிதுக்கித் தலையசைத்தாள்.

"சுட்டுவிட்டார்கள்!"

"ஓ மைகாட்!" என்று அவன் முகத்தை மூடிக்கொண்டான். கண்களில் மளமளவென்று நீர் நிறைந்தது. சற்றுநேரத்துக்கு மூளை ஸ்தம்பித்தது.

அவன் மெதுவாகச் சமாளித்துக்கொண்டு நிமிர்ந்தான்.

"நீங்களும் என்னோடு வந்துவிடுங்கள் சீலியா! ஜயசீலன் பயந்த மாதிரி ஆயிட்டது. விமோசனமே இல்லேன்னு தோணுது."

"நா அப்படி நினைக்கல்லே பிரபு" என்றாள் அவள் தீர்க்கமாக. "இந்த வெறியாட்டம் எல்லாம் நிரந்தர கட்டமாயிருக்க முடியாது. எம் ஜனங்கள் முட்டாள்களில்லே, கண்டிப்பா நிலைமை மாறும்; எனக்கு நம்பிக்கையிருக்கு. அரசியல் தீர்வு வரும்."

வெளியே வெடிச்சத்தம் விடாமல் கேட்டது. அதீதமான துயரத்தில் இவளுக்கு மூளை கலங்கிவிட்டது என்று அவன் நினைத்துக்கொண்டான்.

"என்னால் கொழும்புக்கு வர இயலாது பிரபு. எனக்கு இங்கு வேலை இருக்கு..."

இப்பொழுது கொழும்புக்கு மீண்டும் திரும்பும்போது மகாபாரத காலத்துக்குச் சென்று வந்ததுபோல இருந்தது. ஈசுவரனின் நினைவு வந்தது. சீலியாவின் மயக்கங்கள் அவனுக்கும் உண்டு. உயிரோடு இருக்கிறாளோ, இல்லையோ.

அவனைக் கண்டதும் விஜயபாலசூர்யா தனது வழக்கமான சிரிப்புடன்,

"ஆ பிரபு வாருங்கள்!" என்று வரவேற்றார். "லைப்ரரிக்கு வாருங்கள்! விவரமாகப் பேசுவோம்!"

லைப்ரரியில் எதிரும் புதிருமாக வெகுநேரம் மௌனமாக உட்கார்ந்து அவன் கடைசியில் தடுமாற்றத்துடன் சொன்னான்.

"வேடிக்கை, மிஸ்டர் பாலசூர்யா. உங்களிடம் சொல்ல என்னிடம் ஏதும் விஷயமில்லை."

அவர் முகமெல்லாம் சுருங்கும் சிரிப்புடன் சொன்னார்.

"என்னிடமும் கேட்கக் கேள்விகள் இல்லை."

இந்தச் சிரிப்பு இவருக்கு மிக அவசியமான கவசம் என்று அவன் நினைத்துக் கொண்டான்.

—— முற்றும் ——

www.ingramcontent.com/pod-product-compliance
Lightning Source LLC
LaVergne TN
LVHW060224051026
849517LV00005B/1509